D1763425

ஊழல் – உளவு – அரசியல்

அதிகாரவர்க்கத்துடன் ஒரு சாமானியனின் போராட்டம்

சவுக்கு சங்கர்

சொந்த ஊர், தஞ்சை மாவட்டம், திருக்காட்டுப்பள்ளியில் உள்ள விஷ்ணம்பேட்டை என்ற கிராமம். லஞ்ச ஒழிப்புத் துறையில் அரசு ஊழியராக இருந்த சங்கரின் தந்தை திடீரென்று இறந்துபோனதால், பள்ளிப்படிப்பு முடித்த கையோடு 16வது வயதில் அரசுப் பணியில் சேர்ந்தார்.

இடதுசாரி இயக்கங்களால் ஈர்க்கப்பட்டவர், தீவிர வாசிப்பாளர். லஞ்ச ஒழிப்புத் துறையில் நடைபெற்ற ஊழல்களை வெளிக்கொண்டுவர அவர் எடுத்த முயற்சிகள், தொலைபேசி ஒட்டுக் கேட்பு வழக்கில் அவரைச் சிக்க வைத்தன. அரசுப் பணியில் சேர்ந்த 17வது ஆண்டில் கைது செய்யப்பட்டார். பணி இடைநீக்கம், காவல்துறை சித்திரவதை, வழக்கு ஆகியவற்றை அடுத்தடுத்து எதிர்கொள்ளவேண்டியிருந்தது. இருந்தும் மனம் தளராமல், 'சவுக்கு' என்ற இணையத்தளத்தைத் தொடங்கி காவல்துறை, அரசு உயர் அதிகாரிகள், அமைச்சர்கள் என்று அனைத்து மட்டங்களிலும் நடக்கும் ஊழலைத் தொடர்ந்து அம்பலப் படுத்தினார்.

இந்தியாவையே உலுக்கிய 2ஜி ஊழலில் ஆதாரங்களை மறைக்க ஒரு காவல்துறை உயர் அதிகாரி மற்றும் அரசியல் தலைவர்களோடு நடந்த உரையாடல்களை வெளியிட்டு பெரும் அதிர்வலைகளை ஏற்படுத்தியவர்.

ஊழல் – உளவு – அரசியல்

அதிகாரவர்க்கத்துடன்
ஒரு சாமானியனின் போராட்டம்

சவுக்கு சங்கர்

கிழக்கு

ஊழல் - உளவு - அரசியல் :
  அதிகாரவர்க்கத்துடன் ஒரு சாமானியனின் போராட்டம்
Oozhal - Ulavu - Arasiyal :
  Adigaaravargathudan oru saamaniyanin porattam
Savukku Shankar ©

First Edition: December 2017
224 Pages
Printed in India.

ISBN 978-81-8493-835-7
Kizhakku - 1063

Kizhakku Pathippagam
177/103, First Floor, Ambal's Building, Lloyds Road,
Royapettah, Chennai - 600 014. Ph: +91-44-4200-9603
Email : support@nhm.in | Website : www.nhm.in

 kizhakkupathippagam | kizhakku_nhm

Author's Email: jayajayakanthan@gmail.com
Website: www.savukkuonline.com

Cover Photograph: Nikki Jackson

The author has asserted his moral rights. The views and opinions expressed in this book are the author's own and the facts are as reported by him, which have been verified to the extent possible, and the publishers are not in any way liable for the same.

Kizhakku Pathippagam is an imprint of New Horizon Media Private Limited.

This book is sold subject to the condition that it shall not, by way of trade or otherwise, be lent, resold, hired out, or otherwise circulated without the publisher's prior written consent in any form of binding or cover other than that in which it is published and without a similar condition including this the rights under copyright reserved above, no part of this publication may be reproduced, stored in or introduced into a retrieval system, or transmitted in any form or by any means (electronic, mechanical, photocopying, recording or otherwise), without the prior written permission of both the copyright owner and the above-mentioned publisher of this book.

என் அனைத்து முயற்சிகளுக்கும் பின்னால் இருந்து
என்னைத் தொடர்ந்து ஊக்கப்படுத்திவரும்
என் தாய் கமலா ஆச்சிமுத்து அவர்களுக்கு
இந்த நூல் சமர்ப்பணம்.

1

2008 ஆம் ஆண்டு, ஏப்ரல் மாதம். சட்டப்பேரவையில் முழுப் பெரும் பான்மை இல்லாமல் மைனாரிட்டி ஆட்சியாக திராவிட முன்னேற்றக் கழகத்தின் ஆட்சி நடைபெற்றுக்கொண்டிருந்தது.

அந்தக் காலகட்டத்தில் சென்னையில் தி இந்து, நியூ இந்தியன் எக்ஸ்பிரஸ் மற்றும் டெக்கான் க்ரானிக்கிள் ஆகியவை மட்டுமே ஆங்கில நாளிதழ்கள். இந்தியா முழுவதும் செல்வாக்கு பெற்றிருந்த டைம்ஸ் ஆஃப் இந்தியா ஆங்கில நாளிதழ் தமிழகத்தில் முதன் முறையாக சென்னையில் தன் பதிப்பை தமிழ் புத்தாண்டு அன்று வெளியிடப் போவதாக அறிவித்திருந்தது.

டைம்ஸ் ஆஃப் இந்தியாவின் வரவால் தங்களது வியாபாரம் பாதிக்கப்படும் என்பதும் பிற ஆங்கில நாளிதழ்களின் நிர்வாகத்துக்குத் தெரியும்.

டைம்ஸ் ஆஃப் இந்தியா வெளியாகிற நாளன்று ஏதாவதொரு பரபரப்பான செய்தி வெளியிட வேண்டிய நெருக்கடியில் ஆங்கில செய்தித்தாள்கள் இருந்தன. அப்படிப்பட்ட நெருக்கடியில் இருந்த நாளேடுகளில் ஒன்றுதான் டெக்கான் க்ரானிக்கிள்.

டெக்கான் க்ரானிக்கிள் செய்தியாளர் வி.பி.ரகுவின் பெயருக்குப் பெயரிடப்படாத ஓர் அனாமதேய கவர் ஒன்று வருகிறது. அந்தக் கவரின் உள்ளே ஒரு சிடி இருக்கிறது. அந்த சிடியை தன் கம்ப்யூட்டரில் போட்டுப் பார்த்தார் ரகு. இரண்டு உயரதிகாரிகள் பேசிக் கொள்ளும் உரையாடல் அதில் இருந்தது. முதலில் ரகுவுக்கு அந்த இருவரும் யார் என்பது தெரியவில்லை. உடனடியாக தலைமை ஆசிரியரிடம் அந்த உரையாடலைப் போட்டுக் காண்பிக்கிறார். அது மிகவும் முக்கியமான,

ரகசியமான உரையாடல் என்று ரகுவுக்கும் ஆசிரியருக்கும் புரிந்தது. யார் இந்த உயரதிகாரிகள் என்பதை உடனடியாக விசாரிக்குமாறு தலைமை ஆசிரியர் ரகுவுக்கு உத்தரவிடுகிறார்.

டெக்கான் க்ரானிக்கிளில் க்ரைம் பீட் பார்த்துக் கொண்டிருந்ததால், ரகுவுக்குப் பல்வேறு உயர் அதிகாரிகளுடன் நல்ல தொடர்பு இருந்தது. க்ரைம் பீட் என்றால் சென்னை நகரில் நடக்கும் குற்றங்கள், கைது தொடர்பான செய்திகளைப் பார்க்கும் வேலை. அந்தத் தொடர்புகளைப் பயன்படுத்தி, அந்த உரையாடலில் இடம் பெற்றிருந்த அந்த இரண்டு அதிகாரிகள் யார் என்பதை ரகு கண்டறிகிறார்.

டைம்ஸ் ஆஃப் இந்தியா 14 ஏப்ரல் 2008 அன்று வெளியான தனது முதல் நாள் பதிப்பில் ஒரு பரபரப்பான செய்தியை வெளியிட்டிருந்தது. ராஜிவ் கொலை வழக்கில் வேலூரில் சிறையில் உள்ள நளினியை, ராஜிவ் மகள் பிரியங்கா காந்தி ரகசியமாகச் சந்தித்தார் என்ற செய்திதான் அது. அந்தச் சந்திப்பு நடந்து பல நாட்களுக்கு பின்னர் இந்தச் செய்தி வெளியாகி இருந்தாலும் அதுவரை வெளியுலகுக்கு இந்தச் சந்திப்பு பற்றி கிசுகிசு கூட வெளிவரவில்லை. திடீரென்று செய்தி வெளிவந்ததைத் தொடர்ந்து அரசியல் மட்டத்திலும் பொது மக்கள் மத்தியிலும் பரபரப்பு உருவானது.

ஆனால் அதைவிட பரபரப்பைக் கிளப்பிய செய்தியை அதே நாளில் டெக்கான் க்ரானிக்கிள் வெளியிட்டிருந்தது. 2008ம் ஆண்டு ஜனவரி மாதத்தில் டெக்கான் க்ரானிக்கிள் நாளிதழ் இருபதுக்கும் மேற்பட்ட மொபைல் எண்களை வெளியிட்டு, இந்த எண்கள் தமிழக உளவுத் துறையால் சட்டவிரோதமாக ஒட்டுக் கேட்கப்படுகின்றன என்று செய்தி வெளியிடப்பட்டிருந்தது.

தொலைபேசிகளை ஒட்டுக் கேட்பதற்கென சட்டபூர்வமாக பல்வேறு விதிமுறைகளை உச்ச நீதிமன்றம் 1997ம் ஆண்டு வகுத்திருந்தது. மத்திய அல்லது மாநில உள்துறைச் செயலாளரின் எழுத்துப்பூர்வமான அனுமதியோடு மட்டும்தான் தொலைபேசிகளை ஒட்டுக் கேட்க முடியும். அவ்வாறு ஒட்டுக் கேட்பதும் தொடர்ந்து இரண்டு மாதங்களுக்கு மேல் செய்ய முடியாது. இரண்டு மாதங்களுக்கு மேல் நீட்டிக்க வேண்டுமானால், உள்துறைச் செயலாளரின் அனுமதி வேண்டும். அதுவும் அதிகபட்சம் ஆறு மாதங்களுக்கு மட்டுமே ஒட்டுக் கேட்க முடியும். இப்படி பல்வேறு விதிமுறைகள் உள்ளன.

ஆனால் தமிழக உளவுத்துறை, பத்திரிகையாளர்கள், அரசியல் பிரமுகர்கள், ஐஏஎஸ் மற்றும் ஐபிஎஸ் அதிகாரிகள் ஆகியோரது தொலைபேசிகளைச் சகட்டுமேனிக்கு ஒட்டுக் கேட்டு வருகிறது என்று ஜனவரி 2008ல் டெக்கான் க்ரானிக்கிள் ஒரு செய்தி

வெளியிட்டிருந்தது. அந்தச் செய்தியின் காரணமாகத்தான் அந்நிறுவனத்தின் செய்தியாளர் வி.பி.ரகுவிடம் அந்த ரகசிய உரையாடல் வந்து சேர்ந்தது.

ரகுவிடம் வந்து சேர்ந்த சிடியில் பேசிக்கொண்ட இரு அதிகாரிகள், தமிழகத் தலைமைச் செயலாளர் எல்.கே.திரிபாதி மற்றும் தமிழக லஞ்ச ஒழிப்புத் துறை இயக்குநர் எஸ்.கே.உபாத்யாய். அந்த உரையாடலின் உரைநடையை டெக்கான் க்ரானிக்கிள் அப்படியே வெளியிட்டது. அந்த உரையாடலைச் சட்டவிரோதமாகப் பதிவு செய்தது தமிழக உளவுத்துறை என்று டெக்கான் க்ரானிக்கிள் குற்றம் சாட்டியிருந்தது. அந்த உரையாடலின்படி, திரிபாதி லஞ்ச ஒழிப்புத் துறை இயக்குநரிடம், அப்போதைய எதிர்க்கட்சித் தலைவராக இருந்த ஜெயலலிதா கொடநாடு எஸ்டேட் வாங்குவதற்காக செய்த முதலீடு குறித்து ஆவணங்களைச் சேகரித்து, புதியதாக ஊழல் வழக்கு ஒன்றை ஜெயலலிதாவின் மேல் பதிவு செய்ய சாத்தியக்கூறுகளை ஆராயுமாறு திரிபாதி கூறுகிறார். உபாத்யாய், அதற்கான சாத்தியங்கள் இல்லை என்று மறுக்கிறார். ஆனால் திரிபாதி நான் சொல்வதுபோல ஆவணங்களைச் சேகரித்தீர்கள் என்றால், வழக்குப் பதிவு செய்ய சாத்தியங்கள் உண்டு என்று கூறுகிறார். இதுதான் அந்த உரையாடலின் சாரம்.

எதிர்க்கட்சித் தலைவராக இருந்த ஜெயலலிதா, வாரந்தோறும் தவறாமல் அரசை விமரிசித்து அறிக்கை வெளியிடுவார். ஒவ்வொரு அறிக்கையிலும் திமுக அரசை 'மைனாரிட்டி அரசு' என்றே குறிப்பிடுவார். இது திமுக தலைவர் கருணாநிதியைக் கடுமையாக எரிச்சலடைய வைத்தது. இதன் காரணமாக எப்படியாவது ஜெயலலிதாமீது மீண்டும் ஓர் ஊழல் வழக்கைப் பதிவு செய்து அவரைச் சிக்கலில் ஆழ்த்தவேண்டும் என்று திமுக அரசு முனைப்போடு இருந்தது. அதன் ஒரு பகுதிதான் தலைமைச் செயலாளர் லஞ்ச ஒழிப்புத் துறை இயக்குநரோடு நடத்திய உரையாடல்.

இந்த உரையாடல் வெளியானதும் தலைமைச் செயலகத்தில் முதல்வர் கருணாநிதி உயர் அதிகாரிகளின் கூட்டத்தைக் கூட்டுகிறார். உளவுத்துறை தலைவர் ஜாபர் சேட், அப்போதைய உள்துறை செயலாளர் மாலதி, தலைமைச் செயலாளர் திரிபாதி, முதல்வரின் செயலாளர்கள் ஆகியோர் கலந்து கொள்கின்றனர். கருணாநிதி தலைமைச் செயலாளரிடம் இதுபோல் ஓர் உரையாடல் நடந்தது உண்மையா என்று கேட்கிறார். திரிபாதி அப்படி ஓர் உரையாடல் நடக்கவே இல்லை என்று கூறுகிறார். உளவுத்துறை ஐஜி ஜாபர் சேட்டும் இது போன்ற ஓர் உரையாடலை உளவுத்துறை பதிவு செய்யவேயில்லை என்று கூறுகிறார். உடனடியாக காலை 11 மணியளவில் தமிழக அரசு ஒரு மறுப்பு அறிக்கையை வெளியிடுகிறது.

அந்த அறிக்கையில் டெக்கான் க்ரானிக்கிள் நாளிதழில் வெளியானது போன்ற ஓர் உரையாடல் நடைபெறவேயில்லை. அந்த நாளிதழ் உண்மைக்குப் புறம்பான ஒரு செய்தியை வெளியிட்டுள்ளது. அந்த நாளிதழ் மீது சட்டப்படியான நடவடிக்கைகளை எடுப்பது குறித்து ஆலோசிக்கப்பட்டு வருகிறது என்று குறிப்பிடப்பட்டிருந்தது.

மாலை ஏழு மணியளவில் மக்கள் தொலைக்காட்சி மற்றும் ஜெயா தொலைக்காட்சியில், 'தலைமைச் செயலாளர் மற்றும் லஞ்ச ஒழிப்புத் துறை இயக்குநர் ஆகியோருக்கு இடையே நடைபெற்ற அந்த உரையாடல் ஒளிபரப்பப்படும்' என்று ஸ்க்ரோல் செய்தி வெளியிடப் பட்டது. இரவு 7.30 மணிக்கு ஜெயா தொலைக்காட்சியிலும், 8 மணிக்கு மக்கள் தொலைக்காட்சியிலும் அந்த உரையாடல் முழுமையாக ஒளிபரப்பப்பட்டது.

மறுநாள் சட்டப்பேரவையில் ஓ.பன்னீர்செல்வம் தலைமையில் எதிர்க்கட்சி எம்எல்ஏக்கள் பெரும் பிரச்னை எழுப்புகின்றனர். சட்டவிரோதமாகத் தங்களது தொலைபேசிகளும் ஒட்டுக் கேட்கப் படுவதாக அமளி செய்கின்றனர். 1988ம் ஆண்டு இதே போன்ற ஒரு சட்டவிரோதத் தொலைபேசி ஒட்டுக் கேட்புப் புகாரில், கர்நாடக முதல்வராக இருந்த ராமகிருஷ்ண ஹெக்டே பதவியிழந்தார் என்பதை தமிழக முதல்வர் கருணாநிதி நன்றாக உணர்ந்தவர். இந்தப் பிரச்னையின் முக்கியத்துவம் என்ன என்பதையும் அவர் அறிந்தவர். உடனடியாக இது குறித்து விசாரணை நடத்த ஓய்வு பெற்ற உயர் நீதிமன்ற நீதிபதி தலைமையில் ஒரு விசாரணை ஆணையம் அமைக்க உத்தரவிட்டார்.

அந்த விசாரணை ஆணையம் ஒரு சாதாரண அரசு ஊழியரான ஆச்சிமுத்து சங்கர் என்னும் என் வாழ்வைத் தலைகீழாகப் புரட்டிப் போடும் என்று யாரும் எதிர்பார்த்திருக்க முடியாது.

2

எனக்குச் சொந்த ஊர் தஞ்சை மாவட்டம். தந்தைக்குச் சொந்த ஊர் திருக்காட்டுப்பள்ளி அருகே விஷ்ணம்பேட்டை என்ற கிராமம். தந்தை லஞ்ச ஒழிப்புத் துறையில் பணியாற்றிக் கொண்டிருந்தார். அவருக்கு ஏற்பட்ட பணி மாறுதல்களுக்கு ஏற்ப, திருநெல்வேலி, திருச்சி, தஞ்சை என்று எங்கள் குடும்பம் பயணித்து இறுதியாக சென்னை வந்தடைந்தோம். 1986ம் ஆண்டு முதல் மாதவரத்தில் உள்ள பால் பண்ணை ஏரியாவில் வசித்து வருகிறேன்.

சென்னை புரசைவாக்கத்தில் உள்ள முத்தையா செட்டியார் பள்ளியில் என் பள்ளிப் படிப்பைத் தொடர்ந்தேன். மிகச் சாதாரணமான, நடுத்தர வர்க்கத்து வாழ்க்கைமுறை. 1991 தொடக்கம் முதலே என் தந்தைக்கு அவ்வப்போது உடல் நிலை சரியில்லாமல் இருந்துவந்தது. ஆனால் பெரிதாக ஏதேனும் நடந்துவிடும் என்று துளியும் நாங்கள் ஒருவரும் எதிர்பார்க்கவில்லை.

பத்தாம் வகுப்புத் தேர்வு முடிந்து கோடை விடுமுறை. நண்பர்கள் வீட்டில் வீடியோ கேசட்டில் படம் பார்ப்பது, விளையாடுவது என்று ஆனந்தமாகச் சுற்றிக் கொண்டிருந்தேன். 15 ஜூன் 1991 அன்று காலை தந்தைக்கு உடல்நிலை மோசமடைந்தது. உடனடியாக ஆட்டோவில் மணலியில் இருந்த மருத்துவமனைக்குக் கொண்டு சென்றோம். நான் வீட்டிலேயே நண்பர்களுடன் காத்துக் கொண்டிருந்தேன். ஒரு மணி நேரம் கழித்து தந்தையின் இறந்த உடல் கொண்டு வரப்பட்டபோது, அனைவருக்கும் ஏற்பட்ட அதிர்ச்சி கடுமையாக இருந்தது. தந்தை இறந்துவிட்டார் என்பதை என்னால் நம்பவே முடியவில்லை. தந்தையின் உடல் தஞ்சைக்குக் கொண்டு செல்லப்பட்டது.

இறுதிச் சடங்குகளெல்லாம் முடிந்து சென்னைக்குத் திரும்பியபோது, வாழ்க்கையில் அடுத்து என்ன என்ற கேள்வி என்னை எதிர்கொண்டது. தந்தை என்ற ஒற்றைத் தூணை நம்பி மொத்த குடும்பமும் இயங்கிக் கொண்டிருந்தது. வேறு வருமானம் இல்லை. தந்தையின் அலுவலகத்தில் இருந்து அவருக்கு வரவேண்டிய பாக்கி தொகைகளை விரைவாகப் பெற்றுத் தந்தார்கள். தற்போது அரசு ஊழியர் பணிக் காலத்தில் இறந்தால் வழங்கப்படும் தொகை ஒன்றரை லட்சம். அப்போது 40 ஆயிரம். அப்படி வழங்கப்பட்ட தொகையில்தான் எங்கள் குடும்பம் ஓடியது.

தந்தையின் அலுவலகத்திலேயே எனக்கு வேலை கிடைக்க வாய்ப்பு உள்ளதாகச் சொன்னார்கள். பதினோராம் வகுப்பு சேரவேண்டும் என்று ஆசை இருந்தாலும், குடும்பத்தை யார் பார்த்துக்கொள்வது என்ற கேள்வி எழுந்தது. தந்தை இறந்து மூன்றே மாதத்தில் பணி நியமன உத்தரவு வந்தது.

லஞ்ச ஒழிப்புத் துறையில் இளநிலை உதவியாளராக எனக்குப் பணி நியமனம் கிடைத்தது. சென்னை, ஆயிரம் விளக்குப் பகுதியில் ஃபிலிம் சேம்பர் தியேட்டர் அமைந்துள்ள சந்தின் இறுதியில் அலுவலகம். 16 வயதில் அரசு ஊழியராகப் பொறுப்பேற்போம் என்று நான் கனவிலும் நினைத்ததில்லை. உண்மையில், புதிய பணி எனக்குப் பதற்றத்தையே அதிகம் ஏற்படுத்தியது. சக நண்பர்கள் அனைவரும் மகிழ்ச்சியாக பள்ளிக்குச் சென்று கொண்டிருந்தபோது, மதிய உணவு கட்டிக் கொண்டு அலுவலகம் செல்வது எரிச்சலாகக்கூட இருந்தது. ஆனால் எரிச்சலை யாரிடம் காண்பிக்க முடியும்?

முதல் நாள் பணியில் சேர்ந்ததும் அப்போது மத்திய சரக கண்காணிப் பாளராகப் பணியாற்றிய எஸ்.கே. உபாத்யாய் என்ற அதிகாரியிடம் நான் அழைத்துச் செல்லப்பட்டேன். அவர் 'இந்த இளைஞனின் வாழ்வை ஓர் அரசு குமாஸ்தாவாக வீணடிப்பது எப்படி சரியாக இருக்கும்?' என்று கேள்வி எழுப்பினார். என்னை அழைத்துச் சென்ற சீனியர் பதிலளித்தார். 'இல்லை சார். அவர் தபால் மூலமாக மேலே படிக்கலாம். தற்போது அவர் வீட்டில் சம்பாதிக்கும் நபர் யாரும் இல்லை.'

பணியில் சேர்ந்துவிட்டேனே தவிர திக்குத் தெரியாத காட்டில் இருப்பதைப் போன்ற உணர்வுதான் ஏற்பட்டது. பதினாறு வயதில் பள்ளிப் படிப்பை முடித்த கையோடு அரசு வேலை என்னும் யதார்த்தத்தை என்னால் ஏற்கமுடியவில்லை. உடன் பணியாற்றும் அனைவரும் நாற்பது வயதைக் கடந்தவர்களாக இருந்தனர். அவர்களுடன் பழகுவது மட்டுமல்ல, அவர்களுடன்தான் பழகியாக வேண்டும் என்னும் நினைப்பே வினோதமாக இருந்தது. சக வயதில்

அல்ல, குறைந்தது 25 வயதில் கூட ஒருவரும் அங்கும் இல்லை. குழந்தைப் பருவத்தில் இருந்து பெரியவர்கள் அனைவரையும் ‘ஆண்ட்டி’ ‘அங்கிள்’ என்றே அழைத்துக் கொண்டிருந்த பழக்கம் அலுவலகத்திலும் தொடர்ந்தது. சக ஊழியர்கள் வித்தியாசமாகப் பார்த்தால்கூடக் கண்டுகொள்ளவில்லை.

ஒரு நாள், சீனிவாசன் என்ற கண்காணிப்பாளர் சங்கரை அழைத்தார். அருகில் அமரச் சொல்லி அறிவுரை கூறினார். ‘தம்பி, இது அரசு அலுவலகம். நீ பள்ளிப் படிப்பிலிருந்து ஓர் அரசு அலுவலகத்தில் வேலை பார்க்கும் நிலைக்கு வந்து விட்டாய். இனி இங்கே இருப்பவர்களை சார் அல்லது மேடம் என்றுதான் அழைக்க வேண்டும். அரசு அலுவலகத்துக்கென்று ஒரு நடைமுறை உள்ளது. அதையெல்லாம் நீ படிப்படியாகக் கற்றுக் கொள்ளவேண்டும்.’ அவர் சொன்னதைக் கேட்ட பிறகுதான் நான் இதுவரை வாழ்ந்துவந்த உலகிலிருந்து வெளியேறி இன்னோர் உலகுக்கு வந்து சேர்ந்திருக்கிறோம் என்பதே புரிந்தது.

லஞ்ச ஒழிப்புத் துறையின் நிர்வாகப் பிரிவில் எனக்கு முதன் முதலில் வழங்கப்பட்ட வேலை, தொலைபேசி பட்டியல்களைத் தயார் செய்வது. நமது வீட்டுக்கு தொலைபேசி பட்டியல் வந்தால் எப்படி நாம் சென்று பணம் கட்டுகிறோமோ அதே போலத்தான் அரசு அலுவலகத்திலும் நடைமுறை. பிஎஸ்என்எல் நிறுவனத்திலிருந்து தமிழகமெங்கும் உள்ள அலுவலக மற்றும் அதிகாரிகளின் இல்லத் தொலைபேசிகளுக்கான பட்டியல் வந்து சேரும். அந்த பில்லை வைத்து, தொலைபேசி கட்டணம் என்று அரசு வருடந்தோறும் ஒதுக்கும் நிதியிலிருந்து, அந்தத் தொகையைக் கழித்து, அரசு கருவூலத்துக்குப் பட்டியலாகத் தயார் செய்து அனுப்ப வேண்டும். அது கருவூலம் சென்று, அங்கே ஏற்கப்பட்டு, பிஎஸ்என்எல் நிறுவனத்துக்குக் காசோலையாக வரும். அந்தக் காசோலை வரும் வரையில் அதைப் பல்வேறு பதிவேடுகளில் பதிவு செய்து, பணம் செலுத்தப்பட்டதா என்று உறுதி செய்யப்படவேண்டும்.

எனக்கு ஒதுக்கப்பட்ட மற்றொரு பணி, பஸ் வாரண்டுகளுக்கான பணம் அனுப்புவது. நாம் ஒரு பேருந்தில் பயணம் செய்யும்போது அதற்கான கட்டணத்தைச் செலுத்தி டிக்கெட் பெற்றுக் கொள்கிறோம். காவல்துறையில் பல்வேறு விசாரணை மற்றும் நீதிமன்றம் செல்வது போன்ற பணிகளுக்காகக் காவலர் முதல் அதிகாரிகள் வரை அலுவல்ரீதியாகப் பயணம் செய்ய வேண்டி வரும். அப்படி அவர்கள் பயணம் செய்கையில் ஒவ்வொரு முறையும் சொந்தப் பணத்தை செலவழித்து டிக்கெட் எடுக்கக்கூடாது என்பதற்காக, பஸ் வாரண்ட் என்ற ஒரு நடைமுறை உண்டு. அதென்ன?

பஸ் வாரண்ட் என்பது மூன்று பிரதிகள் கொண்ட ஒரு படிவம். அந்தப் படிவத்தில் உயர் அதிகாரிகள் கையெழுத்திட்டு, எந்த ஊர் முதல் எந்த ஊர் வரை செல்லவேண்டும் என்று அனுமதி அளிப்பார்கள். அந்த வாரண்டை அரசு மற்றும் தனியார் பேருந்துகளில் அலுவல்ரீதியாகப் பயணம் செய்யும் காவல்துறையினர் அளித்தால் நடத்துனர் டிக்கெட் கொடுப்பார். பின்னர் அவ்வாறு வந்த வாரண்டுகள் அனைத்தும் சேகரிக்கப்பட்டு ஒவ்வொரு பேருந்து கழகத்திலிருந்தும் மாதந்தோறும் சம்பந்தப்பட்ட காவல் அலுவலகத்துக்கு அனுப்பி வைக்கப்படும். மாதந்தோறும் அந்தத் தொகைக்கான பட்டியலை கருவூலத்துக்கு அனுப்பிப் பணம் பெற்று சம்பந்தப்பட்ட போக்குவரத்துக் கழகங்களுக்கு அனுப்பி வைப்பது மற்றொரு பணி.

அரசு அலுவலகங்களில், அரசுப் பணத்தைச் செலவு செய்வதற்கென்று ஏராளமான நடைமுறைகள் இருக்கின்றன. பல்வேறு பதிவேடுகள் பராமரிக்கப்படும். இத்தனை நடைமுறைகளையும் மீறி, ஊழல் புரிந்து கொள்ளை அடிக்கும் அரசு அதிகாரிகள் சாமர்த்தியசாலிகள்தானே?

பணியில் சேர்ந்த ஒரு சில வாரங்களிலேயே இந்தப் பணி எனக்கு ரொம்பவும் போரடிக்க ஆரம்பித்தது. செக்கு வண்டியில் மாடு சுற்றுவது போன்ற ஒரே மாதிரியான வேலை. ஆனால் வேறு வழி?

முதன் முதலாக 1991ம் ஆண்டு என் கையில் சம்பளமாகக் கிடைத்த மொத்த தொகை 1785 ரூபாய். 1991ல் இது பெரும் தொகை. வீட்டுச் செலவுக்கு மாதம் 1000 ரூபாயைக் கொடுத்து விட்டால், மீதம் உள்ள தொகை முழுவதும் செலவு செய்யலாம். பள்ளி மற்றும் கல்லூரிக்குச் செல்லும் வாய்ப்பை இழந்தது ஒரு புறம் இருந்தாலும், கை நிறையக் கிடைத்த பணம் பெரும் மகிழ்ச்சியைத் தந்தது.

3

பள்ளிப் பருவத்திலிருந்தே எனக்குப் படிப்பதில் ஆர்வம் அதிகம் உண்டு. அந்தக் காலத்தில், மிக மிகப் பிரபலமாக இருந்த ராஜேஷ்குமார், சுபா போன்றவர்களின் கதைகளை மிகவும் விரும்பிப் படித்து வந்தேன். கிடைத்த பாக்கெட் மணியை சேகரித்து, அப்போது 2 ரூபாய்க்கு விற்றுக்கொண்டிருந்த இது போன்ற பாக்கெட் நாவல்களை வாங்கிப் படித்து, இவைதான் பெரிய இலக்கியம் என்று எண்ணிக்கொண்டிருந்தேன்.

என்னுடன் பணியாற்றிய உதவி மேலாளர் ஒருவர், பெரியாரின் இரண்டு நூல்களைப் படிக்கக் கொடுத்தார். அவற்றைப் படித்ததும் அதுவரை புரியாமல் இருந்த ஒரு மிகப் பெரும் மர்ம முடிச்சு அவிழ்ந்தது போன்ற உணர்வு ஏற்பட்டது. வேப்பேரியில் உள்ள பெரியார் திடலில் நடக்கும் கூட்டங்களுக்குத் தவறாமல் செல்லத் தொடங்கினேன். தமிழகத்தில் நடக்கும் அத்தனை அநியாயங்களுக்கும் அக்கிரமங்களுக்கும் பார்ப்பனர்கள் மட்டுமே காரணம் என்று நம்பத் தொடங்கினேன். யாரைப் பார்த்தாலும் அவர் பார்ப்பனரா என்ற கேள்வி என்னையறியாமல் எழத் தொடங்கியது. என் உடலில் பார்ப்பன எதிர்ப்பு முறுக்கேறி ரத்தத்தில் கலந்து ஓடிக்கொண்டு இருந்ததை உணரமுடிந்தது.

அப்போது லஞ்ச ஒழிப்புத் துறையில் சி.எல்.ராமகிருஷ்ணன் என்ற ஐபிஎஸ் அதிகாரி இயக்குநராக இருந்தார். அவரைப் போலவே தமிழகம் மற்றும் இந்தியாவெங்கும் பார்ப்பனர்கள் அனைத்து அதிகார மையங்களையும் ஆக்கிரமித்துக் கொண்டிருந்தார்கள் என்று நம்பினேன். இந்த நம்பிக்கையோடுதான் என் உரையாடல்கள் எல்லாம் அமைந்தன. நண்பர்களும் அப்படித்தான் அமைந்தார்கள். நான் பழகியவர்களில் பெரும்பாலானோர்களிடம் பார்ப்பன எதிர்ப்பு

அழுத்தமாகப் படிந்திருந்ததைக் காண முடிந்தது. நான் சரியான திசையில்தான் சென்றுகொண்டிருக்கிறேன் என்பதில் மகிழ்ச்சியாக இருந்தது. அதற்காக என்னை நானே பாராட்டிக்கொள்ளவும் தயங்கவில்லை. சம்பளம் கிடைத்ததும் நேராக பெரியார் திடல் சென்று எவ்வளவு புத்தகங்கள் வாங்கமுடியுமோ அனைத்தையும் வாங்கி, அவற்றை இரவு முழுவதும் உட்கார்ந்து படிப்பேன். இதுவே என்னுடைய தலையாய வேலையாக இருந்தது.

என் செய்கைகளையெல்லாம் புத்தகம் கொடுத்த உதவி மேலாளர் கவனித்துக் கொண்டிருந்தார். ஒரு நாள் என்னை அழைத்தார். 'தம்பி, எப்போதும் திறந்த மனத்தோடு இருக்கவேண்டும். எல்லாவற்றையும் சந்தேகக் கண்ணோடு பார்த்தால் எல்லாமே தப்புத் தப்பாகத்தான் தெரியும்' என்றார். எனக்கு ஒன்றுமே புரியவில்லை. பிறகு அவரே விளக்கினார். 'எல்லாத்தையும் பார்ப்பன எதிர்ப்பு கண்ணோட்டத்திலேயே பார்ப்பது மிகத் தவறான விஷயம். தலித்துகள் மீதான சாதிக் கொடுமைகள், சாதிய கட்டமைப்புக்கான காரணங்கள், வரலாற்று ரீதியாக உருவான சாதிகளின் பின்புலம் போன்ற பல்வேறு விஷயங்களை ஆய்வுசெய்து வெளியுலகுக்குச் சொன்னவர்களில் பெரும்பாலானோர் பார்ப்பனர்களே. நமது அலுவலகத்திலேகூட எடுத்துக் கொண்டால், பதவி உயர்வில் பல தலித்துகள் நிராகரிக்கப்பட்டபோது, அவர்களுக்காகப் பரிந்துரைத்து அவர்களைப் பதவி உயர்த்தியது நமது இயக்குநர் சி.எல்.ராமகிருஷ்ணன்தான். நீ இன்னமும் நிறையப் படிக்கவேண்டும். படிக்கப் படிக்கப் புரிந்துகொள்வாய்' என்றார்.

அவரே பெரியார் புத்தகத்தைப் படிக்கக் கொடுத்து, அவரே பார்ப்பனர்கள் அனைவரையும் கண்மூடித்தனமாக எதிர்க்கக்கூடாது என்று சொன்னது எனக்குக் குழப்பமாகவும் வியப்பாகவும் இருந்தது. ஆனால், ஏதோ புரிந்தது போலவும் இருந்தது.

பெரியார் திடலுக்குச் செல்வதைத் தாற்காலிகமாக நிறுத்திக் கொண்டேன். அவர்கள் அனைத்துப் பிரச்னைகளையும் பார்ப்பனர்கள் தலையில் நிறுவி இதர சாதிக் கொடுமைகள் குறித்துப் பேசாமல் இருக்கிறார்கள் என்பதை லேசாகப் புரிந்துகொள்ளத் தொடங்கினேன். ஆனால் கடவுள் மறுப்பு என்ற கொள்கையில் மட்டும் சமரசம் செய்துகொள்ளவில்லை.

அலுவலகத்தில் ஆயுத பூஜை சமயத்தில் அனைவரிடமும் பணம் வசூல் செய்து, விடுமுறை நாளுக்கு முதல் நாள், அதிகாரிகள் முதல் கடைநிலை ஊழியர்வரை அனைவரும் கலந்துகொள்ளும் பூஜை நடக்கும். சமையல் கலைஞர்களையெல்லாம் வரவழைத்து, பொங்கல் வடை செய்து வழங்குவார்கள். அந்தப் பூஜைகளைப்

புறக்கணிப்பதைப் பெரும் புரட்சி காரியமாக நான் எண்ணிக் கொண்டேன். கடவுளை மறுப்பதைவிட மனிதர்களை நேசிப்பது மிக மிக முக்கியம் என்பதை நான் பின்னாளில்தான் உணர்ந்தேன்.

ஒரே இடத்தில் தேங்கி குட்டைபோல அறிவுத் தேடல் நின்றுவிடுமா என்ன? திராவிடர் கழக நூல்களைப் படித்தபிறகு என் மனது தானாக கம்யூனிசத்தை நோக்கிச் செல்லத் தொடங்கியது. அப்படி ஒரு மாற்றம் ஏற்பட முக்கியக் காரணமாக இருந்தவர் எழுத்தாளர் ஜெயகாந்தன். அவருடைய எழுத்துகள் என் ஆளுமையில் ஒரு பெரும் மாற்றத்தை ஏற்படுத்தியது. ஜெயகாந்தன் எழுத்துகள் அறிமுகமான பிறகு, வாரா வாரம் ஹிக்கின்பாதம்ஸ் புத்தகக் கடைக்குச் சென்று, ஜெயகாந்தன் நூல்களை மொத்தமாக வாங்கிவரும் பழக்கம் ஏற்பட்டது.

அதுவரை லஞ்ச ஒழிப்புத் துறையில் ஊழியர் சங்கத்தின் செயல்பாடு பெரிதாக இல்லை. சங்கம் என்று ஒன்று இருக்கும், வருடத்துக்கு ஒரு முறை அதிகாரிகளுக்கு வாழ்த்து சொல்வதை அது தனது வழக்க மாக்கிக்கொண்டிருந்தது. அந்தச் சங்கத்தின் நிர்வாகிகளாக, அலுவலகத்தில் உள்ள மூத்த கண்காணிப்பாளர்கள் இருப்பார்கள். வருடத்துக்கு ஒருமுறை சம்பிரதாயமாக ஒரு கூட்டம் நடக்கும். அனைவருக்கும் டீயும் பிஸ்கட்டும் அளித்த பிறகு, கூட்டம் கலைந்து போகும். இதைத் தாண்டி எந்தவொரு சங்க நடவடிக்கையும் கிடையாது.

தமிழ்நாடு அரசு ஊழியர் சங்கத்தோடு அந்தச் சமயத்தில் எனக்கு அறிமுகம் ஏற்பட்டது. என் அலுவலகம் அண்ணா சாலையில் அமைந்திருந்தது. டிஎம்எஸ் வளாகத்தில் இருந்த அரசு ஊழியர் சங்கக் கிளைதான் அவர்களுடைய அலுவலகம். என்னுடைய அலுவலக நேரம் மாலை 5.45க்கு முடிவடையும். முடிந்த பின்னர் நேராக சங்க அலுவலகம் செல்வதை வழக்கமாக்கிக்கொண்டிருந்தேன்.

டிஎம்எஸ் வளாகத்தில் அமைந்திருந்த கால்நடை பராமரிப்புத் துறையில் சந்திரசேகர் என்பவர் பணியாற்றிக் கொண்டிருந்தார். டிஎம்எஸ் கிளை சங்கத்தில் அவரும் ஒரு நிர்வாகி. டிஜிட்டல் பேனர்களெல்லாம் உருவாகாத காலகட்டம் அது. சங்கத்தின் மாநாடுகளுக்கு சைக்கிள் டயரில் பேப்பரை ஒட்டி, தட்டி தயார் செய்வது, சுவர் விளம்பரங்கள் எழுதுவது போன்றவை என்னுடைய அன்றாட பணிகளாக மாறிப் போயின. சங்க நடவடிக்கைகள் தொடர்பான போஸ்டர்களை ஒட்டுவதும் என் வேலைதான். டிஎம்எஸ் கிளை உள்பட அரசு அலுவலக வளாகங்களில் ஒட்டுவதற்காக மாலை ஒரு கையில் பசை வாளியும், இன்னொரு கையில் போஸ்டர்களையும் எடுத்துக்கொண்டு, சந்திரசேகரின் டிவிஎஸ் 50 வாகனத்தில் சென்று போஸ்டர் ஒட்டுவேன். நிறைவளிக்கும் ஒரு வேலையாக இது இருந்தது.

அரசு ஊழியர் சங்க நிகழ்வுகள் தவிர்த்து, இதர இடதுசாரி சங்கங்களின் மாநாடுகள், கருத்தரங்கங்கள் போன்றவற்றில் கலந்து கொள்வதும் எனக்கு வழக்கமாக மாறிப் போனது. சங்கத்தில் இருந்த இதர தோழர்கள் அனைவரும் பெருமளவில் ஊக்கம் அளித்தனர். சங்கத்தின் மூத்த நிர்வாகிகளோடு கம்யூனிசம், சோசலிசம் என்று உலக அரசியல்களையெல்லாம் வாய் ஓயாமல் விவாதிப்பதுண்டு. இந்த விவாதங்கள் என்னுடைய இடதுசாரி அரசியல் அறிவைப் பெருமளவில் விசாலமாக்கியது என்றே சொல்லவேண்டும்.

எல்லாவற்றையும் மார்க்சியக் கண்ணோட்டத்தில் அணுகவும் சங்க நடவடிக்கைகள் கற்றுக் கொடுத்தன. 1996ம் ஆண்டு சென்னை மைலாப்பூரில் ஓர் இடைத்தேர்தல் நடைபெற்றது. அந்தத் தேர்தலில், அரசு ஊழியர் சங்கத்தில் பொதுச் செயலாளராக இருந்து ஓய்வு பெற்ற எம்.ஆர்.அப்பன் சுயேட்சையாகப் போட்டியிட்டார். அவருக்கு மார்க்சிஸ்ட் கம்யூனிஸ்ட் கட்சி ஆதரவு அளித்தது. அலுவலகத்துக்கு ஒரு வாரம் விடுமுறை எடுத்துவிட்டு, எம்.ஆர்.அப்பனுக்கு ஆதரவாக வீடு வீடாகச் சென்று பிரச்சாரம் செய்தது எனக்கு ஒரு புதிய அனுபவமாக அமைந்தது.

மைலாப்பூர்தான் தொகுதி என்றாலும், பெரும்பாலான இடங்கள் மீனவர் வாழ் பகுதிகளாகவே இருந்தன. அப்போதெல்லாம் தேர்தல் ஆணையம் வாக்குச் சீட்டுகளை வழங்காது. சம்பந்தப்பட்ட கட்சிகள்தான் வாக்குச் சீட்டுகளை எழுதி வாக்காளர்களிடம் வழங்க வேண்டும். வாக்காளர் பட்டியலையும் வாக்குச் சீட்டுக் கட்டுகளையும் தலையில் கட்டி விடுவார்கள். இரவு முழுவதும் உட்கார்ந்து அந்தப் படிவங்களை நிரப்பி, மறுநாள் காலையில் வீடு வீடாகச் சென்று அவற்றை வினியோகிக்க வேண்டும்.

பிரசாரமெல்லாம் முடிந்து, தேர்தலுக்கு முதல் நாள் சிபிஎம் கட்சியின் நிர்வாகி வந்து பிரசாரத்தில் ஈடுபட்டவர்களிடையே உரையாற்றினார். ‘நம் தோழர்களில் யார் யாருக்கு வாய்ப்பு இருக்கிறதோ அவர்களெல்லாம் கள்ள ஓட்டுப் போடலாம்’ என்று கூறினார்.

வெற்றி வாய்ப்பே துளியும் இல்லையென்றாலும் ஓர் அடையாளத்துக்காகவும், கொள்கைக்காகவும் மட்டுமே மார்க்சிஸ்ட் கட்சி போட்டியிடுகிறது என்ற என்னுடைய எண்ணம் நொறுங்கிப்போனது. புரட்சியே இறுதி லட்சியம், பாட்டாளி வர்க்க சர்வாதிகாரத்தை நிறுவுவதே லட்சியம் என்று கட்சியின் அறிக்கையில் சொல்லிவிட்டு, ஊழல் மலிந்த இந்தத் தேர்தல் முறையில் மற்ற கட்சிகளுக்கு துளியும்

சளைக்காமல் சிபிஎம்மும் போட்டியிடுகிறது என்பதை உணர்ந்த போது எனக்கு ஏமாற்றமும் வருத்தமும் மேலிட்டது.

இடதுசாரித் தொண்டர்கள் நூற்றுக்கணக்கில் எம்.ஆர். அப்பனுக்காக வாரக்கணக்கில் பிரசாரம் மேற்கொண்டிருந்தார்கள். ஆனால் அந்தத் தேர்தலில் எம்.ஆர்.அப்பன் பெற்ற வாக்குகள் வெறும் 1050.

4

அரசு அலுவலகங்களில் தமிழ்தான் ஆட்சி மொழி என்றாலும், காவல்துறைக்குப் பணிக்கு வரும் ஐபிஎஸ் அதிகாரிகள் வட இந்தியர்களாக இருப்பதுண்டு. அப்போது அவர்களுக்கான கோப்புகளும் தமிழில் இருக்கவேண்டும். அதை விளக்கிச் சொல்லவும் ஆங்கிலத்தில் பேசத் தெரியவேண்டும். ஓர் அரசுப் பள்ளியில் பத்தாவது வகுப்பு வரை மட்டுமே படித்துவிட்டு வேலைக்கு வந்த எனக்கு ஆங்கிலம் பேச வராது. பிழையில்லாமல் எழுதத் தெரியும், ஆனால் பேச வராது.

அப்போது லஞ்ச ஒழிப்புத் துறையில் வட இந்திய அதிகாரிகள் இல்லாமல் தமிழ் அதிகாரிகளும் இருந்தார்கள் என்றாலும், அவர்களும் ஆங்கிலத்தில்தான் சந்தேகத்தைக் கேட்பார்கள். ஆங்கிலத்தில் உரையாட தடுமாற்றம் உள்ளது என்று தெரிந்தால், உங்களை நடத்தும் விதமே வேறு மாதிரியாக இருக்கும். வேண்டுமென்றே திட்டுவார்கள். இடியட் என்றெல்லாம் திட்டுவது சாதாரணம். என்னடா இப்படி யெல்லாம் திட்டுகிறார்களே என்று வருத்தமாக இருக்கும். சக ஊழியர்களிடம் சொன்னால், 'அதிகாரிகள் இது போல திட்டுவ தெல்லாம் சகஜம். எங்களையெல்லாம் இதைவிட மோசமாகத் திட்டியிருக்கிறார்கள்' என்று தங்களுக்கு நேர்ந்ததை விவரிப்பார்கள்.

எப்படியாவது ஆங்கிலத்தைச் சரளமாகப் பேச ஆரம்பிக்கவேண்டும் என்ற எண்ணம் எனக்கு ஆழமாக வேரூன்றத் தொடங்கியது. ஆங்கில நாவல்களைப் படிக்கத் தொடங்கினேன். அருகாமையில் அமைந்திருந்த சத்யம் தியேட்டரில் எந்த ஆங்கிலப்படம் வந்தாலும் சென்று பார்ப்பேன். அலுவலகம் 5.45க்கு முடிந்துவிடும் என்பதால், மாலை 6.30 அல்லது 7 மணிக்குத் தொடங்கும் திரைப்படங்களை

எளிதில் பார்த்துவிடலாம். மனதில் ஒரு நம்பிக்கை வந்தவுடன் கொஞ்சம் கொஞ்சமாக அதிகாரிகளிடம் ஆங்கிலத்தில் பேசத் தொடங்கினேன். அவர்களில் பலர் உற்சாகப்படுத்தினார்கள், ஊக்க மளித்தார்கள். அதற்குப் பிறகு எனக்கு விழும் திட்டுகள் வெகுவாகக் குறைந்து நாளடைவில் இல்லாமலே போனது. தமிழைப் பேசியே வளர்ந்த திராவிடக் கட்சிகளின் ஆட்சியின் கீழ் உள்ள நாட்டில், இதுதான் நிலைமை என்பதை நன்றாக உணர்ந்துகொண்டேன்.

நான், இளநிலை உதவியாளராக இருந்த லஞ்ச ஒழிப்புத் துறையின் தலைமையகத்தில் நாற்காலியைத் தேய்க்கும் பணியைச் செய்து அலுத்துப் போகத் தொடங்கியிருக்கும் நேரத்தில், லஞ்ச ஒழிப்புத் துறையின் நகரப் பிரிவில் பணியாற்ற மாறுதல் உத்தரவு வந்தது. இந்த நகரப் பிரிவில்தான் சுறுசுறுப்பான வழக்குப் பதிவுகள், புலனாய்வுகள் போன்ற கள நடவடிக்கைகள் இருக்கும்.

அந்தப் புதிய அலுவலகம், தற்போது சினிமா சூட்டிங்குக்கு வாடகைக்கு விடப்படும் மணி மகாலாக உருமாற்றம் பெற்றுள்ளது. ஆங்கிலேயர்கள் காலத்தில் கட்டிய கட்டடம். தரையில் சிமெண்டுக்கு பதில் மரப் பலகைகள் அமைக்கப்பட்டிருக்கும். சென்னை, ஆயிரம் விளக்கு, வாலஸ் தோட்ட சாலையில் அந்த அலுவலகம் அமைக்கப் பட்டிருந்தது.

சென்னை நகரப் பிரிவின் டிஎஸ்பி ஒருவருக்கு முகாம் உதவியாளராக மாறுதல் உத்தரவு வந்தது. ஒரு வகையில் இது ஆர்வம் அளிக்கக்கூடிய பணி என்றாலும், மற்றொரு வகையில் ரகசியம் காக்கவேண்டிய பணி. மேலும் காவல்துறை அதிகாரிகளிடம் நேரடியாகப் பணியாற்ற வேண்டிய சூழல். ஒவ்வொரு அதிகாரியும் ஒவ்வொரு மாதிரியாக இருப்பார்கள். எந்த நேரம் கோபம் வந்து கத்துவார்கள் என்றே தெரியாது. சில அதிகாரிகள், தண்டனையும் வழங்குவது உண்டு. அவர்களுடன் பணியாற்றுவது சிக்கலானது.

புதுப் பணியிடத்தில் பதவியேற்றபோது ஜெயலலிதாவின் சொத்துக் குவிப்பு வழக்கின் விசாரணை அதிகாரி நல்லம்ம நாயுடுவும், கணேசன் என்பவரும் அங்கே டிஎஸ்பிக்களாக இருந்தனர். அந்த டிஎஸ்பிக்களின் கீழ், மூன்று ஆய்வாளர்கள் பணியில் இருந்தனர். டிஎஸ்பிக்களுக்கு முகாம் உதவியாளராகச் சென்றால், அவரது அறிக்கைகள் மற்றும் அவர் வழங்கும் பணிகளை மட்டும் செய்தால் போதும். ஒவ்வொரு டிஎஸ்பிக்கும் ஒரு வருடத்துக்கு இத்தனை வழக்குகளில் அறிக்கை அனுப்பவேண்டும் என்று டார்கெட் இருக்கும். இதேபோல ஆய்வாளர்களுக்கும் டார்கெட் இருக்கும். ஆனால் ஆய்வாளர்களின் அறிக்கைகளைத் தட்டச்சு செய்து தர அவர்களுக்குத் தனியாக முகாம் உதவியாளர்கள் கிடையாது.

தட்டச்சு செய்யத் தெரிந்த ஆய்வாளர்கள் தங்கள் அறிக்கைகளைத் தாங்களே தட்டச்சு செய்துகொள்வார்கள். தட்டச்சு தெரியாத ஆய்வாளர்கள் டிஎஸ்பிக்களின் முகாம் உதவியாளர்களை நம்பியிருக்க வேண்டும். பெரும்பாலான முகாம் உதவியாளர்கள் ஆய்வாளர்களுக்கு உதவி செய்வது கிடையாது. நான் டிஎஸ்பியின் உதவியாளர். நான் எதற்கு உங்களுக்கு உதவவேண்டும் என்று சட்டம் பேசுவார்கள்.

அப்போதுதான் அலுவலகத்தில் புதிதாக கம்ப்யூட்டர் வழங்கி யிருந்தார்கள். விண்டோஸ் இயங்குதளமெல்லாம் வருவதற்கு முன்பான காலம் அது. 'டாஸ்' ஆபரேட்டிங் சிஸ்டத்தில் வேர்டுஸ்டார் என்ற மென்பொருள் இருக்கும். அதன்மூலம் தட்டச்சு செய்து கொள்ளலாம். எனக்கு கம்ப்யூட்டர் ஒரு வசீகரமான இயந்திரமாக இருந்தது. தட்டச்சு இயந்திரத்தில் செய்வதுபோல மிகவும் அழுத்தமாகவும் விரல்களைப் பதிக்கவேண்டியது இல்லை. அதனால் கம்ப்யூட்டரில் தட்டச்சு செய்வது எனக்கு மிகவும் பிடித்திருந்தது.

ஆய்வாளர்கள் மற்றும் டிஎஸ்பிக்கள் என்ன வேலையைத் தட்டச்சு செய்யச் சொன்னாலும் அந்த கம்ப்யூட்டரில் அமர்ந்து அசராமல் செய்வேன். வேலை நாட்களில் டிஎஸ்பிக்கள் இருக்கும்போது மற்ற ஆய்வாளர்களுக்கு எதுவும் செய்து தர முடியாது. எனவே சனி மற்றும் ஞாயிற்றுக்கிழமைகளில்கூட அலுவலகம் செல்வேன். ரகசியம் காக்கவேண்டிய பணிக்கு வந்துவிட்டதால் சங்க வேலைகளுக்கும் செல்லமுடியாது. வேலை, வேலை என்று வாரத்தின் ஏழு நாள்களும் பரபரப்பாகவே இருக்கும்.

செய்யும் பணியில் ஈடுபாடு இல்லை என்றால் பெரும் சுமையாகவே தெரியும். குறிப்பாக அரசு அலுவலகங்களில் செய்யும் பணி ஒரு கட்டத்துக்குப் பிறகு மிகவும் அலுக்க ஆரம்பித்துவிடும். சங்க நடவடிக்கைகளில் ஈடுபாடு இல்லாதவர்கள் செக்குமாடுகளாகவே மாறிப் போனதைப் பார்த்திருக்கிறேன். சராசரியாக 25 ஆண்டுகள் பணி முடித்த நபர்களின் நடவடிக்கைகள் இயந்திரம் போலவே இருக்கும். அலுவலகம் வர வேண்டும். அதிகாரிகள் மனம் கோணாமல் நடந்துகொள்ள வேண்டும். அடுத்த அகவிலைப்படி ஏற்றத்தில் அதிகச் சம்பளம் ஏறவேண்டும். தவணை முறையில் சென்னையின் எல்லை தாண்டி 10 கிலோ மீட்டருக்குள் மஞ்சள் பெயிண்ட் அடித்த ஒரு வீட்டுமனை வாங்கவேண்டும். வருமான வரியைத் தவிர்க்க சேமிக்க வேண்டும். அவ்வளவுதான் அவர்களுடைய கனவு, எதிர்பார்ப்பு எல்லாமே. இவற்றைத் தாண்டி அவர்கள் உலகம் இயங்குவது இல்லை. திரைப்படம் அல்லது அரசியல் குறித்துகூட அவர்கள் பெரும்பாலும் விவாதிப்பதில்லை.

காவல்துறை அதிகாரிகளின் பணி அதிலிருந்து மாறுபட்டது. ஒவ்வொரு வழக்கும் ஒரு வகையில் சவாலாக இருக்கும். ஆகையால் அவர்களுக்கு அவ்வளவு எளிதாக சலிப்பு வருவதில்லை.

சில வாரங்களிலேயே அதிகாரிகளாக இருந்த நல்லம்ம நாயுடுவும், கணேசனும் மாற்றலாகிச் சென்று விட்டார்கள். புதிதாக சி.பி.விஸ்வநாதன் என்று ஒரு டிஎஸ்பி வந்தார். காவல்துறை அதிகாரிகள் என்றால் கரடுமுரடாக இருப்பார்கள் என்பதையெல்லாம் மாற்றும் விதமாக அவர் இருந்தார். வழக்கமாகக் காவல்துறை அதிகாரிகள் தங்களுக்குக் கீழே பணிபுரிபவர்களை வேலையாள் போலத்தான் நடத்துவார்கள். அதைத் தாண்டி எந்த உறவுமுறையும் இருக்காது. ஆனால் விஸ்வநாதன் அப்படியல்ல. என்னை ஒரு தோழனாகவே நடத்தினார்.

ஆய்வாளர்களோடு தினமும் அமர்ந்து விவாதம் செய்கையில், அது புலனாய்வு விவகாரமாக இருந்தாலும் சரி, அரசியல் விவகாரமாக இருந்தாலும் சரி; என்னை அவர்களோடு அமர வைத்து, எனது கருத்துகளுக்கு மதிப்பளித்து என்னை அந்த விவாதங்களில் இணைத்துக் கொள்வார். இதனால் எங்கள் இருவருக்கும் இடையில் நட்பு அதிகரித்தது.

சொன்ன வேலையைச் சரியாகப் புரிந்துகொண்டு செய்ததனாலும், மாலை வேளைகளில் தாமதமானாலும் சலிக்காமல் வேலை செய்ததாலும் அவருக்கு என்னை வெகுவாகப் பிடித்துவிட்டது. புலனாய்வு வேலை களுக்காக எங்கே சென்றாலும் என்னை உடன் அழைத்துச் செல்வதை அவர் வழக்கமாக்கிக்கொண்டார். வெளியூர்களுக்குச் செல்லும்போது கூட, உடன் அழைத்துச் செல்வார்.

லஞ்ச ஒழிப்புத் துறையிலேயே ஐ.ஜியாக இருக்கும் ஒருவர் மீது ஒருமுறை விசாரணைக்கு உத்தரவிடப்பட்டிருந்தது. அந்த அதிகாரிக்குக் கடலூர் அருகே சொந்தக் கிராமம். அது தொடர்பாக கடலூரில் விசாரணை செய்யவேண்டியிருந்தது. பெரும் வயல்களுக்கு நடுவே ஒரு சிறிய குடில் இருந்தது. அந்தக் குடிலுக்குச் சென்று விசாரணை நடத்தவேண்டும். உடன் வந்த காவலர்கள் யாரையும் அனுப்பாமல் என்னை அனுப்பினார் விஸ்வநாதன். லஞ்ச ஒழிப்புத் துறையின் உயர் அதிகாரி மீதே விசாரணை என்பதால் எந்தவிதமான சந்தேகமும் எழக்கூடாது என்பதற்காக சிறுவன் போலத் தோற்றமளித்த என்னை அனுப்பினார்.

அந்தக் குடிலுக்குள் ஒரு வயதான தம்பதியினர் குடியிருந்தனர். அந்தக் காலத்திலேயே உள்ளே தொலைபேசி இணைப்பு கொடுக்கப்பட்டிருந்தது. அவர்களிடம் சகஜமாகப் பேச்சு கொடுத்தேன். அவர்கள் எந்த சந்தேகமும் படாமல் இயல்பாகப் பேசினார்கள். சென்னையில் உள்ள

ஒரு காவல்துறை அதிகாரியின் சொத்து அது. சொந்தமாக டிராக்டர் இருந்தது, மின் இணைப்பு எண், மூன்று மாதங்களுக்கு செலுத்திய தொகை, மொத்தம் எத்தனை அளவு நிலம் ஆகிய அனைத்தையும் விசாரித்து வந்து டிஎஸ்பியிடம் ஒப்புவித்தபோது அவர் பெரும் மகிழ்ச்சி அடைந்தார்.

நான் முழுமையாக ரகசியம் காப்பேன் என்று நம்பியதால்தான் இந்தப் பணியை அவர் என்னிடம் ஒப்படைத்திருந்தார். அவர் பணி ஓய்வு பெறும் வரை அந்த நம்பிக்கையை இழக்கவில்லை.

இதுபோல, அரசு ஊழியர்கள் லஞ்சம் பெறுகையில் கையும் களவுமாகப் பிடிக்கும் வழக்குகளிலும் சம்பவ இடத்துக்கு என்னை அழைத்துச் செல்வார். அவற்றையெல்லாம் நேரில் பார்க்கும் அனுபவம் எனக்குக் கிடைத்தது. எந்த விசாரணை என்றாலும் நான் அவருடன் செல்வேன். இதனால் எனக்கு வழக்கின் புலனாய்வு குறித்த பல்வேறு அனுபவங்களை நேரடியாகப் பெறமுடிந்தது.

ஜெயலலிதா முதன் முறையாக 1991ல் பதவியேற்றபோது, பெரும் பாலான மக்கள் அவருக்கு ஒரு வாய்ப்பு தர வேண்டும் என்றே நம்பினார்கள். சில பிரச்னைகளை அவர் கையாண்ட விதம் மோசமாக இருந்தபோதும், அனுபவமின்மையே இதற்குக் காரணம் என்று மக்கள் சமாதானம் அடைந்தார்கள். 1992ம் வருடம் ஜெயலலிதா மகாமகம் விழாவுக்குச் சென்றதால் ஏற்பட்ட நெரிசலில் சிக்கி 50 பேர் உயிரிழந்த போதும் நம்பிக்கையிழக்க அவர்கள் தயாராக இல்லை. அவர் நிச்சயம் மாறிவிடுவார் என்றே அவர்கள் நம்ப விரும்பினார்கள். ஆனால் நாள்கள் செல்லச்செல்ல, மக்களின் பெரும் கோபத்துக்கு ஆளாகும் வகையில் ஜெயலலிதாவின் நடவடிக்கைகள் அமைந்தன.

அலுவலகத்தில் டிஎஸ்பியும் இதர ஆய்வாளர்களும் சேர்ந்து ஜெயலலிதா குறித்து அடிக்கடி விவாதிப்பார்கள். அப்போது லஞ்ச ஒழிப்புத் துறையைப் பற்றித் தெரியாமல் இருந்ததால் பலர், ஜெயலலிதாவும் சசிகலாவும் ஏராளமாக சொத்து சேர்த்தது பற்றி புகார் எடுத்து வருவார்கள். அவர்களிடம் நைச்சியமாகப் பேசி டிஎஸ்பி திருப்பியனுப்பிவிடுவார்.

1994 மற்றும் 1995ம் ஆண்டுகளில் ஜெயலலிதாமீதான மக்களின் வெறுப்பு வேக வேகமாக வளர்ந்தது.

5

1991-96 ஜெயலலிதா ஆட்சிக்காலத்தில் பத்திரிகைகள் கடுமையாக மிரட்டப்பட்டன. பிடிக்காத பத்திரிகை அலுவலகங்களுக்கு ரவுடிகளை அனுப்பி தாக்குதல் நடத்தும் அளவுக்கு நெருக்கடி இருந்தது. மிகுந்த தாக்குதல்களுக்கு உள்ளான ஊடகம் நக்கீரன். 1991 முதல் 1996 வரை நக்கீரன் மீது ஜெயலலிதா 146 வழக்குகளைப் பதிவு செய்தார். நக்கீரன் ஊழியர் கதிரைதுரை என்பவர் அதிமுக ரவுடிகளால் தாக்கப்பட்டு எலும்பு முறிவுக்கு ஆளானார். நக்கீரன் இதழ்கள் பறிமுதல் செய்யப் பட்டுக் கொளுத்தப்பட்டன. நக்கீரனை விற்கக்கூடாது என்று ஏஜெண்டுகள் மிரட்டப்பட்டனர்.

ஆனால் பத்திரிகைகள் மிக மிக வலுவாகவே ஆட்சியை எதிர்த்துப் போராடின. ஒவ்வொரு நாளும் ஊடகங்களில் அதிமுக அரசின் ஊழல்கள் பட்டியலிடப்பட்டன. பின்னர், 1995ல் நடைபெற்ற வளர்ப்பு மகன் திருமணம் மக்களைக் கோபத்தின் உச்சிக்கே கொண்டு சென்றது.

அந்தக் காலகட்டத்தில் சன் டிவி அதிமுக அரசுக்கு எதிராக ஆற்றிய பணி மகத்தானது. வளர்ப்பு மகன் திருமணத்தில் தொடங்கி, அதிமுகவில் இருந்து வெளியேறும் மூத்த அமைச்சர்களின் பிரத்தியேகப் பேட்டி களை ஒளிபரப்புவதுவரை, சன் டிவி அதிமுக அரசுக்கு எதிராகச் சிறப்பான பணிகளை மேற்கொண்டது. சேட்டிலைட் தொலைக் காட்சிகள் தொடங்கிய காலம் அது. வழக்கமான தூர்தர்ஷன் செய்தி களையே பார்த்துப் பார்த்துப் பழகியிருந்த மக்களுக்கு சன் டிவி புதிய கோணத்தில் செய்திகளை வழங்கியது நல்ல வரவேற்பை ஏற்படுத்தியது.

இதற்கிடையே தமிழக அரசியல் சூழலும் மிகுந்த பரபரப்பை அடைந்தது. ஒரு புறம் சுப்ரமணிய சுவாமி ஜெயலலிதாமீது ஊழல்

புகார்களைச் சுமத்தி, அவர்மீது வழக்குத் தொடுக்க அனுமதி கோரி, அப்போதைய ஆளுனர் சென்னா ரெட்டியிடம் கடிதம் அளித்தார். திமுகவும் ஆளுனர் மாளிகையை அணுகியது. காங்கிரஸ் கட்சியோடு கூட்டணி சேர்ந்து *1991* தேர்தலில் வெற்றி பெற்ற ஜெயலலிதா, அக்கட்சியை உதாசீனப்படுத்தியதோடு கடுமையான வார்த்தைகளால் சட்டப்பேரவையிலேயே அர்ச்சித்தார்.

இதன் காரணமாக மத்தியில் பிரதமராக இருந்த நரசிம்மராவும் ஜெயலலிதாவுக்கு நெருக்கடி தரத் தொடங்கினார். சசிகலா உள்ளிட்ட மன்னார்குடி மாபியாவைச் சேர்ந்தவர்கள் மீது அமலாக்கத்துறையின் கணைகள் பாய்ந்தன. சசிகலா நேரில் ஆஜராகவேண்டும் என்று கூறி அமலாக்கத்துறை சம்மன் அனுப்பியது. ஆனால் சசிகலா ஆஜராகாமல் தவிர்த்து வந்தார். ஒரு கட்டத்தில், அமலாக்கத்துறை சசிகலாவை கைது செய்தது.

சுப்ரமணிய சுவாமி, ஆளுனரிடமிருந்து ஜெயலலிதாவுக்கு எதிராக வழக்குத் தொடர அனுமதி பெற்றார். இதை எதிர்த்து ஜெயலலிதா உயர் நீதிமன்றம் சென்றார். அதோடு மட்டுமல்லாமல், தன் மீது வழக்குத் தொடுக்க அனுமதி பெற்ற சுப்ரமணிய சுவாமியைப் பழிவாங்கும் நோக்கோடு, அவர் பொதுக்கூட்டத்தில் பேசிய ஒரு வார்த்தைக்காக அவர்மீது தாழ்த்தப்பட்டோர் வன்கொடுமைச் சட்டத்தின் கீழ் வழக்குப் பதிவு செய்து, தமிழகத்தைவிட்டு டெல்லிக்குத் தப்பியோடச் செய்தார்.

இப்படிப்பட்ட பரபரப்பான சூழ்நிலையில் தமிழகத்துக்குத் தேர்தல் வந்தது. மீண்டும் அதிமுகவோடு கூட்டணி என்ற நிலையில் காங்கிரஸ் கட்சி உடைந்து மூப்பனார் தலைமையில் தமிழ் மாநில காங்கிரஸ் உருவானது. இக்கட்சி திமுகவோடு கூட்டணி வைத்தது. நடிகர் ரஜினிகாந்த் வெளிப்படையாகத் தனது ஆதரவை திமுக கூட்டணிக்கு வழங்கினார். சன் தொலைக்காட்சியில் தோன்றி, 'ஜெயலலிதா ஆட்சிக்கு வந்தால், ஆண்டவனால்கூட தமிழகத்தைக் காப்பாற்ற முடியாது' என்றார். *1996* தேர்தலின் கடைசி பிரசாரக் கூட்டத்தில் பேசிய திமுக தலைவர் கருணாநிதி, மீண்டும் ஜெயலலிதா ஆட்சிக்கு வந்தால், 'இந்திய வரைபடத்தில் தமிழகம் இருந்த இடம் ஓட்டையாக இருக்கும்' என்றார்.

ஜெயலலிதாவுக்கு எதிராக கடுமையான எதிர்ப்பு அலை வீசிய நிலையில், தேர்தல் முடிவுகளில் அதிமுகவுக்கு வெறும் நான்கு இடங்களே கிடைத்தன. பர்கூர் தொகுதியில் ஜெயலலிதாவே தோற்றார். ஜெயலலிதாவின் ஊழலுக்கு எதிராக வாக்குகளைப் பெற்று ஆட்சிக்கு வந்த திமுக, அதிமுக ஆட்சிக் காலத்தின் ஊழல்களைத் தோண்டத் தொடங்கியது.

அது வரை கிராம நிர்வாக அலுவலர்கள் போன்ற கடைநிலை ஊழியர்களை மட்டும் குறி வைத்துப் பிடித்துவந்த லஞ்ச ஒழிப்புத் துறை, முதல் முறையாக அரசியல் பெருந்தலைகளை குறிவைக்கப் போகிறது என்பதற்கான அடையாளங்கள் தெரியத் தொடங்கின.

தலைமைச் செயலகத்தில் உள்ள விழிப்புப் பணி ஆணையத்தின் (Vigilance Commission) கீழ்தான் லஞ்ச ஒழிப்புத் துறை செயல்பட்டு வருகிறது. இந்த இரண்டு துறைகளுமே தூங்கி வழிந்து கொண்டிருப்பதே பொதுவான வழக்கம். திமுக தலைவர் கருணாநிதி ஊழல் விசாரணையின் முதற்கட்டமாக ஒரு மூத்த ஐஏஎஸ் அதிகாரியை விழிப்புப் பணி ஆணையராகவும், இரண்டு இளைய ஐஏஎஸ் அதிகாரிகளை இணை ஆணையர்களாகவும் நியமித்து முதல் உத்தரவைப் பிறப்பித்தார். தமிழகம் முழுக்க ஜெயலலிதா மற்றும் அவர் அமைச்சரவை சகாக்கள் மீது இருக்கும் ஊழல் புகார்கள் அனைத்தும் விழிப்புப் பணி ஆணையகத்துக்கு அனுப்பப்படும். அந்தப் புகார்கள் சரிபார்க்கப்பட்டு, விசாரணைக்கு ஏற்ற புகார் மனுக்கள் லஞ்ச ஒழிப்புத் துறைக்கு அனுப்பப்படும் என்று முடிவெடுக்கப்பட்டது.

இதுவரை செயலாற்றிக் கொண்டிருந்த லஞ்ச ஒழிப்புத் துறையின் ஊழியர்கள் புதிய ஊழல் வழக்குகளால் ஏற்படும் பணிச் சுமையைச் சமாளிக்கமுடியாது என்பதால், அரசியல் ரீதியாக வரும் வழக்குகளைக் கவனித்துக்கொள்ள இரண்டு புதிய பிரிவுகள் உருவாக்கப்பட்டன. சிறப்புப் புலனாய்வுக் குழு ஒன்று மற்றும் இரண்டு ஆகியவை அந்த இரு பிரிவுகள். முதல் பிரிவு, ஜெயலலிதாவுக்கு எதிரான வழக்குகளை மட்டும் விசாரிக்கும். இரண்டாவது புலனாய்வுக் குழு, ஜெயலலிதாவின் அமைச்சரவை சகாக்கள் பற்றிய புகார்களை விசாரிக்கும்.

இரண்டு புலனாய்வுக் குழுக்களிலும் இடம்பெற, தமிழகமெங்கும் உள்ள காவல்துறை அதிகாரிகள் அயல் பணியாக உடனடியாக லஞ்ச ஒழிப்புத் துறைக்குப் பணிமாற்றம் செய்யப்பட்டார்கள். பின்னாளில் சிபிஐ இயக்குநராக இருந்த ஆர்.கே.ராகவன், லஞ்ச ஒழிப்புத் துறையின் இயக்குநராக நியமிக்கப்பட்டார். பணிகள் வேக வேகமாக நடந்தன.

லஞ்ச ஒழிப்புத் துறையினர் ஒரு முக்கியப் பிரமுகரை கைது செய்யப்போகிறார்கள் என்ற தகவல் எனக்கு ஒரு நாள் கிடைத்தது. அதுவரை அரசு ஊழியர்கள் லஞ்சம் வாங்கும்போது பொறி வைத்துக் கையும் களவுமாகப் பிடிக்கப்படும் வழக்குகளில்கூட அவர்களைச் சிறைக்கு அனுப்பமாட்டார்கள். கைது செய்யப்பட்டதும் அவர்கள் சொந்த ஜாமீனில் விடுதலை செய்யப்படுவார்கள். ஆகையால் லஞ்ச ஒழிப்புத் துறையில் கைது நடவடிக்கை என்பதே கிடையாது. அதனால் முக்கியப் பிரமுகர் கைது குறித்த செய்தி எனக்குச் சுவாரஸ்யமாகவே

இருந்தது. ஆனால், யார் அந்த பிரமுகர் என்ற தகவல் மிக ரகசியமாக இருந்தது. அதிகாலையில் கைது என்ற தகவல் மட்டும் சொல்லப் பட்டது. டிஎஸ்பி சி.பி.விஸ்வநாதனிடம் நானும் வருகிறேன் என்று கேட்டதும், சரி அலுவலகத்திலேயே தங்கி விடுங்கள் என்றார்.

மறுநாள் காலை நான்கு மணிக்கே அதிகாரிகள் அனைவரும் வந்து விட்டனர். அதிகாரிகள் உள்ளிட்ட அனைவரும் நான்கரை மணிக்கு லஞ்ச ஒழிப்புத் துறையின் வாலஸ் தோட்ட அலுவலகத்திலிருந்து கிளம்பினோம். வண்டி நேராக சென்ட்ரல் ரயில் நிலையத்துக்குச் சென்றது. அனைவரும் நடைபாதை எண் மூன்றுக்குச் சென்றோம். சரியாக 5 மணிக்கு ஏற்காடு எக்ஸ்பிரஸ் உள்ளே நுழைந்தது. அதன் குளிர் சாதன வகுப்பு பெட்டி நிற்கும் இடத்தின் முன்பாக அதிகாரிகள் அனைவரும் குவிந்தார்கள். ரயில் நின்றபின் குளிர் சாதனப் பெட்டியின் கதவு திறந்தது. ஜெயலலிதா அமைச்சரவையின் உள்ளாட்சித் துறை அமைச்சராக இருந்த டி.எம்.செல்வகணபதி இறங்கினார்.

லஞ்ச ஒழிப்புத் துறையின் மதுரைப் பிரிவின் டிஎஸ்பி ராதாகிருஷ்ணன், அவரை அணுகி, 'உங்களைக் கைது செய்கிறோம்' என்றார். செல்வகணபதி 'ஓகே' என்பதுபோலத் தலையை ஆட்டிவிட்டு, அவரிடம் இருந்த சிறிய சூட்கேஸை அருகில் உள்ள உதவியாளரிடம் கொடுத்தார். உதவியாளரும் அங்கிருந்து அகன்றார்.

அனைவரும் செல்வகணபதியின் கைதில் கவனமாக இருந்தபோது, போலீஸ் டீமில் இருந்த மேத்யூஸ் என்ற டிஎஸ்பி மட்டும் செல்வகணபதியின் உதவியாளரைப் பின் தொடரத் தொடங்கினார். நானும் சில காவலர்களும் மேத்யூஸைப் பின்தொடர்ந்தோம். மக்களிடையே கலந்து செல்லும் உதவியாளரையும் மேத்யூசையும் சிரமங்களுக்கிடையே தொடர்ந்துகொண்டிருந்தேன். சென்ட்ரல் ரயில் நிலையத்தின் பக்கவாட்டில் இருக்கும் வால்டாக்ஸ் சாலையில் உள்ள செல்வகணபதியின் வாகனத்தின் டிக்கியில் அந்த சூட்கேஸை அவரது உதவியாளர் வைக்கப் போவதைக் கண்டோம். உடனடியாக அந்த சூட்கேஸை அவரிடமிருந்து மேத்யூஸ் டிஎஸ்பி பறித்தார். சூட்கேஸைத் திறக்கச் சொன்னதும் தன்னிடம் சாவி இல்லை என்று உதவியாளர் தெரிவித்தார்.

சூட்கேஸைத் தன்னோடு எடுத்துக்கொண்டு டிஎஸ்பி உள்ளிட்ட அனைவரும் வாலஸ் தோட்ட அலுவலகத்துக்குக் கிளம்பினோம். அந்த சூட்கேஸில் என்ன இருந்தது என்று தெரியாமல் எனக்குத் தலையே வெடித்துவிடும்போல் இருந்தது.

6

செல்வகணபதியை ஏற்றிக்கொண்டு வாகனங்கள் நேரடியாக வாலஸ் தோட்ட லஞ்ச ஒழிப்புத் துறை அலுவலகத்துக்கு விரைந்தன. காலை 7 மணிக்கெல்லாம் அலுவலகத்துக்கு வந்துவிட்டோம். வந்தவுடன் அனைவருக்கும் சிற்றுண்டி வாங்கி வரப்பட்டது. செல்வகணபதி, தரைத்தளத்தில் ஆய்வாளர்கள் அமரும் அறையில் அவர்களுக்கு அருகே போடப்பட்ட பெஞ்சில் அமர்ந்திருந்தார். சர்வ வல்லமை படைத்த அமைச்சராக வலம் வந்தவர். சிகப்பு விளக்கு காரில் சுற்றி வந்தவர். ஒரு சாதாரண மர பெஞ்சில் அமர்ந்திருந்ததைப் பார்க்க பரிதாபமாக இருந்தது. அதிகாரம் மட்டுமே நிரந்தரம் என்று நினைத்திருந்தவர்கள் ஒரு நாள் நம்மையும் காலம் இப்படிப் புரட்டிப் போடும் என்று நினைத்துப் பார்ப்பதில்லை.

ஓர் ஆய்வாளர் செல்வகணபதியிடம் சென்று, அவர் பாக்கெட்டில் இருப்பதையெல்லாம் எடுத்து மேஜையில் வைக்கச் சொன்னார். ஒரு நபர் கைது செய்யப்படுகையில் அவரிடம் உள்ள பொருட்கள் அனைத்தும் சோதனை செய்து கைப்பற்றப்படுவது நடைமுறை. பாக்கெட்டில் இருந்து ஏதோ சில பொருட்களை எடுத்து வைத்தார். நான் தூரத்தில் இருந்ததால் என்னவென்பது தெரியவில்லை.

சிறிது நேரத்தில் டிஎஸ்பி மேத்யூஸ் செல்வகணபதியின் காரிலிருந்து கைப்பற்றப்பட்ட சூட்கேஸை எடுத்துக்கொண்டு செல்வகணபதி இருந்த அறைக்கு வந்தார். மற்ற அதிகாரிகளும் வந்தனர். அனைவர் முன்னிலையிலும் அந்த சூட்கேஸ் திறக்கப்பட்டது. சூட்கேஸில் 100 ரூபாய் கட்டுகளாக இரண்டு லட்ச ரூபாய் பணம் இருந்தது. 1996ல் இரண்டு லட்ச ரூபாய் என்பது பெரிய தொகை. அப்போது என்னுடைய மொத்த மாத சம்பளமே 3500 ரூபாய்தான். அந்தப் பணத்தைக்

காப்பாற்றுவதற்காகத்தான் செல்வகணபதி அவசர அவசரமாக அந்த சூட்கேஸை கொடுத்தனுப்பினார் என்பது அனைவருக்கும் புரிந்தது. பணமும் அவரிடமிருந்த இதர பொருள்களும் கைப்பற்றப்பட்டன.

காலை 11 மணிக்கெல்லாம் செல்வகணபதி கைது பற்றிய தகவல் வெளியில் பரவியது. அது செல்போன் இல்லாத காலம். லஞ்ச ஒழிப்புத் துறை அலுவலகம் எங்கே இருக்கிறது என்பதே பல பத்திரிகையாளர்களுக்குத் தெரியாது. அவர்கள் அதையெல்லாம் கண்டுபிடித்து, அலுவலகத்துக்கு 12 மணியளவில் வந்து சேர்ந்தார்கள். வந்தவர்கள் செல்வகணபதி கைதா, எதற்காகக் கைது என்று பல்வேறு கேள்விகளை எழுப்பினார்கள். ஆனால் பத்திரிகையாளர்களிடம் உயர் அதிகாரிகள் அனுமதி இல்லாமல் எப்படிப் பேசுவது என்று அனைவருக்கும் பயம். யாருமே அவர்களிடம் பேசாமல், பத்திரிகையாளர்களை வெளியே விட்டு கேட்டை பூட்டினார்கள். அவர்கள் சில மணி நேரம் கத்திவிட்டுச் சென்றுவிட்டார்கள்.

மதியத்துக்கு மேல், செல்வகணபதியை நீதிமன்றத்தின் முன் ஆஜர்படுத்த அழைத்துச் சென்றுவிட்டார்கள். மறுநாள் நாளிதழ்களில் செல்வகணபதியின் கைது குறித்து விரிவாக செய்தி வந்திருந்தது. அந்தக் கைதின்போது உடனிருந்து பார்த்தவன் என்பதால் மறுநாள் செய்தித்தாள்களில் அந்தச் செய்தியைப் பார்க்கப் பரவசமாக இருந்தது.

அடுத்தடுத்த நாட்களில் லஞ்ச ஒழிப்புத் துறை பரபரப்பாக இருந்தது. தமிழகத்தின் பல்வேறு லஞ்ச ஒழிப்புத் துறை பிரிவுகளில் அமைச்சர்கள் மீதான வழக்குகள் பதிவு செய்யப்பட்டன. ஜெயலலிதா மீது வருமானத்துக்கு அதிகமாகச் சொத்து சேர்த்த வழக்கில் பூர்வாங்க விசாரணை நடத்தவேண்டும் என்று அரசிடமிருந்து உத்தரவு வந்தது. உத்தரவு வந்ததும் முதல் வேலையாக இது குறித்து ஏற்கெனவே நீதிமன்றத்தில் வழக்குத் தொடுத்திருந்த டாக்டர் சுப்ரமணியன் சுவாமியிடம் வாக்குமூலம் பதிவு செய்யவேண்டியிருந்தது. வாய்ஸ் ரெக்கார்டரெல்லாம் அப்போது இல்லை. பெரிய சோனி டேப் ரெக்கார்டர் ஒன்றை வாங்கி வந்து சுப்ரமணியன் சுவாமியிடம் வாக்கு மூலம் பதிவு செய்தார்கள்.

அப்போது லத்திக்கா சரண் ஐபிஎஸ் டிஐஜியாக இருந்தார். அவர்தான் வாக்குமூலத்தைப் பதிவு செய்தார். ஜெயலலிதா மீதுள்ள வழக்குகளை விசாரிப்பதற்கென்றே உருவாக்கப்பட்டிருந்த முதல் சிறப்புப் புலனாய்வுக் குழுவின் தலைவராக வி.சி.பெருமாள் ஐபிஎஸ் நியமிக்கப்பட்டிருந்தார். அந்த வி.சி.பெருமாள்தான் சொத்துக் குவிப்பு வழக்கில் முதல் அறிக்கையைப் பதிவு செய்து, நல்லம்ம நாயுடுவை விசாரணை அதிகாரியாக நியமித்தவர். வி.சி.பெருமாள், திமுகவுக்கு நெருக்கமானவராக அறியப்பட்டவர். மீண்டும் அதிமுக ஆட்சி 2001ல்

வந்தபோது அந்த வழக்கின் சாட்சிகள் மீண்டும் வரவழைக்கப்பட்டு விசாரிக்கப்பட்டனர். அப்போது, வருமானத்துக்கு அதிகமாக சொத்து சேர்த்த வழக்கை ஜெயலலிதாவுக்கு எதிராகப் பதிவு செய்ய நான் உத்தரவே பிறப்பிக்கவில்லை என்று பிறழ் சாட்சியமளித்தவர் இந்த வி.சி. பெருமாள்தான் என்பது குறிப்பிடத்தக்கது. ஒரு காவல்துறை அதிகாரியாக இருந்துகொண்டு, அதுவும் திமுகவுக்கு நெருக்கமான அதிகாரியாக இருந்துகொண்டு அவர் இதனைச் செய்திருந்தார்.

வாக்குமூலம் பதிவு செய்யப்பட்ட பின், வாலஸ் தோட்ட அலுவலகத்தின் போர்டிகோவில், சுப்ரமணியன் சுவாமி பத்திரிக்கை யாளர்களைச் சந்தித்து, வாக்குமூலத்தில் என்னென்ன சொன்னேன் என்பதை விலாவாரியாக விளக்கினார். இதைப் பார்த்து டிஐஜியாக இருந்த லத்திக்கா சரண் மிகவும் பதற்றமடைந்தார். 'அய்யய்யோ... இவர் பத்திரிக்கையாளர்களைச் சந்திக்கிறாரே! இங்கேயே பேட்டி யளிக்கிறாரே! இயக்குநர் கேட்டால் நான் என்ன பதில் சொல்வது' என்று வாய்விட்டுப் புலம்பியவர், அருகில் இருந்த டிஎஸ்பிக்களிடம் 'விரைந்துசென்று, உடனே சுவாமியின் பேட்டியை நிறுத்தச் சொல்லுங்கள்' என்றார். ஆனால் ஒருவரும் சுவாமியைத் தடுக்கத் தயாராக இல்லை. பேட்டியை முடித்துக்கொண்டபிறகுதான் அவர் கிளம்பிச் சென்றார்.

ஒரு சுபமுகூர்த்த நாளில் வருமானத்துக்கு அதிகமாக சொத்து சேர்த்ததாக ஜெயலலிதா மீது முதல் தகவல் அறிக்கை பதிவு செய்யப்பட்டது. தமிழகம் மற்றும் ஆந்திராவில் ஜெயலலிதாவின் பினாமி சொத்துகள் என்று அறியப்பட்ட இடங்கள் அனைத்திலும் ஒரே நாளில் சோதனை நடந்தது. போயஸ் தோட்டத்து ஜெயலலிதா வீட்டில் நடந்த சோதனைகள் ஒரு வாரம் நீடித்தன. அந்தச் சோதனைகளின் போதுதான் ஜெயலலிதா மற்றும் சசிகலா இருவரும் உடல் முழுக்க தங்க ஆபரணங்களை அணிந்து எடுத்துக்கொண்ட புகைப்படங்கள், 600 ஜோடி செருப்புகள், 300 காலி சூட்கேசுகள், 3000த்துக்கும் மேற்பட்ட க்ரிஸ்டல் க்ளாசுகள் போன்றவை அகப்பட்டன. இவை மிகப் பெரிய விவாதப்பொருளாக மீடியாவிலும் பொதுமக்கள் மத்தியிலும் மாறின.

இந்தச் சோதனைகளின்போது, விஸ்வநாதன் டிஎஸ்பிக்கு ஒதுக்கப் பட்டிருந்த இடம் சசிகலாவின் அண்ணன் சுந்தரவதனத்தின் வீடு. தற்போது டிடிவி தினகரன் வீடு என்று இது அறியப்படுகிறது. காலை எட்டு மணிக்கெல்லாம் அரசு சாட்சிகளை அழைத்துக் கொண்டு அடையாறில் இருந்த அந்த வீட்டுக்கு சோதனைக்காகச் சென்று விடுவோம். நாங்கள் அந்த வீட்டுக்குச் செல்வதற்குச் சில மாதங்கள் முன்பாகவே அமலாக்கத் துறையினர், வருமான வரித் துறையினர் ஆகியோர் சோதனைகளை நடத்தி முடித்திருந்தார்கள். ஆகையால்

பெரிய அளவில் எதுவும் கைப்பற்றுவோம் என்ற நம்பிக்கை எங்களுக்கு இல்லை.

மேலும் அவர்களும் சோதனைகளை எதிர்பார்த்தே காத்திருந்தார்கள். சோதனைக்காக உள்ளே நுழைந்தபோது, சில காலத்துக்கு முன்பு இறந்திருந்த சசிகலாவின் மற்றொரு சகோதரர் ஜெயராமனின் மனைவியான இளவரசி ஹாலில் நின்றுகொண்டிருந்தார். ஹாலில் சாதாரணமாக பொட்டு வைத்துக்கொண்டு நின்று கொண்டிருந்த இளவரசி நாங்கள் வந்ததும் உள்ளே சென்று பொட்டை அழித்து விட்டு, முகத்தை சோகமாக வைத்துக்கொண்டு நின்று கொண்டார். சசிகலாவின் மற்றொரு அண்ணனான சுந்தரவதனத்தின் மனைவி சந்தான லட்சுமியும் இருந்தார்.

அலமாரிகள், பீரோக்கள், மேஜைகள் என்று அனைத்தையும் சோதனை செய்தோம். கைப்பற்றும்படியான பொருள்கள் எதுவுமே இல்லை. சில தங்க நகைகள் இருந்தன. அவற்றின் மதிப்பை அவர்களிடமே கேட்டு எழுதச் சொன்னார் டிஎஸ்பி. அனுராதா என்று ஒரு பெண்மணி தன்னை அறிமுகப்படுத்திக்கொண்டார். அவர்தான் டிடிவி தினகரனின் மனைவி என்று பின்னால் தெரிந்துகொண்டேன். அவர்தான் ஒவ்வொரு நகையாக கையில் எடுத்து, எத்தனை பவுன் என்று சொன்னார். அவர் சொன்னபடி அனைத்தையும் ஒரு பேப்பரில் எழுதிக்கொண்டேன்.

ஒரு விசிட்டிங் கார்டு டிவி மேல் இருந்தது. அதை எடுத்து, இந்தக் கம்பெனியில் நீங்கள் என்னவாக இருக்கிறீர்கள் என்று அனுராதாவிடம் கேட்டேன். அவர் என்னை ஒரு மாதிரியாகப் பார்த்துவிட்டு, 'இது என்னுடைய கம்பெனி!' என்றார். அவர்கள் யார் என்பதே கொஞ்ச கொஞ்சமாகத்தான் எனக்குப் புரிந்தது. கோல்ட் ரகத்தைச் சேர்ந்த கைத்துப்பாக்கி ஒன்று இருந்தது. அது சிறிய வகை கோல்ட் துப்பாக்கி. அது ஒரு பீரோவில் வைக்கப்பட்டிருந்தது. டிஎஸ்பி அதைக் கைப்பற்ற வேண்டும் என்று அவர்களிடம் கூறினார். உடனே சந்தானலட்சுமி 'திமுக வெற்றி ஊர்வலம் என்று நேத்து இந்தப் பக்கம் ஒரு கூட்டம் வந்துச்சு. திடீர்னு வீட்டுக்குள்ள வந்துட்டாங்கன்னா எங்களுக்குப் பாதுகாப்பு இல்ல' என்றார். உடனே டிஎஸ்பி, 'அதுக்காக இதை வைச்சு சுடுவீங்களா?' என்று கேட்டுவிட்டுத் துப்பாக்கியை எடுத்துக்கொண்டார்.

சோதனைகள் முடிந்து, மகஜர் தயாரிக்கப்பட்டுக்கொண்டு இருந்தது. துப்பாக்கியைத் தவிர வேறு எதையும் கைப்பற்றவில்லை. பட்டியல் முடியும் தறுவாயில் இருந்தது. நான் அந்த வீட்டின் படுக்கையறையில் இருந்த கட்டிலின்கீழ் சும்மா பார்ப்போமே என்று குனிந்து பார்த்தேன். வெளியூருக்கு எடுத்துச்செல்வது போன்ற ஒரு பை கீழே இருந்தது. அதன் ஜிப்பை அவசர அவசரமாகத் திறந்துபார்த்தேன். திகைப்படைந்தேன்.

7

அந்தப் பையில் கட்டுக் கட்டாகப் பணம் இருந்தது. எவ்வளவு என்று தெரியவில்லை. உடனடியாக அந்தப் பையை அப்படியே எடுத்துக் கொண்டு போய் டிஎஸ்பி விஸ்வநாதனிடம் கொடுத்தேன். அந்த வீட்டில் இருந்த சசிகலாவின் அண்ணிகள் சந்தானலட்சுமி, இளவரசி ஆகியோரின் முகம் மாற்றமடைந்தது. டிஎஸ்பி, அந்தப் பையின் உள்ளே இருந்த நோட்டுக் கட்டுகளை எடுத்து வெளியே வைத்தார். மொத்தம் ஒரு லட்ச ரூபாய் இருந்தது. 'சார் வீட்டு செலவுக்காக வைச்சிருந்தோம் சார்' என்றார் சந்தானலட்சுமி. டிஎஸ்பி அதைக் காதில் வாங்கிக் கொள்ளாமல் அந்தப் பணத்தைக் கைப்பற்றினார். பணத்தைக் கைப்பற்றியதற்காக மகஜர்கள் மாற்றி எழுதப்பட்டன.

மகஜர்கள் தயார் செய்யப்பட்டுக் கொண்டிருக்கும் நேரத்தில் சந்தானலட்சுமி, 'நீங்கள் யார் தம்பி?' என்று என்னைக் கேட்டார். அவருக்குப் பதில் சொல்லலாமா வேண்டாமா என்று நான் யோசித்துக் கொண்டிருக்கும்போது, டிஎஸ்பி 'இவரு என் கேம்ப் கிளர்க். இவருகூட உங்க ஊருதான்' என்றார். உடனே சந்தானலட்சுமி மிகுந்த ஆர்வமாக, எந்த ஊர், எங்கே படித்தேன் என்பன போன்ற விவரங்களை விசாரிக்கத் தொடங்கினார். தஞ்சையில் ஒரு வருடம் படித்ததையும் அங்கே சொந்த வீடு இருப்பதையும் சொன்னேன். தலையாட்டியபடி எல்லாவற்றையும் கேட்டுக்கொண்டார். இறுதியாக வேலைகள் அனைத்தும் முடிந்தபிறகு கிளம்புகையில், 'தம்பி உங்க டிஎஸ்பி மாதிரியே படிச்சி பெரிய அதிகாரியா வரணும்' என்றார். நானும் முகம் மலர சரி என்று கேட்டுக்கொண்டு கிளம்பி வந்துவிட்டேன். இது நடந்தது 1996ம் ஆண்டு.

2001ம் ஆண்டு மீண்டும் ஜெயலலிதா வெற்றி பெற்று முதல்வரானார். ஆட்சி அமைந்து சில மாதங்கள் கழித்து, திருச்சியில் இருந்து எனக்குத் தெரிந்த டிஎஸ்பியான சுரேஷ் குமார் என்பவர் சென்னை வந்திருந்தார். அவர் எனக்கு சிறிய வயது முதலே பழக்கம். தஞ்சை மாவட்டத்துக்காரர். அவர் ஓர் அதிர்ச்சியான தகவலை என்னிடம் சொன்னார். 'சங்கர், தஞ்சாவூர்ல உங்க வீடு இருக்குற ஏரியால, இந்த மன்னார்குடி க்ரூப் உங்களப் பத்தி விசாரிச்சிட்டு இருக்கு. அவனுங்க உன்ன ஒன்னும் பண்ணிடமுடியாது. நான் விட்டுட மாட்டேன். ஆனா, நீ கொஞ்ச நாள் ஊரு பக்கம் வராத' என்றார். நான் அதிர்ந்து போனேன். 1996ம் ஆண்டு நடந்த ஒரு சம்பவத்தை மனதில் வைத்துக்கொண்டு, கையில் அதிகாரம் வந்ததும் ஐந்து ஆண்டுகள் கழித்து, பழிவாங்கும் நோக்கத்தோடு என்னைக் கண்டுபிடிப்பதற்காகத் தேடியலைகிறார்கள் என்றால், இந்த மன்னார்குடி மாஃபியாக்கள் எப்படிப்பட்டவர்களாக இருப்பார்கள் என்பது எனக்கு முழுமையாகப் புரிந்தது.

வருமானத்துக்கு அதிகமாகச் சொத்து சேர்த்த இந்த வழக்கில்தான் 18 ஆண்டுகள் கழித்து 2014 செப்டெம்பர் மாதம் ஜெயலலிதா சிறை சென்றார். 21 ஆண்டுகள் கழித்து 2017ல் சசிகலா, இளவரசி, சுதாகரன் மூவருக்கும் உச்ச நீதிமன்றம் தண்டனை உறுதி செய்தது. இவர்கள் தற்சமயம் பெங்களூரு சிறையில் உள்ளனர். ஜெயலலிதா இறந்து விட்டாலும், சசிகலா உள்ளிட்டோரின் மீதான தண்டனையை உச்ச நீதிமன்றம் உறுதி செய்தது எனக்குப் பெரும் மகிழ்ச்சியை அளித்தது.

எத்தனை ஆண்டுகள் கழித்து என்றாலும் சட்டத்தின் நீண்ட கரங்களில் இருந்து தப்பிக்கமுடியாது என்பதைச் செல்வாக்கு படைத்தவர்கள் இதிலிருந்தாவது உணர்ந்துகொள்ளவேண்டும். எத்தனை செல்வாக்கு, பணபலம் இருந்தாலும் ஒரு வழக்கை உரிய ஆதாரங்கள் மற்றும் ஆவணங்களோடு உரிய முனைப்போடு தயார் செய்தால் இறுதியில் வெற்றி பெறமுடியும் என்பதையும் இந்த வழக்கு நிரூபித்தது. ஜெயலலிதா மீது கொடைக்கானல் ப்ளசன்ட் ஸ்டே வழக்கு, டான்சி நிலம் வாங்கிய வழக்கு என்று எத்தனையோ வழக்குகள் பதிவு செய்யப்பட்டன. ஆனால் பல்வேறு சட்ட நுணுக்கங்களில் புகுந்து, ஓட்டைகளைப் பயன்படுத்தி அவற்றில் இருந்தெல்லாம் தப்பிக்க முடிந்த ஜெயலலிதாவால் வருமானத்துக்கு அதிகமாகச் சொத்து சேர்த்த வழக்கிலிருந்து தப்பிக்கவே முடியவில்லை. 20 ஆண்டுகள் கழித்தும் அது அவருக்குப் பெரிய தலைவலியாகவே முடிந்தது.

செப்டம்பர் 2014ல் பெங்களூரு சிறப்பு நீதிமன்றம் ஜெயலலிதாவைக் குற்றவாளி என்று அறிவித்த சமயத்தில்கூட தான் தண்டிக்கப்படுவோம் என்பதைச் சற்றும் நினைத்துப் பார்க்கவில்லை ஜெயலலிதா. விடுதலைதான் செய்யப்படப் போகிறோம் என்றே உறுதியாக

நம்பினார். அந்த அடிப்படையில்தான் தீர்ப்பு நாளன்று பெங்களூரு நீதிமன்ற வளாகம் முழுவதும் அதிமுக தொண்டர்கள் குவிக்கப் பட்டிருந்தனர். மகிழ்ச்சியாக அவர்களைப் பார்த்து கையசைத்துக் கொண்டே ஜெயலலிதா நீதிமன்றம் சென்றார். ஆனால் அன்று மாலையே சிறையில் அடைக்கப்பட்டார்.

மீண்டும் 1996க்கு வருவோம். லஞ்சம் வாங்கும் அரசு ஊழியர்களைப் பொறி வைத்துப் பிடிக்கும்போது சில சமயங்களில் நான் டிஎஸ்பியுடன் செல்லாமல் இருப்பதுண்டு. அந்த மாதிரி சமயங்களில் மொத்த அலுவலகமும் காலியாக இருக்கும். நானும் என்னைப் போன்றே மற்றொரு டிஎஸ்பியின் கேம்ப் க்ளர்க் ஒருவரும் தனியாக அமர்ந்திருந்தோம். அதுபோல் தனியாக இருக்கும் சமயங்களில் போர் அடிக்கக்கூடாது என்று வீட்டில் இருந்து ஒரு டேப் ரெக்கார்டரை எடுத்து வந்து பாட்டுக் கேட்டுக் கொண்டிருப்பேன். அப்படி ஒரு நாள் பாட்டுக் கேட்டுக் கொண்டு நானும் நண்பரும் அமர்ந்திருந்தோம்.

அதே கட்டடத்தின் மற்றொரு பிரிவுக்கு அருண் என்ற ஓர் இளம் அதிகாரி கூடுதல் எஸ்.பியாக பணியில் சேர்ந்திருந்தார். அதுவரை, லஞ்ச ஒழிப்புத் துறையில் உதவி ஆய்வாளராக பணியில் சேர்ந்து பதவி உயர்வு பெற்றவர்களைத்தான் நியமிப்பார்கள். 1996 முதல், க்ரூப் 1 பணி மூலம் நேரடியாக டிஎஸ்பியாக பணியில் சேர்ந்தவர்களை நியமிக்கத் தொடங்கியிருந்தனர். அவரும் க்ரூப் 1 மூலம் பணியில் சேர்ந்தவர்தான்.

மதியம் 3 மணியளவில் நாங்கள் அமர்ந்திருந்த பகுதிக்கு அருகில் இருந்த பால்கனியில் அந்த அதிகாரி நடந்து வந்து கொண்டிருந்தார். அவர் வருவது தெரியாமல் நான் டேப் ரெக்கார்டரோடு சத்தமாகப் பாட்டு பாடிக்கொண்டிருந்தேன். என் நண்பர் அமைதியாக நாற்காலியில் அமர்ந்திருந்தார். சிறிது நேரத்தில் என் நண்பரை கூடுதல் எஸ்பி வரச் சொல்வதாக காவலர் ஒருவர் வந்து அழைத்தார். நண்பர் திரும்பி வருகையில் அக்கவுன்டிங் ஸ்டேட்மென்ட் போன்ற ஒரு பெரிய ஸ்டேட்மென்டை கையில் வைத்திருந்தார்.

என்னவென்று கேட்டதற்கு கூடுதல் எஸ்பி இதை அப்படியே மீண்டும் டைப் செய்யச் சொன்னதாகக் கூறிவிட்டு என்னை எரிச்சலாகப் பார்த்தார். ‘அந்த ஆளு வரும்போது நீ தான்டா பாட்டு பாடிக்கிட்டு இருந்த? நான் பேசாமத்தானே உக்காந்திருந்தேன். ஆனா என்னை கூப்புட்டு இதை டைப் பண்ணச் சொல்லியிருக்கார்’ என்று நண்பர் எரிச்சலாகக் கூறினார். எனக்கும் அது புரியவேயில்லை. நான்தான் பாட்டு பாடிக்கொண்டிருந்தேன். ஆனால் அமைதியாக இருந்த என்

நண்பரை அழைத்து, ஏன் ஏற்கெனவே டைப் அடித்து இருக்கும் ஒரு ஸ்டேட்மென்டை எதற்காக மீண்டும் அடிக்கச் சொன்னார் என்பது எனக்கும் புரியவில்லை.

இரு நாட்கள் கழித்து மாலை ஐந்து மணியளவில் அருண் என்ற அந்தக் கூடுதல் எஸ்பி, எங்கள் டிஎஸ்பி விஸ்வநாதனைப் பார்க்க வந்திருந்தார். 'எனக்கு இரவு வேலை இருக்கிறது. எனது ஸ்டெனோ ஒரு பெண் என்பதால் அவரை ஆறு மணிக்கு மேல் அலுவலகத்தில் இருக்க வைக்க முடியாது. உங்கள் கேம்ப் க்ளர்க் சங்கரை வைத்து இன்று மாலை வேலை வாங்கிக் கொள்ளவா?' என்று கேட்டார். உடனே விஸ்வநாதன் டிஎஸ்பி, 'தாராளமாக சங்கரை நீங்கள் எவ்வளவு வேண்டுமானாலும் வேலை வாங்கிக் கொள்ளலாம்' என்று சொல்லிவிட்டார்.

சம்பந்தப்பட்ட என்னை யாருமே ஒரு வார்த்தைகூடக் கேட்க வில்லையே என்று நினைத்துக் கொண்டேன். அரசு வேலை, அதுவும் காவல்துறையில் வேலை என்றால் அப்படித்தான். குறிப்பாக ஒருவர் நன்றாக வேலை செய்வார் என்று பெயர் பரவிவிட்டால், அத்தனை வேலையையும் அவர் தலையில்தான் கட்டுவார்கள். இதையெல்லாம் அரசுப் பணியில் தவிர்க்கமுடியாது. ஒரு நபர் வேலையே செய்ய மாட்டார், சோம்பேறி என்று பெயர் எடுத்து விட்டால், எந்த முக்கியமான வேலைக்கும் அவரைத் தப்பித் தவறிக்கூட அழைக்க மாட்டார்கள். இந்தப் பெயர், நீங்கள் ஓய்வு பெறும்வரை நிலைத்து நிற்கும்.

அதுபோலத்தான் அருண் என்ற அந்தக் கூடுதல் எஸ்பி என்னை அழைத்திருப்பார் என்று நினைக்கிறேன். மாலை 6.30 மணிக்கு அவர் அலுவலகம் சென்றேன். வேலை எதுவும் இல்லை. காத்திருந்தேன். 7 மணிக்கு அழைத்து, 'நீங்கள் இரவு வீட்டுக்குச் செல்ல தாமதமாகும். வீட்டில் சொல்லவேண்டுமா?' என்று கேட்டார். 'இல்லை சார், அவசியமில்லை' என்று சொன்னேன்.

இரவு 8 மணிக்கு அவரது வாகனத்தில் அழைத்துக் கொண்டு நுங்கம் பாக்கத்தில் உள்ள ஒரு பெரிய ரெஸ்டாரன்டுக்கு சென்றார். 'என்ன சாப்பிடுகிறீர்கள்?' என்று கேட்டார். அதுவரை அவ்வளவு பெரிய ரெஸ்டாரன்டுக்கெல்லாம் சென்றதில்லை என்பதால் 'எது வேண்டுமானாலும் சொல்லுங்கள்' என்றேன். அவரே சூப், பிரியாணி என்று பல ஐட்டங்களை ஆர்டர் செய்தார். நன்றாகச் சாப்பிட்டோம். பிறகு வாலஸ் தோட்ட அலுவலகம் சென்று, கோப்புகள் அனைத்தை யும் எடுத்துக்கொண்டு, தலைமையகத்தில் உள்ள கம்ப்யூட்டர் அறைக்குச் சென்றோம்.

ஏற்கெனவே ஐந்து பக்கங்கள் இருந்த அறிக்கையைத் தொடர்ந்து டைப் அடிக்கும்படிச் சொன்னார். அவர் சொல்லச் சொல்ல அடித்தேன். அந்த அறிக்கை ஜெயலலிதா மீதான வழக்கு ஒன்றின் இறுதி அறிக்கை.

1995ம் ஆண்டு சென்னையில் தெற்காசிய விளையாட்டுப் போட்டிகள் நடந்தன. அந்த விளையாட்டுப் போட்டிகளில் விளம்பரம் செய்து கொள்வதற்கு மீனா அட்வர்டைசர்ஸ் என்ற ஓர் அமைப்புக்கு மொத்தமாக மூன்று கோடி ரூபாய்க்கு டெண்டர் வழங்கியிருந்தது தமிழக அரசு. மீனா அட்வர்டைசர்ஸ் மூன்று கோடி ரூபாயை அரசுக்குச் செலுத்தவேண்டும். மீனா அட்வர்டைசர்ஸ் விளம்பர ஸ்லாட்டுகளை எந்த நிறுவனத்துக்கு வேண்டுமானாலும் விற்று, அதற்குமேல் வரும் பணத்தை எடுத்துக் கொள்ளலாம். இதுதான் ஒப்பந்தம். விளையாட்டு நிகழ்ச்சிகள் நிறைவடைந்ததும் மீனா அட்வர்டைசர்ஸின் உரிமையாளர் தோட்டக்கலை கிருஷ்ணமூர்த்தி, தனக்கு மூன்று கோடி ரூபாய் வருவாய் வரவில்லை என்றும், அவர் நிறுவனம் அரசுக்குச் செலுத்த வேண்டிய தொகையைச் செலுத்தமுடியாது என்றும் அதை முழுமை யாகத் தள்ளுபடி செய்யவேண்டும் என்றும் கோரிக்கை வைத்தார். அதை ஜெயலலிதா தலைமையிலான அமைச்சரவை ஏற்றுக்கொண்டு அவர் அரசுக்குச் செலுத்தவேண்டிய தொகையைத் தள்ளுபடி செய்தது.

விசாரணையில், மீனா அட்வர்டைசர்ஸ் நிறுவனம் மூன்று கோடி ரூபாய்க்கு மேல் வருவாய் பெற்றுள்ளது என்றும், முதல்வர் ஜெயலலிதாவுக்கும் தோட்டக்கலை கிருஷ்ணமூர்த்திக்கும் இடையே இருந்த பரிவர்த்தனைகள் காரணமாகவே அவர் லஞ்சம் பெற்றுக் கொண்டு மீனா அட்வர்டைசர்ஸ் அரசுக்குச் செலுத்தவேண்டிய தொகையைத் தள்ளுபடி செய்தார் என்றும் லஞ்ச ஒழிப்புத் துறையில் வழக்கு பதிவாகியிருந்தது. மீனா அட்வர்டைசர்ஸ் நிறுவனம், மூன்று கோடி ரூபாய்க்கு விளம்பரங்களை விற்றுள்ளது என்பதற்கான ஆவணங்கள் அனைத்தும் சேகரிக்கப்பட்டன. ஜெயலலிதா ஏன் தோட்டக்கலை கிருஷ்ணமூர்த்திக்கு இத்தகைய சலுகையை அளித்தார் என்பதற்கான ஆதாரங்களாக, கிருஷ்ணமூர்த்தி ஜெயலலிதாவுக்குப் பரிசாக அளித்த பென்ஸ் கார் குறித்த விவரங்கள் மற்றும் ஜெயலலிதாவின் பிரசாரத்துக்காக தோட்டக்கலை கிருஷ்ணமூர்த்தி இலவசமாகத் தயாரித்துக் கொடுத்த பிரசாரத் திரைப்படங்கள் ஆகியவை குறித்த விவரங்களும் சேகரிக்கப் பட்டன. இந்த ஆதாரங்கள், லஞ்ச ஒழிப்புச் சட்டத்தின் கீழ் ஜெயலலிதா மீது குற்றப்பத்திரிக்கை தாக்கல் செய்ய போதுமானவை.

இந்த இறுதி அறிக்கையைத் தயார் செய்யும் பணியில்தான் கூடுதல் எஸ்பி அருண் என்னைப் பயன்படுத்தினார். அன்று இரவு 9 மணிக்குத் தொடங்கிய பணி காலை ஐந்து மணி வரை தொடர்ந்தது. பணியை முடித்து, அதுவரை தயார் செய்திருந்த அறிக்கையை ப்ரிண்ட் எடுத்துக்

கொடுத்தேன். காலை கிளம்பும்போது, மீண்டும் இரவுப் பணிக்கு வர முடியுமா என்று கேட்டார். அவரோடு பணி செய்வது எனக்கு மிகவும் பிடித்திருந்தது. மேலும் ஜெயலலிதா மீதான ஒரு வழக்கின் இறுதி அறிக்கையை ஒவ்வொரு வரியாக உருவாக்குவது ஒரு புதிய அனுபவமாக இருந்தது. இரவு முழுக்க விழித்துப் பணி செய்த போதும், தூக்கம் வரவேயில்லை. வேலை அவ்வளவு ஆர்வத்தை அளித்தது. சுவாரஸ்யத்தைக் கொடுத்தது.

அன்று மாலை மீண்டும் கூடுதல் எஸ்பி அருணோடு பணி தொடங்கியது. அன்றும் இரவு முழுக்க பணி நடைபெற்றது. காலையில் இறுதி அறிக்கை முழுமையாகத் தயார் செய்யப்பட்டு இயக்குநராக இருந்த ஆர்கே.ராகவனுக்கு அனுப்பி வைக்கப்படும். அவர் அதில் பல்வேறு திருத்தங்கள் செய்து, பல சந்தேகங்களை எழுப்பி திருப்பி அன்று மாலையே அனுப்புவார். அன்று இரவு முழுக்க அவர் செய்த திருத்தங்கள் சரி செய்யப்படும். இப்படியே ஒன்றரை மாதம் தொடர்ந்தது. இந்த ஒன்றரை மாதத்துக்குள் கூடுதல் எஸ்பி அருண் என்னிடம் நன்றாகப் பழகியிருந்தார். நானும் அவரும் சளைக்காமல் வேலை செய்தோம்.

ஒரு வழியாக ஜெயலலிதா, செல்வகணபதி, சில ஐஏஎஸ் அதிகாரிகள் ஆகியோர் மீது குற்றப்பத்திரிக்கை தாக்கல் செய்யவேண்டும் என்று அரசுக்கு இறுதி அறிக்கை அனுப்பப்பட்டது. லஞ்ச ஒழிப்புச் சட்டத்தின் கீழ் முதல்வர் மீது வழக்குத் தொடுக்க மாநில ஆளுனரிடம் அனுமதி பெறுவது போலவே, ஐஏஎஸ் அதிகாரிகள் மீது வழக்குத் தொடுக்க மத்திய அரசிடம் அனுமதி பெறவேண்டும். எல்என். விஜயராகவன் என்ற ஐஏஎஸ் அதிகாரி மீது பல்வேறு வழக்குகள் பதிவு செய்யப்பட்டிருந்தாலும் அவருக்கு டெல்லியில் இருந்த செல்வாக்குக் காரணமாக அவர் மீது வழக்குப் பதிவு செய்ய இறுதி வரை அனுமதி கிடைக்கவில்லை.

லஞ்ச ஒழிப்புத் துறை மீண்டும் மீண்டும் அவர் மீது வழக்குத் தொடுக்க அனுமதி கேட்டு கடிதம் எழுதினாலும், மத்திய அரசு அனுமதியை மறுத்தே வந்தது. விஜயராகவன் பெயரை நீக்கிவிட்டு மீதம் உள்ளோர் மீது வழக்குத் தொடுக்கலாமா என்று ஆலோசனை நடைபெற்றபோது, விஜயராகவன் பெயரை நீக்கினால், வழக்கு தோல்வியில் முடியும் என்று தெரிய வந்தது.

அதன் பிறகு தலைமையத்துக்கு மாற்றலில் வந்துவிட்டாலும் நான் இரவு பகலாகப் பணியாற்றிய வழக்கு என்பதால் அதில் என்ன நடக்கிறது என்பதைத் தொடர்ந்து கவனித்து வந்தேன். விஜயராகவன் என்ற ஐஏஎஸ் அதிகாரிக்கு எதிராக நிறைய ஆதாரங்கள் இருந்ததால்

நிச்சயம் அவர்மீது வழக்குத் தொடர்வதற்கு அனுமதி கிடைக்கும் என்று உறுதியாக நம்பினேன்.

ஆனால் காட்சிகள் எல்லாம் தலைகீழாக மாறின. 2001ல் ஜெயலலிதா முதல்வரானவுடன், இந்த வழக்கில் இதுவரை வேலை பார்த்து வந்த அதிகாரிகளை வைத்தே, இந்த வழக்கில் மேல் நடவடிக்கையைக் கைவிடலாம் என்ற அறிக்கையைத் தயார் செய்ய வைத்தார். அதிகாரிகளுக்கும் புதிய முதல்வரான ஜெயலலிதா மீதான ஒரு வழக்கை இழுத்து மூடி அறிக்கை அனுப்பவேண்டும் என்ற ஆர்வமே மேலோங்கியிருந்தது.

ஆனால் எனக்கோ, இவ்வாறு நடப்பதை நம்புவதற்கே கடினமாக இருந்தது. ஊழல் வழக்குகளில் பெரும்பாலானவை ஆவண ஆதாரங்களின் அடிப்படையிலேயே நடத்தப்படுகின்றன. ஆகையால் வழக்கு புலனாய்வு முடிந்து இறுதி அறிக்கை தயாரானால், அது நீதிமன்றத்தில்தான் சென்று முடியும் என்றே அதுவரை நம்பிக் கொண்டிருந்தேன். வேறு மாதிரியாக நினைக்க அதுவரை எனக்கு சந்தர்ப்பம் வாய்க்கவில்லை.

ஒரு ஐஏஎஸ் அதிகாரியால், தன்மீது வழக்குத் தொடுக்க அனுமதியளிக்க விடாமல் தடுத்து அதன் மூலமாக ஜெயலலிதாவுக்கு எதிரான ஒரு வழக்கையே நாசம் செய்யமுடியும் என்பதையும், அதை எதிர்த்து ஒரு மாநிலத்தின் முதலமைச்சரான கருணாநிதியால்கூட எதுவுமே செய்ய முடியாது என்பதையும் புரிந்துகொள்ள முடியவில்லை. ஒரு செல்வாக்கு வாய்ந்த முதலமைச்சரால் ஒரு ஐஏஎஸ் அதிகாரியின் செல்வாக்கை மீறமுடியவில்லை என்பதை நம்ப கடினமாக இருந்தது.

வழக்குகள் மட்டுமல்ல, வாழ்வின் ஒவ்வொரு அம்சத்திலும் அரசியல் தலையீடு இருக்கும் என்பதையும், திரைக்கு முன்னால் நடப்பவற்றை விட, திரைக்குப் பின்னால் நடப்பவையே பலவற்றைத் தீர்மானிக் கின்றன என்பதையும் புரிந்துகொள்ள எனக்குப் பல ஆண்டுகள் பிடித்தன.

இதில் அதிகபட்ச அவலம் என்னவென்றால், இந்த வழக்கின் மேல் நடவடிக்கை வேண்டியதில்லை, நடவடிக்கையைக் கைவிடலாம் என்ற அறிக்கை தயார் செய்ததும் நானே.

8

1998ல் கோவையில் பெரும் குண்டுவெடிப்பு நடந்தது. இது நடந்த சமயத்தில் கூடுதல் எஸ்பி அருண் எஸ்பியாக பதவி உயர்வு பெற்றிருந்தார். பெரும் கலவர பூமியாக மாறியிருந்த கோவையைச் சீரமைக்க நல்ல அதிகாரிகள் வேண்டும் என்று அரசு முடிவெடுத்தது. அருணைச் சட்டம் ஒழுங்கு எஸ்பியாக நியமித்தது தமிழக அரசு. இதற்குள் நானும் தலைமையத்துக்கு மீண்டும் மாற்றப்பட்டு பெஞ்சு தேய்க்கும் வேலைக்குச் சென்றேன். தினந்தோறும் வழக்கமாகச் செய்யவேண்டிய இயந்திரத்தனமான அரசுப் பணி.

இதற்குள் 1998ம் ஆண்டு நாடாளுமன்றத் தேர்தல் நடைபெற்றது. இப்போதுபோல அப்போதெல்லாம் அரசியலை முழுமையாக அலசும் அளவுக்கு எனக்குப் பக்குவம் கிடையாது. 1996ம் ஆண்டு அதிமுக அடைந்த படுதோல்வியை மனதில் வைத்து, ஜெயலலிதா அந்தத் தேர்தலிலும் படுதோல்வி அடைவார் என்று நினைத்திருந்தேன். ஆனால் பிஜேபியோடு கூட்டணி வைத்து, ஜெயலலிதா 18 எம்பி சீட்டுகளில் வெற்றி பெற்றார். எனக்கு மிகப் பெரிய அதிர்ச்சியாக இருந்தது. சகித்துக்கொள்ள முடியாத ஓர் ஊழல்வாதியான ஜெயலலிதாவுக்கு மீண்டும் மக்கள் எப்படி வாய்ப்பளிக்கிறார்கள் என்பதை என்னால் புரிந்துகொள்ளவே முடியவில்லை.

1996 சட்டப்பேரவை பொதுத் தேர்தலில் அதிமுக அடைந்தது வரலாறு காணாத தோல்வி. வெறும் 4 இடங்களை மட்டுமே அதிமுகவால் பெற முடிந்தது. ஜெயலலிதாவே பர்கூரில் தோற்றார். திமுக அந்தச் சட்டப் பேரவை தேர்தலில் பெற்ற முழு வெற்றிக்குக் காரணம் ஜெயலலிதா

மீதான ஊழல் புகார்கள் மட்டுமே. அப்படி இருக்கையில் இரண்டே ஆண்டுகளில் என்ன மாறிவிட்டது? ஜெயலலிதா திருந்திவிட்டாரா? அவர் மீதான ஊழல் வழக்குகளில் இருந்து விடுதலை பெற்று விட்டாரா? அல்லது திமுகவின் ஆட்சி அவ்வளவு மோசமாக இருந்ததா? இல்லை என்பதே பதில். ஆனால் நாடாளுமன்றத் தேர்தலில் 18 இடங்களில் ஜெயலலிதாவுக்கு வெற்றியை அள்ளித் தந்தனர் தமிழக மக்கள்.

1998ல் பிஜேபியோடு கூட்டு சேர்ந்து ஜெயலலிதா நாடாளுமன்றத் தேர்தலை சந்தித்தபோதும் இப்போது போலவே பிஜேபிக்கு அப்போதும் தமிழகத்தில் அறவே செல்வாக்கு கிடையாது. வாக்கு வங்கி புள்ளி 5 சதவிகிதத்துக்கும் கீழாகத்தான் இருந்தது. பின்னர் எப்படி 18 எம்பி சீட்டுகளை ஜெயலலிதா வென்றார்?

1996ல் ஜெயலலிதாமீது மக்களுக்கு இருந்த கடுமையான வெறுப்பு, கோபம் அனைத்தும் அவர் 27 நாட்கள் சிறையில் அடைக்கப்பட்ட உடனேயே கரைந்துபோய்விட்டது. மக்களுக்கு அவர்மீது அனுதாபம் வந்தது. ஜெயலலிதாவும் இந்த அனுதாபத்தை நன்றாகவே பயன்படுத்தினார். இனிமேல் நான் நகைகளையே அணிய மாட்டேன் என்றார். என்னை 27 நாட்கள் சிறையில் வைத்த இந்த கருணாநிதியைச் சும்மா விடமாட்டேன் என்று சூளுரைத்தார். நகைகள் அணிய மாட்டேன் என்று ஜெயலலிதா சபதம் போட்டாலும், அவர் இறக்கும் வரை அவர் அணிந்திருந்த ஒரு கைக்கடிகாரத்தின் விலை பல லட்ச ரூபாய். அதுவும் நாளொன்றுக்கு ஒரு வாட்ச் அணிவார். 'பாவம்பா அந்த அம்மா. அந்த அம்மாவுக்கு புள்ளையா குட்டியா? கூட இருந்தவங்க பண்ண தப்புக்கு அந்த அம்மாவை ஜெயில்ல வைக்கிறது எப்படி நியாயமா இருக்கும்?' என்பதே மக்களில் பெரும்பாலானோரின் கருத்தாக இருந்தது.

ஊழல் மகாராணியாக 1996ல் மக்களுக்குக் காட்சியளித்த ஜெயலலிதா, 1998ல் தியாகத் திருவுருவமாக உருமாற்றம் அடைந்தார். ஜெயலலிதா செய்த ஊழல், அராஜகங்கள் அனைத்தையும் அப்படியே மறந்த மக்கள், பாவம் இந்தப் பெண் என்ற அடிப்படையில், வெறும் அனுதாபத்தின் அடிப்படையில் ஜெயலலிதாவின் அயோக்கியத்தனங்கள் அனைத்தையும் மறக்கத் தயாரானார்கள். நல்ல நிர்வாகம், மாநில வளர்ச்சி, தொழில் வளர்ச்சி, உள்கட்டுமான வளர்ச்சி போன்ற எவையும், மக்களிடையே தேர்தலில் பரிசீலிக்கவேண்டிய விவகாரங் களாகத் தெரியவில்லை. மாறாக, ஒரு பாதிக்கப்பட்ட பெண்ணுக்கு ஆதரவளிக்க வேண்டும் என்ற கருத்தே மேலோங்கியிருந்தது. இது ஓர் அவலமான சூழல்தான். ஆனாலும் இதுதானே ஜனநாயகம்? பெரும்

பான்மையான கருத்துதானே வெற்றிபெறும், பெறவேண்டும்? அப்படித்தான் 1998 மற்றும் 2001 தேர்தல்களில் ஜெயலலிதா பிரமாண்டமான வெற்றிகளைப் பெற்றார்.

1998 வாஜ்பாய் அரசாங்கம் முழுக்க முழுக்க ஜெயலலிதாவின் ஆதரவை நம்பி மட்டுமே இருந்தது. ஜெயலலிதாவின் 18 எம்பிக்கள் இல்லை என்றால் வாஜ்பாய் அரசு கவிழ்ந்துவிடும். தம்பிதுரை சட்டத் துறை அமைச்சரானார். ஜெயலலிதாவை வழக்குகளில் இருந்து விடுவிக்க வேண்டும் என்ற ஒரே நோக்கத்தில்தான் தம்பிதுரைக்கு சட்ட அமைச்சகத்தைப் பெற்றுத் தந்தார் ஜெயலலிதா.

தினம் தினம் ஜெயலலிதா புதுப் புது கோரிக்கைகளை வைப்பார். சசிகலா மற்றும் அவர் உறவினர்கள்மீது அமலாக்கத்துறை பதிவு செய்துள்ள பல்வேறு வழக்குகளையும் மொத்தமாக மூடவேண்டும் என்று கோரிக்கை வைத்தார். இதற்குத் தடையாக இருந்த அதிகாரிகளை மாற்ற வேண்டும் என்றார். அமலாக்கத் துறையின் இயக்குநராக இருந்த பேஸ்பருவா என்ற அதிகாரியை மாற்றவேண்டும் என்றார். அவர் மாற்றப்பட்டார். வருவாய்த் துறை செயலர் என்.கே. சிங்கை மாற்றவேண்டும் என்றார். அவரும் மாற்றப்பட்டார். தன்மீது புகார் தொடுத்து வழக்கு பதிவு செய்வதற்குக் காரணமான சுப்ரமணிய சுவாமியை நிதியமைச்சராக்க வேண்டும் என்றார். ஆனால் வாஜ்பாய் இதை ஏற்கவில்லை. அதேபோல், திமுக அரசை டிஸ்மிஸ் செய்ய வேண்டும் என்ற கோரிக்கையையும் வாஜ்பாய் ஏற்கவில்லை. ஜெயலலிதாவைச் சமாதானம் செய்ய ஜார்ஜ் பெர்ணான்டஸ், ஜஸ்வந்த் சிங் என்று மூத்த அமைச்சர்கள் தொடர்ந்து சென்னைக்குப் படையெடுத்து வந்தனர். எண்ணிக்கை என்பதுதான் ஜனநாயகத்தில் எப்படியெல்லாம் பொருத்தமில்லாதவர்கள் கையில் அதிகாரத்தை அளிக்கிறது என்பது எனக்கு வியப்பை அளித்தது.

2000ம் ஆண்டு வந்தது. இந்த நேரத்தில் திமுக தலைவரும் முதலமைச்சருமான கருணாநிதிக்கு அடுத்த ஆண்டு 2001-ல் வரப்போகும் சட்டப்பேரவை தேர்தலில் மீண்டும் வெற்றி பெற வேண்டும் என்ற கட்டாயம். 1995ம் ஆண்டு அமலாக்கத் துறை சசிகலா குடும்பத்துக்கு எதிராக பதிவு செய்த பல வழக்குகளில் ஒன்று, டிடிவி தினகரன் லண்டனில் ஓட்டல் வாங்கிய ஒரு வழக்கு. டிப்பர் இன்வெஸ்ட் மென்ட்ஸ் என்ற ஒரு நிறுவனத்தின் மூலமாக லண்டனில் ஸ்லேலி ஹால் என்ற 1000 ஏக்கர் ஹோட்டல் மற்றும் ஹாப்ஸ்க்ராப்ட் ஹோல் என்ற இரு ஹோட்டல்களை 280 கோடி முதலீட்டில் டிடிவி தினகரன் வாங்கியுள்ளார் என்பதற்காக அந்நிய செலாவணி மோசடி வழக்கு

பதிவு செய்தார்கள். 1995ல் பதிவு செய்யப்பட்ட அந்த வழக்குகள்தான் 2017ல் தினகரனை வாட்டி எடுக்கிறது. இப்படி டிடிவி தினகரன் செய்த முதலீடுகளை தமிழக அரசுக்கு அமலாக்கத் துறை கடிதம் மூலமாகத் தெரிவித்தது. டிடிவி தினகரன் லண்டனில் முதலீடு செய்த 280 கோடி ரூபாயும் ஜெயலலிதாவின் பணம்தான் என்பது ஊருக்கே தெரியும். டிடிவி தினகரன் அம்பானியா என்ன? மன்னார்குடியில் காற்றாடி விட்டுக் கொண்டிருந்தவருக்கு 1995ல் 280 கோடி ரூபாய் எங்கிருந்து வரும்? ஆனாலும் நீதிமன்றத்தில் வழக்குத் தொடுப்பதற்கு ஆதாரங்கள் வேண்டாமா?

1996ல் ஜெயலலிதா மீதான ஊழல் குற்றச்சாட்டுகளின் அடிப்படையிலேயே ஆட்சியைப் பிடித்த கருணாநிதி, அதே போல 2001 தேர்தலிலும் ஆட்சியைப் பிடிக்கலாம் என்று கணக்குப் போட்டார். அரசியலைக் கரைத்துக் குடித்த கருணாநிதி இப்படி ஒரு தப்புக் கணக்கை எப்படிப் போட்டார் என்பது புரியாத புதிர்களில் ஒன்று.

அப்போது லஞ்ச ஒழிப்புத் துறையின் இயக்குநராக கணபதி என்ற அதிகாரி இருந்தார். லண்டனில் ஹோட்டல் வாங்கியதற்காக ஜெயலலிதா மீது மீண்டும் வருமானத்துக்கு அதிகமாகச் சொத்து சேர்த்ததாக ஒரு புதிய வழக்கைப் பதிவு செய்யுங்கள் என்று உத்தர விட்டார். அதைப் புலனாய்வு செய்ய சரியான அதிகாரியைத் தேர்ந்தெடுக்கவேண்டும். அவர்கள் ஆலோசித்துச் சிறந்த அதிகாரி என்று தேர்ந்தெடுக்கப்பட்டவர் அருண். கோவையில் சட்டம் ஒழுங்கு துணை ஆணையராக இருந்த அருண், லஞ்ச ஒழிப்புத் துறையின் சிறப்புப் புலனாய்வுக் குழு எஸ்பியாக நியமிக்கப்பட்டார். ஜெயலலிதா மீதான லண்டன் ஹோட்டல் வழக்கு அவரிடம் ஒப்படைக்கப்பட்டது. விசாரணை செய்யவேண்டும் என்று உத்தர விட்டதும் அருண் விதித்த நிபந்தனை, என்னை அவரின் கேம்ப் க்ளர்க்காக மீண்டும் நியமிக்கவேண்டும் என்பதே.

லஞ்ச ஒழிப்புத் துறை இயக்குநர் கணபதிக்கு யார் இந்த சங்கர் என்றே புரியவில்லை. உடனடியாக அந்த சங்கர் எங்கிருந்தாலும் ஒரு மணி நேரத்துக்குள் அருணிடம் சென்று பணியில் சேர வேண்டும் என்று உத்தரவிட்டார். அப்போது நான் போரடித்துக்கொண்டு தேமேயென்று அமர்ந்திருந்தேன். எனது கண்காணிப்பாளர் அவசர அவசரமாக வந்தார். 'தம்பி, உடனே போய் அருண் எஸ்பிக்கிட்ட ரிப்போர்ட் பண்ணு' என்றார். அவர் முகத்தில் தெரிந்த பதற்றம் நிலைமையின் முக்கியத்துவத்தை உணர்த்தியது. உடனடியாக பைக்கை எடுத்துக் கொண்டு, நந்தனத்தில் இருந்த சிறப்புப் புலனாய்வுக் குழு அலுவலகம் சென்று, எஸ்பி அருணைச் சந்தித்தேன்.

'சங்கர், லண்டன் ஹோட்டல் கேஸை என்கிட்ட குடுத்திருக்காங்க. சீக்கிரம் சார்ஜ் ஷீட் போடச் சொல்லியிருக்காங்க' என்றார். மீண்டும் 1996 போல இரவு பகலாக வேலை பார்க்க வேண்டியிருக்கும் என்று நினைத்தேன். ஆனால் அப்படியெல்லாம் எதுவுமே இல்லை. ஆயிரக்கணக்கான பக்கங்கள் ஜெராக்ஸ் எடுக்கப்பட்டு அவர் டேபிளில் வைக்கப்பட்டிருந்தன. அனைத்தும் வங்கி ஸ்டேட்மென்டுகள். அந்த வழக்கில் டிடிவி தினகரன் லண்டனில் செய்திருந்த முதலீடு தொடர்பாக அசல் ஆவணங்கள் ஒன்றுகூட இல்லை. அந்த ஜெராக்ஸ் ஆவணங்கள்கூட லண்டனில் உள்ள இந்தியத் தூதரகம் பெற்றுத்தந்த ஆவணங்கள். அசல் ஆவணங்களை மட்டுமே நீதிமன்றங்கள் ஏற்றுக் கொள்ளும். ஆனால் அந்த வழக்கில் அசல் ஆவணங்கள் இந்தியா வருவதற்கான வாய்ப்பே இல்லை என்பதை எனக்கு விளக்கினார்.

அந்த வழக்கில் டிடிவி தினகரனை ஜெயலலிதாவின் பினாமி என்று நீதிமன்றத்தில் நிரூபிக்க வேண்டும். 1996ல் பதிவு செய்த சொத்துக் குவிப்பு வழக்கில் சசிகலா, இளவரசி மற்றும் சுதாகரன் ஆகியோர் ஜெயலலிதாவின் பினாமிகளாகச் சேர்க்கப்பட்டிருந்தனர். அவர்களை பினாமிகள் என்று நிரூபிப்பது எளிது. ஏனென்றால், ஜெயலலிதா மற்றும் சசிகலா பங்குதாரர்களாக இருந்த ஜெயா பப்ளிகேஷன்ஸ் மற்றும் சசி என்டர்பிரைசஸ் ஆகிய நிறுவனங்களின் வங்கிக் கணக்கு களில் இருந்து லட்சக்கணக்கான ரூபாய் இளவரசி மற்றும் சுதாகரன் கணக்குகளுக்கு மாற்றப்பட்டிருந்தன. மேலும் சசிகலா, இளவரசி, மற்றும் சுதாகரன் பெயரில் வாங்கப்பட்டிருந்த சொத்துகளுக்கான முதலீடுகள் செய்யப்பட்டதற்கு ஜெயலலிதா பங்குதாரராக இருந்த நிறுவனங்களின் வங்கிக் கணக்குகளில் இருந்து பணம் பரிமாற்றப் பட்டிருந்தது ஆவணங்கள் மூலமாகத் தெரிய வந்தது.

ஆனால் டிடிவி தினகரன் லண்டனில் செய்த 280 கோடி முதலீட்டுக்கும் ஜெயலலிதாவுக்கும் சம்பந்தம் இருக்கிறது என்பதை நிரூபிக்க ஓர் ஆவணம்கூட இல்லை. டிடிவி தினகரன் போயஸ் தோட்ட ஜெயலலிதா வீட்டில் வசித்தார் என்பதற்காக வாக்காளர் பட்டியல் மட்டுமே இருந்தது. இது மட்டுமே நீதிமன்றத்தில் 280 கோடி ரூபாய் பணம் ஜெயலலிதாவினுடையது என்பதை நிரூபிப்பதற்குப் போதாது. இப்படி போதுமான ஆதாரங்கள் இல்லாத வழக்கில் ஜெயலலிதா மீது எப்படி குற்றப் பத்திரிக்கை தாக்கல்செய்வது என்று அருண் குழப்பத்தில் இருந்தார்.

நந்தனம் சிறப்புப் புலனாய்வுக் குழு அலுவலகத்தின் பின்புறம்தான் அமலாக்கப் பிரிவு அலுவலகம் அப்போது இருந்தது. டிடிவி தினகரன் மீதான அமலாக்கப் பிரிவு மோசடி வழக்கை விசாரித்த அதிகாரி அந்த அலுவலகத்தில்தான் இருந்தார். அருண் அவரை நேரடியாகச் சென்று

சந்தித்தார். அவருடன் விவாதித்த பிறகு இந்த வழக்கில் ஜெயலலிதா மீது குற்றப் பத்திரிக்கை தாக்கல் செய்ய ஆதாரங்கள் இல்லை என்று தீர்மானமாக முடிவுக்கு வந்தார் அருண்.

ஆனால் லஞ்ச ஒழிப்புத் துறை இயக்குநர் கணபதியிடமிருந்து அழுத்தங்கள் அதிகமாக இருந்தன. ஏறக்குறைய தினந்தோறும் இயக்குநரோடு விவாதம் நடக்கும். அவரிடம் இவ்வழக்கில் ஆதாரங்கள் இல்லை என்பதைப் பொறுமையாக எடுத்துரைத்தார் அருண். ஆனால் முதல்வர் கருணாநிதியின் அலுவலகத்திலிருந்து கடுமை யான அழுத்தம். அருண் எஸ்.பி அலுவலகத்தில் இல்லாதபோது தொலைபேசி அழைப்புகள் வரும். எஸ்பி இல்லையாப்பா என்று கேட்பார்கள். இல்லை என்றதும், நான் சிஎம் செக்ரட்டரி பேசுனேன்னு சொல்லுப்பா என்று வைத்துவிடுவார்கள். அருண் வந்ததும் அவரிடம் விபரத்தைச் சொன்னால், அவர் கவலையே பட மாட்டார். ஏதோ நடந்து வருகிறது என்பது மட்டும் புரிந்தது.

ஒரு நாள் சனிக்கிழமை மதியம் மூன்று மணிக்கு, ‘சங்கர் நான் வெளியே போயிட்டு வர்றேன். டைரக்டரோட டிஸ்கஷன்’ என்று கூறிவிட்டு கிளம்பிவிட்டார். நான் அவர் வருவார் என்று காத்திருந்தேன். இரவு 7 மணிக்கு போன் வந்தது. ‘சங்கர் நீங்க வீட்டுக்குக் கௌம்புங்க’ என்று சொல்விட்டு போனை வைத்துவிட்டார்.

மறுநாள் வழக்கம் போல காலை அலுவலகம் வந்தேன். அவர் அன்று சற்று தாமதமாக வந்தார். கடும் கோபத்தோடு இருந்தார். ‘இவனுங்க என்ன சங்கர் நெனச்சிக்கிட்டு இருக்கானுங்க. இந்த வேலை இல்லன்னா நான் செத்துடுவேனா? இந்த வேலைக்கு வர்றதுக்கு முன்னாடி பேங்குல ஆபீசரா இருந்தேன். அதுக்கு முன்னாடி இடுப்புல அரிவாளை சொருகிட்டு வயல்ல வேலை பாத்துக்கிட்டு இருந்தேன். இந்த வேலை இல்லன்னா திரும்பிப் போய் விவசாயம் பண்றேன். செத்தா போயிடுவேன். என்னா நெனச்சிக்கிட்டு இருக்கானுங்க. இதுக்கெல்லாம் பயந்தவனா நான்’ என்றார். நான் அமைதியாக இருந்தேன்.

பிறகு கோபம் குறைந்ததும் நேற்று மீட்டிங்கில் நடந்ததைச் சொன்னார். மீட்டிங் இயக்குநர் அலுவலகத்தில் அல்ல. கோபால புரத்தில் கருணாநிதியின் வீட்டில் நடந்திருக்கிறது. அப்போது ஏபி. முத்துசாமி என்ற ஐஏஎஸ் அதிகாரி தலைமைச் செயலாளராக இருந்தார். கூட்டத்தில் ஆற்காடு வீராச்சாமி, தா.கிருஷ்ணன், துரைமுருகன் போன்ற மூத்த அமைச்சர்கள் இருந்திருக்கின்றனர். கூட்டம் தொடங்கியதுமே கருணாநிதி இயக்குநர் கணபதியைப் பார்த்து, ‘என்னய்யா சொல்றாரு உங்க எஸ்பி? சார்ஜ் ஷீட் போட முடியுமா முடியாதா? அந்த அம்மா

ஆட்சிக்கு வந்துடும்னு எல்லாரும் பயப்படறீங்களா? சார்ஜ் ஷீட் போடச் சொன்னா போட வேண்டியதுதானே... போலீஸ்ல பொய் கேஸே போட்டது இல்லையா? என்னய்யா நெனச்சிக்கிட்டு இருக்கீங்க எல்லாரும்' என்று கடுமையாகக் கத்தியுள்ளார்.

கூட்டம் முடிந்ததும் இயக்குநர் கணபதி அருணிடம் 'பாத்தீங்கள்ல... சிஎம் எப்படி சத்தம் போட்றாருன்னு' என்றார். உடனே அருண், 'சார் இப்பவும் சொல்றேன். அந்த அம்மா மேல சார்ஜ் ஷீட் போட்றதுக்கு எவிடென்ஸ் இல்ல' என்றிருக்கிறார்.

அவர் சொன்னதை அமைதியாகக் கேட்டுக்கொண்டிருந்தேன். சிறிது நேரத்தில் ஒரு தொலைபேசி அழைப்பு வந்தது. எடுத்துப் பேசியதும் அவர் முகத்தில் ஒரு புன்னகை தென்பட்டது. 'சங்கர், கேஸை நம்மகிட்ட இருந்து மாத்திட்டாங்க' என்றார். 'சங்கர், சாப்பாடு கொண்டு வந்திருக்கீங்களா?' என்றார். இல்லை என்றதும், காவலரை அழைத்து, 'தம்பி, பிரியாணி எங்கப்பா நல்லா இருக்கும்' என்றார். அவர் ஏதோ பதில் சொன்னதும் 'ரெண்டு மட்டன் பிரியாணி வாங்கிட்டு வாப்பா' என்றார். அவர் எந்த அளவுக்கு அழுத்தத்தில் இருந்து விடுபட்டிருக்கிறார் என்பது புரிந்தது.

இரண்டே நாட்களில் கதிரேசன் என்ற ஒரு கூடுதல் எஸ்பியை விசாரணை அதிகாரியாக நியமித்து, லண்டன் ஹோட்டல் வாங்கிய வழக்கில், ஜெயலலிதா மற்றும் டிடிவி தினகரன் மீது லஞ்ச ஒழிப்புத் துறை குற்றப்பத்திரிக்கை தாக்கல் செய்தது. பத்திரிக்கைகளில் இச்செய்தி பெரிதாக விளம்பரப்படுத்தப்பட்டது. வருமானத்துக்கு அதிகமாகச் சொத்து சேர்த்ததற்காக மீண்டுமொரு வழக்கு ஜெயலலிதா மீது பதிவு செய்யப்பட்டுள்ளது என்றே செய்திகள் குறிப்பிட்டன.

அஸ்தமனமாக இருந்த ஜெயலலிதாவின் அரசியல் வாழ்வை அந்த வழக்கு மேலும் பல ஆண்டுகளுக்கு நீட்டிக்கும் என்பதையும் மீண்டும் முதல்வராகும் கருணாநிதியின் கனவை நசுக்கும் என்பதையும் இருவருமே யோசித்திருக்க மாட்டார்கள்!

9

லண்டன் ஹோட்டல் வாங்கிய வழக்கில் ஜெயலலிதா மற்றும் டிடிவி தினகரன் மீது வருமானத்துக்கு அதிகமாகச் சொத்து சேர்த்ததாக புதிய வழக்கு தாக்கல் செய்யப்பட்டது. இருந்தும் திமுக எதிர்பார்த்ததைப் போல இது பெரிய அளவில் மக்களிடையே தாக்கத்தை ஏற்படுத்த வில்லை. அதே சமயம், திமுக அரசு முதலில் பதிவு செய்த ஜெயலலிதா வருமானத்துக்கு அதிகமாக 66.5 கோடி சொத்து சேர்த்ததாக பதிவு செய்யப்பட்ட வழக்கில் இது பெரும் தாக்கத்தை ஏற்படுத்தியது. அந்த வழக்கிலிருந்து எப்படித் தப்பிப்பது என்று சிந்தித்துக்கொண்டிருந்த ஜெயலலிதாவுக்கு வாராது வந்த மாமணிபோல லண்டன் ஹோட்டல் வழக்கு வந்தது.

உடனடியாக ஜெயலலிதா சார்பில் 66.5 கோடி வருமானத்துக்கு அதிகமாகச் சொத்து சேர்த்த வழக்கையும் புதிதாகத் தாக்கல் செய்த 280 கோடி லண்டன் ஹோட்டல் வழக்கையும் ஒன்றாக இணைக்க வேண்டும் என்று மனு தாக்கல் செய்யப்பட்டது. ஏனெனில் இது 1991 முதல் 1996 வரை ஜெயலலிதா முதல்வராக இருந்த காலகட்டம். வருமானத்துக்கு அதிகமாகச் சொத்து சேர்த்ததாக ஒரே கால கட்டத்துக்கு இரு தனித்தனி வழக்குகளைத் தாக்கல் செய்ய முடியாது என்று அவர் சார்பில் மனு தாக்கல் செய்யப்பட்டது.

ஜெயலலிதாவின் கோரிக்கை சட்டபூர்வமாகச் சரியே. 1991 முதல் 1996 வரை, ஜெயலலிதா முதல்வராக இருந்தார். இந்த காலகட்டத்தில் ஜெயலலிதா 66.5 கோடி வருமானத்துக்கு அதிகமாகச் சொத்து சேர்த்துள்ளார் என்பதே அவர் மீதான வழக்கு. அதற்கு முதல் தகவல் அறிக்கை பதிவு செய்யப்பட்டு, குற்றப் பத்திரிக்கையும் தாக்கல் செய்யப் பட்டது. இந்நிலையில் ஜெயலலிதா பெயரில் புதிதாக சொத்துக்கள்

கண்டுபிடிக்கப்பட்டால், ஏற்கெனவே பதிவு செய்யப்பட்ட வழக்கில், கூடுதல் குற்றப் பத்திரிக்கையாக இதைச் சேர்க்க சட்டத்தில் வழிமுறை உள்ளது. 66.5 கோடியோடு 280 கோடியையும் சேர்த்து ஒரே வழக்காகத்தான் விசாரிக்கமுடியும். ஆனால் திமுக அரசு, ஹோட்டல் வாங்கியதை ஒரு புதிய வழக்காகப் பதிவு செய்தது. இது ஜெயலலிதாவுக்கு சாதகமாக முடிந்தது.

இரு வழக்குகளையும் ஒன்றாகச் சேர்க்கவேண்டும் என்ற ஜெயலலிதாவின் மனு சிறப்பு நீதிமன்றத்தில் தள்ளுபடி செய்யப்பட்டு, உயர் நீதிமன்றம் சென்றது. பிறகு உச்ச நீதிமன்றம் சென்றது. உச்ச நீதிமன்றம் இந்த வழக்கில் முக்கியமான அம்சங்கள் இருப்பதால் இதை விரிவாக விசாரிக்கவேண்டும் என்று பெங்களூரில் விசாரணை நடைபெற்றுக் கொண்டிருந்த 66.5 கோடி வருமானத்துக்கு அதிகமாகச் சொத்து சேர்த்த வழக்கு மற்றும் லண்டன் ஹோட்டல் வழக்கு ஆகிய இரு வழக்குகளின் விசாரணைக்கும் தடை விதித்தது.

அங்கே எட்டு ஆண்டுகளுக்கு மேலாக வழக்கு நிலுவையில் இருந்தது. 2006ம் ஆண்டு திமுக அரசு மீண்டும் பதவிக்கு வரும்வரையில் சொத்துக் குவிப்பு வழக்கில் எந்த முன்னேற்றமும் இல்லை. அப்படியே நிலுவையில் இருந்தது. திமுகவாலும் உச்ச நீதிமன்றத்தை அணுகித் தடை உத்தரவுக்கு நீக்கம் பெற முடியவில்லை. ஜெயலலிதா கோரியது போல, இரண்டு வழக்குகளையும் ஒன்றாகச் சேர்த்தால் ஜெயலலிதா நிச்சயமாக விடுதலை செய்யப்படுவார் என்பதும் தெரியும். எதிர்க்கட்சி என்ற தகுதியில் லண்டன் ஹோட்டல் வழக்கை வாபஸ் பெற்றுக் கொள்கிறோம் என்றும் திமுகவால் உச்ச நீதிமன்றத்தில் சொல்ல முடியாது. திருடனுக்குத் தேள் கொட்டியது போல, திமுக அடுத்த தேர்தலுக்காகக் காத்திருந்தது.

ஏப்ரல் 2009ல்தான் இந்த வழக்குக்கு விடிவுகாலம் வந்தது. எந்த லண்டன் ஹோட்டல் வழக்கால் நாம் மீண்டும் ஆட்சிக்கு வந்து விடுவோம் என்று கருணாநிதி கனவு கண்டாரோ, அதே லண்டன் ஹோட்டல் வழக்கு ஜெயலலிதாவின் மீதான சொத்துக் குவிப்பு வழக்கின் அடிப்படையையே அசைத்துப் பார்க்கும் என்பதை கருணாநிதி எதிர்பார்த்திருப்பாரா என்று தெரியவில்லை. புதிய வழக்கு பதிவு செய்ய வேண்டும் என்ற தனது முடிவு ஜெயலலிதாவுக்கு எட்டு ஆண்டுகள் மறு வாழ்வைப் பெற்றுத் தந்துள்ளது என்பதை கருணாநிதி உணர்ந்தபோது, வழக்கை விசாரித்த பல நீதிபதிகள் மாறியிருந்தனர். சில சாட்சிகள் இறந்திருந்தனர்.

லண்டன் ஹோட்டல் வாங்கியது குறித்து ஜெயலலிதா மீது பதிவு செய்த புதிய வழக்கால் 66.5 கோடி வருமானத்துக்கு அதிகமாகச்

சொத்து சேர்த்த வழக்கு பெங்களூரு நீதிமன்றத்தில் மீளா உறக்கத்தில் இருக்கிறது என்பதை கருணாநிதி தாமதமாகவே உணர்ந்தார். ஹோட்டல் வழக்கை வாபஸ் பெறுவதைத் தவிர வேறு வழியே இல்லை என்பதை உணர்ந்தார்.

லண்டன் ஹோட்டல் வழக்கை வாபஸ் பெறுவது என்று திமுக அரசு முடிவெடுத்தது. இதற்கான மனு உச்ச நீதிமன்றத்தில் தாக்கல் செய்யப் பட்டது. தமிழக அரசின் மனுவை உச்ச நீதிமன்றம் ஏற்றுக் கொண்டு, 23 ஏப்ரல் 2009ல் ஜெயலலிதா மீதான லண்டனில் ஹோட்டல் வாங்கியதற்கான புதிய வழக்கை வாபஸ் பெற அனுமதியளித்து உத்தரவிட்டது.

லண்டனில் ஹோட்டல் வாங்கியதாக புதிய வழக்கு தாக்கல் செய்யப் படாமல் இருந்திருந்தால், 1997ல் குற்றப்பத்திரிக்கை தாக்கல் செய்யப் பட்ட 66.5 கோடி சொத்துக் குவிப்பு வழக்கு தாமதமில்லாமல் 2001ம் ஆண்டுக்குள் முடிவுக்கு வந்திருக்கும். ஜெயலலிதா தண்டிக்கப் பட்டிருப்பார். தமிழகத்தின் தலையெழுத்தே மாறிப் போயிருக்கும். குறுகிய கால அரசியல் ஆதாயத்துக்காக கருணாநிதி எடுத்த முடிவால், ஜெயலலிதாவின் அரசியல் வாழ்வு நீட்டிக்கப்பட்டு தமிழகத்தின் தலையெழுத்தே மாறிப் போனது. ஆனால் 66.5 கோடி வருமானத்துக்கு அதிகமாகச் சொத்து சேர்த்த வழக்கில் ஜெயலலிதாவுக்கு 2014ம் ஆண்டு தண்டனை கிடைத்ததற்குக் காரணம் கருணாநிதி என்பதையும் நாம் மறந்துவிடக் கூடாது.

1996ம் ஆண்டுக்குத் திரும்புவோம். ஊழல் வழக்குகள் பதிவு செய்யப் பட்டு விசாரணை நடைபெற்று வருகிறது. ஆலோசகராக நியமிக்கப் பட்ட மூத்த வழக்கறிஞர் என். நடராஜன் மற்றும் லஞ்ச ஒழிப்புத் துறை அதிகாரிகளோடு கருணாநிதி ஆலோசனை நடத்தினார். அப்போது கூட்டம் முடிந்து காவல் துறை அதிகாரிகள் அனைவரும் வெளியே சென்றதும், என்.நடராஜனை மட்டும் இருக்கச் சொன்னார் கருணாநிதி. அவரிடம், 'இந்த அதிகாரிகள் என்னிடம் நல்ல பெயர் வாங்க வேண்டும் என்பதற்காக ஜெயலலிதாமீது ஆதாரங்கள் இல்லாத சொத்துகளையும் வழக்கில் சேர்ப்பதற்கு வாய்ப்பு இருக்கிறது. ஆனால் நீதிமன்றத்தில் வழக்குக்கு வலு சேர்க்கும் வகையிலான சொத்துகளை மட்டுமே வழக்கில் சேருங்கள். தேவையில்லாதவற்றைச் சேர்க்க வேண்டாம்' என்று கூறினார்.

அவர் கூறியதன் அடிப்படையில் 66.5 கோடி வருமானத்துக்கு அதிகமாகச் சொத்து சேர்த்த வழக்கில் ஒவ்வொரு சொத்தும் மிகக் கவனமாக ஆராயப்பட்டு, அரசு நிர்ணயித்த மதிப்பு மட்டுமே சொத்து மதிப்பாக எடுத்துக்கொள்ளப்பட்டது. அன்றைய சந்தை மதிப்பை

எடுத்துக் கொண்டிருந்தால்கூட மொத்த சொத்துகளின் மதிப்பு மிக எளிதாக 100 கோடியைத் தாண்டியிருக்கும். ஆனால் மிக மிகக் கவனமாக அந்த வழக்கு புலனாய்வு செய்யப்பட்டு குற்றப்பத்திரிக்கை தாக்கல் செய்யப்பட்டது. இப்படி 1996ல் சொன்ன அதே கருணாநிதிதான் 2000 ஆண்டில் தேர்தல் நெருக்கடி காரணமாக, லண்டன் ஹோட்டல் வழக்கில் குற்றப்பத்திரிக்கை தாக்கல் செய்யும்படி நெருக்கடி கொடுத்தார்.

திமுகவின் ஆட்சிக்கால வரலாற்றில் சிறப்பானது 1996-2001 காலகட்டம் என்று கூறலாம். ஏராளமான தொழிற்சாலைகள். உள் கட்டுமானங்கள். உழவர் சந்தை, நமக்கு நாமே என்று பல்வேறு திட்டங்கள். மகாத்மா காந்தி ஊரக வேலை வாய்ப்புத் திட்டத்துக்கு நமக்கு நாமே திட்டமே முன்னோடி. பெரிய அளவில் ஊழல் குற்றச்சாட்டுகளும் இல்லை. சென்னையில் இன்று உள்ள பல்வேறு பாலங்கள் அந்தக் காலத்தில் கட்டப்பட்டவைதான். அப்போது தனியார் வசம் இருந்த மதுக்கடைகளின் ஏலத்தில்கூட, கட்சியின் தலையீடு இல்லை. 1999ம் ஆண்டு நடந்த உதவி ஆய்வாளர்கள் தேர்ச்சியில், கருணாநிதியின் உறவினராக இருந்த ஒருவர், உதவி ஆய்வாளராகத் தேர்வாக முடியவில்லை. மொத்தத்தில், பெரும் குற்றச்சாட்டுகள் எதுவும் இல்லாமல் சிறப்பாக நடந்தது ஆட்சி.

ஆனால் 2001 தேர்தலில் எதனால் திமுக தோற்றது என்பது அரசியல் ஆய்வாளர்களையே வியப்பில் ஆழ்த்திய ஒரு விஷயம். தேர்தல் முடிவுகளுக்குப் பின், தோல்விக்கான காரணங்களை நிருபர்கள் கருணாநிதியிடம் கேட்டபோது, ‘எங்கள் சாதனைகளுக்கு மக்கள் அளித்த பரிசு’ என்று கூறினார். அந்தத் தோல்வி கருணாநிதியைக் கடுமையாகப் பாதித்தது என்றே கூறவேண்டும். 2006ம் ஆண்டு மீண்டும் ஆட்சிக்கு வந்தபோது, வரலாறு காணாத ஊழல், குடும்ப ஆதிக்கம் என்று முகம் சுளிக்க வைக்கும் அளவுக்கு திமுக ஆட்சி நடத்தியதற்கு 2001 தேர்தல் தோல்வி ஒரு காரணமாக இருந்திருக்கக்கூடும்.

2001ம் ஆண்டு தேர்தலில் வெற்றி பெற்று மீண்டும் முதலமைச்சர் ஆனதும் ஜெயலலிதாவுக்கு தலைக்கனம் வரலாறு காணாத வகையில் ஏறியது. ஒரு மிகப்பெரிய தோல்விக்குப் பிறகு மீண்டும் அறுதிப் பெரும்பான்மையோடு ஆட்சியைப் பிடித்தது அவருக்கு மிகப்பெரிய அகங்காரத்தைத் தந்துவிட்டது. அந்த ஆட்சிக்காலத்தில்தான் ஒன்றரை லட்சம் அரசு ஊழியர்களை ஒரே நாளில் டிஸ்மிஸ் செய்து வீட்டுக்கு அனுப்பினார். முதல் வேலையாக லஞ்ச ஒழிப்புத் துறை இயக்குநர் கணபதியை மாற்றிவிட்டு, விகே.ராஜகோபாலன் என்ற அதிகாரியை இயக்குநராக நியமித்தார். அவருக்குக் கொடுப்பட்ட ஒரே பணி, திமுக ஆட்சிக் காலத்தில் போடப்பட்ட ஊழல் வழக்குகள் அனைத்தையும் மூடவேண்டும் என்பதே.

அந்த வழக்குகள் ஒவ்வொன்றும் ஒவ்வொரு கட்டத்தில் இருந்தன. ஒரு வழக்கு நீதிமன்றத்தில் நிலுவையில் இருக்கிறதென்றால் ஒரு வழக்கு புலனாய்வு கட்டத்தில் இருக்கும். புலனாய்வில் இருந்த வழக்குகள் அனைத்தையும் மூடுவதற்கு அறிக்கை அனுப்புமாறு கேட்டுக்கொண்டார். வழக்குகளின் புலனாய்வு அதிகாரிகள் அனைவரோடும் விவாதம் நடத்தினார். பெரும்பாலான வழக்குகளில் ஆதாரங்கள் இருப்பதால் அப்படியே மூடிவிட முடியாது என்று புலனாய்வு அதிகாரிகள் விளக்கினர். விகே.ராஜகோபாலனும் அவ்வாறு மூட முடியாது என்பதை ஜெயலலிதாவிடம் தெரிவித்தார். கடும் கோப மடைந்தார் ஜெயலலிதா.

ஒரு நாள் போயஸ் தோட்ட இல்லத்துக்கு ராஜகோபாலன் வரவழைக்கப்பட்டார். அவர் வாகனம் உள்ளே அனுமதிக்கப்படவில்லை. அவரது கார் வெளியிலேயே நின்றிருந்தது. அவர் கார் நிற்பதை உள்ளேயிருந்து சிசிடிவி கேமராவில் ஜெயலலிதா பார்த்துக் கொண்டிருந்தார். காரிலிருந்து இறங்கி வெளியே நிற்குமாறு ராஜகோபாலனுக்கு உத்தரவு வந்தது. அவரும் வெளியே இறங்கி காருக்கு வெளியே நின்றார். இரண்டு மணி நேரத்துக்கு மேலாக அப்படியே நின்றுகொண்டிருந்தார். இறுதியாக அழைப்பு வந்தது. ஜெயலலிதா மற்றும் சசிகலாவால் மிகவும் அவதூறாக அவர் பேசப்பட்டார்.

மீண்டும் லஞ்ச ஒழிப்புத் துறை அலுவலகத்துக்கு வந்தவர் உடனடியாக விருப்ப ஓய்வில் செல்வதற்கான கடிதத்தை உள்துறை செயலாளருக்கு அனுப்பினார். ஒரு சில மாதங்களிலேயே ராஜகோபாலன் விருப்ப ஓய்வில் சென்றுவிட்டார்.

சென்னையில் பதிவு செய்யப்பட்ட ஒரு வழக்கு எப்படி பெங்களூரு சென்றடைந்தது என்பது ஒரு சுவையான கதை. ஜெயலலிதா முதல்வரானதும் 66.5 கோடி சொத்துக் குவிப்பு வழக்கில் மிகப்பெரிய திருப்பங்கள் ஏற்பட்டன. சென்னை மாவட்ட ஆட்சியர் வளாகத்தில் அமைந்துள்ள சிறப்பு நீதிமன்றத்தில், ஜெயலலிதா மீதான வழக்கு திடீர் திருப்பங்களைச் சந்தித்தது. ஆட்சி ஜெயலலிதா வசம் இருந்ததால் அரசுத் தரப்பில் வழக்கை நடத்துபவரும் அவரே, அதை எதிர்த்து வாதாடுபவரும் அவரே. ஆட்சிப் பொறுப்பேற்றதும் முதல் வேலையாக, வழக்கை நடத்தும் அரசு வழக்கறிஞராக அரசுக்கு வேண்டிய ஒரு நபர் நியமிக்கப்பட்டார். ஏற்கெனவே விசாரித்து முடிக்கப்பட்ட சாட்சிகள் மீண்டும் வரவழைக்கப்பட்டன. இந்தச் சாட்சிகள் அனைவருமே ஏற்கெனவே அளித்த சாட்சியத்தை அப்படியே மாற்றினார்கள். ஜெயலலிதாவுக்குச் சாதகமாகவே பதில் கூறினார்கள். இது தொடர்ந்து நடந்துகொண்டே இருந்தது.

திமுகவும் இந்த வழக்கை உற்றுக் கவனித்துக்கொண்டிருந்தது. எந்தவொரு குற்ற வழக்கு விசாரணையிலும், வழக்கின் இறுதியில் குற்றவியல் நடைமுறைச் சட்டப் பிரிவு 313யின் அடிப்படையில் இறுதியாக குற்றவாளியிடம் கேள்விகள் கேட்கப்படும். இதுவரை அந்த வழக்கில், குற்றவாளிக்கு எதிராகச் சொல்லப்பட்ட சாட்சியங்கள், ஆதாரங்கள் அனைத்தும் தொகுக்கப்பட்டு, கேள்விகளாகக் கேட்கப் படவேண்டும். உதாரணத்துக்கு சாட்சி எண் 23 உங்களைப் பற்றி இப்படி கூறியுள்ளார், இதற்கு என்ன பதில் கூறுகிறீர்கள் என்று கேட்பார்கள். மறுக்கிறேன் என்று ஒரு வார்த்தையிலும் பதில் கூறலாம். விளக்கமாகவும் கூறலாம். இது குற்ற வழக்கின் ஓர் அங்கம்.

வருமானத்துக்கு அதிகமாகச் சொத்து சேர்த்த வழக்கிலும், இதே போல ஜெயலலிதா உள்ளிட்டோரிடம் கேள்விகள் கேட்கப்படவேண்டும். இந்த நடைமுறையை முடித்தால்தான் தீர்ப்பு சொல்ல முடியும். ஜெயலலிதா விடமும் இத்தகைய கேள்விகளைக் கேட்கும் நாள் வர, நீதிபதி கேள்விகளின் பட்டியலை நீட்டினார். ஆனால் ஜெயலலிதாவின் வழக்கறிஞரோ, அவரால் நீதிமன்றம் வரமுடியாது. ஏராளமான பணிகள் உள்ளன. ஆகையால் எழுத்துபூர்வமாக கேள்விகளைக் கொடுத்தால், இன்றோ நாளையோ பதில் மனுவாகத் தாக்கல் செய்யப்படும் என்றார்.

அன்று ஒரு நாள் ஜெயலலிதா நீதிமன்றத்தில் சசிகலாவோடு ஆஜராகி யிருந்தால், இரண்டு நாட்களில் அவ்வழக்கில் ஜெயலலிதாவை விடுதலை செய்து தீர்ப்பு பெறப்பட்டிருக்கலாம். ஒரு வழக்கில் தீர்ப்பு வந்துவிட்டால், அதற்குப் பிறகு உயர் நீதிமன்றத்தில் மேல் முறையீடுதான். வேறு வழியே கிடையாது. அன்றைக்கு ஜெயலலிதாவுக்கு இருந்த செல்வாக்கினால் உயர் நீதிமன்றத்திலும், உச்ச நீதிமன்றத்திலும் நிச்சயமாக அவரால் விடுதலை பெற்றிருக்க முடியும். ஆனால், அதிகாரம் கையில் இருக்கிறதே என்ற அகந்தை அவருக்கு இருந்தது. தலைகால் புரியாத அகங்காரம். 'நாம்தான் அரசு. நாம் எதற்காக நீதிமன்றம் செல்ல வேண்டும்' என்ற இறுமாப்பு.

எனவே, ஜெயலலிதா நீதிமன்றம் செல்லவில்லை. விளைவு எழுத்து பூர்வமான நீதிபதியின் கேள்விகளுக்கு பதில் டைப் செய்யப்பட்டு, ஜெயலலிதா கையெழுத்து போட்ட பதில்கள் அன்றே நீதிமன்றத்தில் தாக்கல் செய்யப்பட்டன. அதற்குப் பின் வாதங்களின் தொகுப்பு நடைபெறும். அடுத்து தீர்ப்புதான்.

இந்த நேரத்தில்தான் திமுக உச்ச நீதிமன்றம் சென்றது. ஜெயலலிதாவுக்கு எதிரான வருமானத்துக்கு அதிகமாக சொத்து சேர்த்த வழக்கில் சாட்சிகள் பிறழ்வடைந்து வருகிறார்கள். வழக்கு அவசர அவசரமாக

முடிக்கப்படுகிறது. நியாயமான விசாரணை நடைபெறாது என்று திமுக பொதுச் செயலாளர் பேராசிரியர் அன்பழகன் பெயரில் வழக்கு தாக்கல் செய்யப்பட்டது. ஜெயலலிதா சார்பில், அவரைப் பல வழக்குகளில் இருந்து காப்பாற்றிய உச்ச நீதிமன்ற மூத்த வழக்கறிஞர் கேகே.வேணுகோபால் ஆஜரானார். உச்ச நீதிமன்ற நீதிபதிகள் எஸ்.என்.வரியவா மற்றும் எச்.கே.சேமா ஆகியோர் முன்னிலையில் வழக்கு விசாரணைக்கு வந்தது.

திமுக தரப்பில் சாட்சிகள் பிறழ் சாட்சிகளாக மாறியது குறித்து விரிவாக எடுத்துரைக்கப்பட்டது. அது குறித்து விளக்கிய போதெல்லாம் நீதிபதிகளுக்குப் பெரிய அளவில் ஆர்வம் ஏற்படவில்லை. குற்றவியல் நடைமுறைச் சட்டப் பிரிவு 313ன் கீழ் கேள்விகளுக்குப் பதில்கூற ஜெயலலிதா நேரில் ஆஜராகவில்லை என்று கூறியதும் நீதிபதிகளுக்குப் பெரும் ஆர்வம் ஏற்பட்டது. என்ன நடந்தது என்பதை விளக்கமாகக் கூறுமாறு கேட்டார்கள். தமிழகத்தில் இந்த வழக்கில் பெரிய வகையில் அநியாயம் நடைபெற்று வருகிறது என்பதை உணர்ந்தார்கள். ஜெயலலிதாவின் வழக்கறிஞர் வேணுகோபாலும் வழக்கு கையை விட்டுப்போகிறது என்பதை உணர்ந்தார். திமுகவுக்கும் அதிமுகவுக்கும் ஆண்டாண்டு காலமாக பகை இருக்கிறது. அரசியல் காழ்ப்புணர்வின் காரணமாகவே இந்த வழக்கைத் தாக்கல் செய்திருக்கிறார்கள் என்றார். ஆனால் நீதிபதிகள் எதையும் ஏற்கவில்லை.

வழக்கை பெங்களூருக்கு மாற்றி உத்தரவிட்டார்கள். 'இவ்வழக்கில் இருக்கும் சூழ்நிலைகள் நீதிப் பிறழ்வு நடக்கிறது என்ற உணர்வைப் பொதுமக்களுக்கு ஏற்படுத்துகிறது. சாட்சிகள் மீண்டும் வரவழைக்கப் பட்டதும், அவர்கள் பிறழ் சாட்சிகளாக மாறியதையும் அரசு வழக்கறிஞர் எதிர்க்கவில்லை என்பதே இந்த வழக்கில் அரசு வழக்கறிஞர் எதிரிகளுக்குச் சாதகமாக நடந்துகொள்கிறார் என்பதை உணர்த்துகிறது. வழக்கு விசாரணை நியாயமாக நடைபெறாமல் போனால், பொது மக்களுக்கு சட்டத்தின் ஆட்சி மீதும் நீதித்துறையின் மீதும் நம்பிக்கை அற்றுப் போகும் சூழல் ஏற்படும். 313 பிரிவின் கீழ் கேள்வி கேட்க ஜெயலலிதா நேரில் ஆஜராகாமல் போனதற்கான வலுவான காரணங்கள் எதுவுமே கூறப்படவில்லை. ஒருவர் எவ்வளவு செல்வாக்கு வாய்ந்தவராக இருந்தாலும் அவரும் சட்டத்துக்குக் கட்டுப்பட்டவரே. இதுவரை விசாரிக்கப்பட்டு பிறழ் சாட்சிகளாக மாறியவர்களை மீண்டும் விசாரிக்க வேண்டும். வழக்கு தினந்தோறும் நடத்த வேண்டும்' என்று நீதிபதிகள் தங்கள் தீர்ப்பில் உத்தரவிட்டனர்.

அன்பழகன் எதிர்க்கட்சி என்பதால் இந்த வழக்கைத் தொடர்ந்துள்ளார் என்பதையும் நிராகரித்த நீதிபதிகள், 'எதிர்க்கட்சிகள் என்பது ஒரு

ஜனநாயகத்தின் மிக முக்கியமான அம்சமாகும். எதிர்க்கட்சி என்பதாலேயே அவர்கள் சொல்வதை அப்படியே நிராகரித்துவிட முடியாது. இந்த வழக்கில் பேராசிரியர் அன்பழகன் நியாயமான வாதங்களை எடுத்து வைத்துள்ளார். இதன் காரணமாக இந்த வழக்கை பெங்களூரு நீதிமன்றத்துக்கு மாற்றுகிறோம்' என்று உத்தரவிட்டனர்.

2003ல் பெங்களூரு நீதிமன்றத்துக்கு மாற்றப்பட்ட அந்த வழக்கு, மீண்டும் ஜெயலலிதா தரப்பு எடுத்த பல்வேறு நடவடிக்கைகளால் தாமதப்படுத்தப்பட்டு செப்டெம்பர் 2014ல் தான் இறுதி முடிவுக்கு வந்தது. 2001ல் ஆட்சிக்கு வந்த ஜெயலலிதா, தன் அகம்பாவத்தையும் ஆணவத்தையும் குறைத்துக்கொண்டு, நீதிமன்றத்தில் நேரில் ஆஜராகி இருந்தாரேயானால், அந்த வழக்கில் அப்போதே விடுதலை பெற்றிருப்பார். 2014ல் பெங்களூரு சிறையில் 18 நாள்களைக் கழித்திருக்க நேராது.

பல ஆயிரம் கோடிகளைக் கொள்ளையடித்தவரை, தமிழகத்தில் பல அராஜகங்களுக்கு சூத்திரதாரியாக இருந்தவரை காலம் கடைசியில் தண்டிக்கத்தான் செய்தது.

10

2001ல் ஜெயலலிதா முதல்வரான பிறகு லஞ்ச ஒழிப்புத் துறை இயக்குநராக அவரால் நியமிக்கப்பட்ட விகே.ராஜகோபாலன், ஜெயலலிதாவின் சட்டவிரோத நோக்கங்களுக்குத் துணை போகாத காரணத்தால், அவமானப்படுத்தப்பட்டு விருப்ப ஓய்வில் அனுப்பப் பட்டார் என்று பார்த்தோம். இந்தக் காலகட்டத்தில் நானும் கண்காணிப்பாளர் பொறுப்புக்குப் பதவி உயர்வு பெற்று ரகசியப் பிரிவில் நியமிக்கப்பட்டிருந்தேன்.

அவருக்கு அடுத்து லஞ்ச ஒழிப்புத் துறை இயக்குநராக நியமிக்கப் பட்டவர் யார் என்பதுதான் சிறப்பு. திலகவதி ஐபிஎஸ்ஸை லஞ்ச ஒழிப்புத் துறை இயக்குநராக நியமித்தார் ஜெயலலிதா.

திலகவதியின் மீது லஞ்ச ஒழிப்புத் துறையில் 1988ம் ஆண்டும், 1996ம் ஆண்டும் இரண்டு ஊழல் வழக்குகள் இருந்தன. லஞ்ச ஒழிப்புத் துறையின் விசாரணை வளையத்தில் வந்த அதிகாரிகளை அதே துறையில் நியமிக்கும் வழக்கம் கிடையாது. அப்படியே தப்பித் தவறி நியமிக்கப்பட்டாலும்கூட, ஒரே நாளில் அவர்கள் திருப்பி அனுப்பப் படுவார்கள். அத்துறை தொடங்கப்பட்ட 1964ம் ஆண்டு முதல் அதுதான் வழக்கம். ஆனால் அந்த மரபுகளையெல்லாம் காற்றில் பறக்க விட்டு, திலகவதியை லஞ்ச ஒழிப்புத் துறை இயக்குநராக நியமித்தார் ஜெயலலிதா. அது மட்டுமல்லாமல், தமிழகம் முழுக்க இருக்கும் அனைத்து மகளிர் காவல் நிலையங்களும், திலகவதியின் கட்டுப் பாட்டில் வரும் என்றும் கூடுதல் பொறுப்பு வழங்கினார். ராஜ கோபாலனை வைத்து செய்ய முடியாதவற்றை திலகவதியை வைத்து நிறைவேற்றினார் ஜெயலலிதா.

திலகவதிக்கு தலைகால் புரியவில்லை. ஜெயலலிதாவின் நேரடிப் பார்வையில் வந்துவிட்டோம் என்றதும் ஒரு தனி சாம்ராஜ்ஜியத்தையே நடத்தினார். திலகவதி எழுதிய கதைகள் அனைத்தும் தொகுக்கப்பட்டு திலகவதி கதைகள் என்று இரண்டு தொகுதிகளாக வெளியிடப்பட்டன. தமிழகம் முழுக்க உள்ள அனைத்து மகளிர் காவல் நிலையங்களுக்கும் வாய்மொழியாக ஓர் உத்தரவு பிறப்பிக்கப்பட்டது. அதன்படி, ஒவ்வொரு காவல் நிலையமும், திலகவதி கதைகள் புத்தகத்தை புகார் கொடுக்க வருபவர்களிடம் விற்பனை செய்யவேண்டும்.

சி.எல் ராமகிருஷ்ணன், ஆர்.கே. ராகவன் போன்ற அதிகாரிகளிடம் பணியாற்றிவிட்டு, திலகவதி போன்ற நபர்களிடம் பணியாற்றியது வேதனையாக இருந்தது. எப்படி இருந்த ஒரு துறை இப்படிச் சீரழிந்து விட்டதே என்று வேதனை ஏற்பட்டது.

இதற்கிடையே அலுவலகம் சென்னை அண்ணா சாலையிலிருந்து, ஆர்.ஏ.புரத்தில் நீதிபதிகள் குடியிருப்பு உள்ள வளாகத்துக்கு மாற்றப்பட்டது. அலுவலகம் மாற்றப்படுகிறது என்றதும் புதிய அலுவலகத் திறப்பு விழாவுக்கு ஜெயலலிதாவை வரவழைப்பது என்று அதிகாரிகள் முடிவெடுத்தனர். இதற்காக படாடோபமான ஏற்பாடுகள் செய்யப்பட்டன. ஜெயலலிதா இளநீர்தான் குடிப்பார் என்று தலைமைச் செயலக அதிகாரிகள் தெரிவித்தனர். அடையாறு பார்க் ஷெரட்டன் ஹோட்டலில் இருந்து இளநீருக்கு ஆர்டர் தரப்பட்டது. அவர்கள் ஒரு க்ளாஸ் இளநீருக்கு அளித்த பில் 250 ரூபாய். ஜெயலலிதா அதைத் தொடக்கூட இல்லை. 2002ம் ஆண்டு டிசம்பர் மாதத்தில் புதிய அலுவலகத்தைத் திறந்துவைக்க ஜெயலலிதா வருகை தந்தார். ஊழியர்கள் அனைவரும் ஒரு வேன் மூலம், புதிய அலுவலகத்துக்கு அழைத்துச் செல்லப்பட்டனர்.

ஜெயலலிதா வருவதற்காக, ஐந்து பெரிய ஏசி மிஷின்கள் தருவிக்கப்பட்டன. பாதுகாப்பு அதிகாரிகள் மேடையைச் சுற்றிப் பார்த்து பாதுகாப்பை உறுதி செய்தனர். அருகில் இருந்த கூவம் ஆற்றின் வழியாக யாராவது வந்துவிடுவார்கள் என்று கண்காணிப்பு கோபுரங்கள் அமைக்கப்பட்டன.

ஜெயலலிதா வருகை தந்தார். லஞ்ச ஒழிப்புத் துறையின் ஊழல் வழக்கில் குற்றவாளியான ஜெயலலிதாவே, லஞ்ச ஒழிப்புத் துறையின் அலுவலகத்தைத் திறந்து வைத்தது எனக்கு மிகுந்த மன வேதனையை ஏற்படுத்தியது. ஒரு குற்றவாளியின் கரங்களில் இத்துறை சிக்கிக் கொண்டதே என்று வருத்தம் ஏற்பட்டது. ஆனால் அதிகாரிகள் ஒவ்வொருவரும் போட்டிப் போட்டுக்கொண்டு, ஜெயலலிதாவின் பார்வையில் பட்டுவிட மாட்டோமா என்று தவம் கிடந்தனர்.

பவ்யமாக குனிந்து ஜெயலலிதாவின் அருகில் அவர்கள் நின்று கொண்டிருந்தனர். அவர் நம்மைத் திரும்பிப் பார்க்க மாட்டாரா, ஒரு வார்த்தை பேச மாட்டாரா என்ற தவிப்பை அத்தனை அதிகாரிகள் முகத்திலும் பார்க்கமுடிந்தது. ஆனால் ஜெயலலிதா யாரிடமும் பேசவில்லை. ரிப்பனை வெட்டி அலுவலகத்தைத் திறந்து வைத்தார். ஒரு வழியாக விழா முடிந்தது.

புதிய அலுவலகத்துக்கு அனைத்துக் கோப்புகளையும் எடுத்துக் கொண்டு குடிபெயர்ந்தோம். பழைய அலுவலகத்தைவிட புதிய அலுவலகத்தில் இடவசதி நிறைய இருந்தது. அதிகாரிகளுக்கு பெரிய பெரிய அறைகள் ஒதுக்கப்பட்டன.

ஜெயலலிதா புதிய கட்டடத்தைத் திறந்து வைத்துச் சென்ற பிறகு, அவர் திறந்து வைத்த படம் அனைத்து அதிகாரிகளின் மேஜைகளிலும் வைக்கப்படவேண்டும் என்று உத்தரவிடப்பட்டது. வாரத்துக்கு ஒரு முறை, திமுக ஆட்சியில் பதிவு செய்யப்பட்ட வழக்குகளின் நிலை என்ன என்பது குறித்து தலைமைச் செயலகத்தில் அதிகாரிகளோடு ஆலோசனை கூட்டம் நடைபெற்றது. ஒவ்வொரு முறை கோப்புகள் தயாரிக்கப்படும்போதும் கோப்புகளின் அட்டை பச்சை நிறத்தில் இருக்குமாறு மிகக் கவனமாகப் பார்த்துக் கொள்ளப்பட்டது.

லஞ்ச ஒழிப்புத் துறையில் பணியாற்றும் ஊழியர்களில் ரகசியப் பிரிவுகளில் பணியாற்றுபவர்களுக்கு 15 சதவிகிதம் சிறப்புப் படி வழங்கவேண்டும் என்ற கோரிக்கை பல ஆண்டுகளாக நிலுவையில் இருந்தது. 1996ல் பல நூறு வழக்குகள் பதிவு செய்யப்பட்டபோதே இந்தக் கோரிக்கை திமுக அரசிடம் வைக்கப்பட்டது. ஆனால் கருணாநிதி 'இந்த வேலையைச் செய்யறதுக்குத்தானே சம்பளம் வாங்கறாங்க. அப்புறம் எதுக்கு சிறப்புப் படி?' என்று மறுத்துவிட்டார். 15 சதவிகித சிறப்புப் படி என்பது, 5 சதவிகிதம், பத்து சதவிகிதம் ஏழரை சதவிகிதம் என்று பல்வேறு காலகட்டங்களில் மாற்றம் அடைந்ததே தவிர கோரிக்கை நிறைவேற்றப்படவில்லை.

லஞ்ச ஒழிப்புத் துறை இயக்குநர் திலகவதி ஒரு நாள் இந்தக் கோரிக்கையோடு ஜெயலலிதாவைச் சென்று சந்தித்தார். அன்று மாலை, லஞ்ச ஒழிப்புத் துறையின் ரகசியப் பிரிவில் பணியாற்றுபவர் களுக்கு 15 சதவிகித சிறப்புப் படி வழங்கி அரசாணை வெளியிடப் பட்டது. ஒரே நாளில் இப்படி சிறப்புப் படியை பெற்றுத் தந்ததால், லஞ்ச ஒழிப்புத் துறை ஊழியர்கள், திலகவதியை வாராது வந்த மாமணி என்று வாழ்த்தினர். ஆனால் எனக்கோ, இப்படி ஒரு நபரிடம் பணியாற்றுகிறோமே என்ற புழுக்கம் அதிகரித்துக்கொண்டே வந்தது.

எனக்கு அளிக்கப்பட்ட 15 சதவிகித கூடுதல் சம்பளத்தைவிட, துறை இப்படி நாசமாகிக் கொண்டிருப்பது குமைச்சலை அதிகப்படுத்தியது.

லஞ்ச ஒழிப்புத் துறைக்கு திலகவதி போன்ற நபர்களை நியமிக்கக் கூடாது என்ற கூற்றை உண்மையாக்கும்படி பல்வேறு சம்பவங்கள் தொடர்ந்து நடந்தன. ஊழல் வழக்குகளில் சம்பந்தப்பட்ட ஐபிஎஸ் அதிகாரிகள் நேரடியாக திலகவதியை வந்து பார்த்தனர். அவர்கள் பார்த்துச் சென்ற பிறகு, அவர்கள் சம்பந்தப்பட்ட வழக்குகளில் குற்றம் நிரூபிக்கப்படவில்லை என்று திலகவதி உத்தரவிடுவார்.

திலகவதியின் இது போன்ற நடவடிக்கைகளால் அங்கே பணியாற்றிக் கொண்டிருந்த நேர்மையான அதிகாரிகள் கடுமையான மனப்புழுக்கம் அடைந்தனர். இவர்களில் ஒரு சில அதிகாரிகளோடு நெருக்கமாகப் பழகும் வாய்ப்பு எனக்குக் கிடைத்தது. அனைத்து ஊழியர்களும் வீட்டுக்குச் சென்ற பிறகு, மாலை என்னோடு விவாதிப்பார்கள். எப்படிப்பட்ட நெருக்கடிகளுக்கெல்லாம் ஆளாகிறோம் என்று புலம்புவார்கள். ஆனால் அவர்களாலும் எதுவுமே செய்யமுடியாது. தங்கள் கையறு நிலையை நினைத்து என்னிடம் வருந்துவார்கள். அதிகாரிகள் என்றால் அவர்களுக்கு பிரச்னைகளே இருக்காது என்றுதான் நான் நினைத்துவந்தேன். நம்மைப் போன்ற பணியாளர்கள் தான் எப்போதுமே கஷ்டப்பட்டுக் கொண்டிருக்கிறோம். அவர்களுக் கென்ன, காரில் வருகிறார்கள், போகிறார்கள். கவலையே இல்லை என்ற நினைப்பில் இருந்த எனக்கு, நேர்மையான அதிகாரிகளுக்கு வரும் நெருக்கடி வியப்பை அளித்தது.

ஜனநாயகம், அரசு நிர்வாகம் ஆகிய அமைப்புகள் எத்தனை வலிமை யானவை என்பது புரிந்தது. தொண்ணூறுகளில் பணியில் சேர்ந்த எனக்கு நேர்மையான அதிகாரிகளிடம் பணி செய்தே பழக்கம். பத்தே ஆண்டுகளில், நேர்மையான அதிகாரிகள் மனசாட்சிப்படி பணி செய்ய முடியாமல் புழுங்கும் அளவுக்கு நிலைமை தலைகீழாக மாறிவிட்டதை என்னால் நம்பவே முடியவில்லை.

திலகவதி ஒரு புறம் என்றால், மறு புறம் இணை இயக்குநராக இருந்தார் ஜார்ஜ் ஐபிஎஸ். அவர் வேறொரு தனி சாம்ராஜ்ஜியம் நடத்திக் கொண்டிருந்தார். லஞ்ச ஒழிப்புத் துறை உள்ளிட்ட புலனாய்வு அமைப்புகளுக்கென்று 'ரகசிய நிதி' என்று தனியாக ஒரு நிதி அரசால் ஒதுக்கப்படும். இது இந்தியா முழுக்க உள்ள அனைத்துப் புலனாய்வு அமைப்புகளுக்கும் உண்டு. தமிழகத்தைப் பொருத்தவரை லஞ்ச ஒழிப்புத் துறைக்கு நான் இருந்தவரை ஆண்டுக்கு 40 லட்சம்வரை ஒதுக்கப்படும். இந்தத் தொகைக்கு ஆடிட் கிடையாது. கணக்கு கிடையாது. இந்தத் தொகை ஒதுக்கப்படுவதன் நோக்கமே, வழக்கு,

புலனாய்வு குறித்து ரகசியமாகத் தகவல் தருபவர்களுக்கென்று செலவு செய்வதற்காகத்தான். இதன் செலவு கணக்குகள் ஆடிட்டுக்கு அளிக்கப் பட்டால், தகவல் தருபவர்களின் ரகசியம் காப்பாற்றமுடியாது என்பதுதான் ரகசிய நிதியின் பின்னாலுள்ள தர்க்கம்.

ஆனால் லஞ்ச ஒழிப்புத் துறை உள்ளிட்ட தமிழகத்தின் அனைத்துக் காவல் பிரிவுகளிலும் இந்தத் தொகை அதிகாரிகளால் பங்கிட்டுக் கொள்ளப்படும் என்பதே யதார்த்தம். மிக மிக அரிதான சில அதிகாரிகள் மட்டுமே, இத்தொகையைத் தவறாகப் பயன்படுத்த மாட்டார்கள். பெரும்பாலான அதிகாரிகள் நிதியாண்டின் இறுதியில் இத்தொகையைத் தாங்களே எடுத்துக் கொள்வார்கள். அல்லது அனைத்து ஊழியர்களுக்கும் ஒரு தொகை பிரித்துக்கொடுத்துவிட்டு, மிச்சமுள்ள பெரிய தொகையை எடுத்துக்கொண்டுவிடுவார்கள்.

இணை இயக்குநராக இருந்த ஜார்ஜ், ரகசிய நிதியைச் சகட்டுமேனிக்கு சொந்தச் செலவுகளுக்காக எடுத்துக்கொண்டிருந்தார். இது குறித்த தகவல்கள் ஓரளவுக்கு அலுவலகத்தில் பரவத் தொடங்கியது. ஜார்ஜ் ஐஜி பொறுப்பிலிருந்த இணை இயக்குநர் என்றால், இரண்டு சிறப்புப் புலனாய்வுக் குழுக்களின் ஐஜிக்களாக அஷோக் குமார் மற்றும் ராதாகிருஷ்ணன் ஆகியோர் இருந்தனர். இவர்கள் இருவரும் ஓர் அணி. ஜார்ஜ் எதிரணி. இரு தரப்பினரும் மாறி மாறி வாரமிருமுறை இதழ்களில் செய்திகளை வெளியிட வைப்பார்கள். இரு தரப்புக்கும் நடந்து வரும் இந்த மோதலை திலகவதி ஆனந்தமாக ஊக்குவித்துக் கொண்டிருந்தார்.

ஜார்ஜ் இப்படி ரகசிய நிதியைக் கொள்ளையடித்துக் கொண்டிருந்தார் என்றால், மறு புறம் ராதாகிருஷ்ணன் வாகனங்களை துஷ்பிரயோகம் செய்வது, அரசுத் தளவாடங்களைத் தனது சொந்த உபயோகத்துக்குப் பயன்படுத்துவது என்று வேறொரு திசையில் சென்று கொண்டிருந்தார்.

இவையெல்லாம் நடந்துகொண்டிருந்த நேரத்தில் தமிழக லஞ்ச ஒழிப்புத் துறை வழக்கம் போல, லஞ்சம் வாங்கும் விஏஓக்களையும், மின் வாரிய உதவியாளர்களையும் 500க்கும் 1000த்துக்கும் கைது செய்து கொண்டிருந்தது. லஞ்ச ஒழிப்புத் துறையிலேயே பணியாற்றும் அதிகாரிகள் இப்படி லட்சக்கணக்கில் எதிலும் மாட்டிக்கொள்ளாமல் கொள்ளையடித்துக்கொண்டு இருக்கையில் ரூபாய் 500 லஞ்சம் வாங்கும் ஒரு விஏஓவைக் கைது செய்வது அயோக்கியத்தனமாகவே எனக்குப் பட்டது. ஒரே ஒரு வாகனம் பயன்படுத்தவேண்டிய ஓர் அதிகாரி, ஐந்து வாகனங்களைப் பயன்படுத்துவது ஊழல் இல்லையா?

ஐந்து வாகனங்களுக்கான பத்து ஓட்டுனர்களுக்கான சம்பளம் என்ன கணக்கில் சேரும்? இது ஊழல் இல்லையென்றால் வேறு எது ஊழல்?

திடீரென்று ஒரு நாள் திலகவதி இரவோடு இரவாக லஞ்ச ஒழிப்புத் துறையின் இயக்குநர் பதவியிலிருந்து மாற்றப்பட்டார். அவரது முன்னாள் கணவர் நாஞ்சில் குமரன் இயக்குநராக நியமிக்கப்பட்டார். லஞ்ச ஒழிப்புத் துறையில் திலகவதி செய்த முறைகேடுகள் அனைத்தையும் தொகுத்து ஒரு புகாராக போயஸ் தோட்டத்துக்கு யாரோ ஃபேக்ஸ் அனுப்பியதன் விளைவாகவே அந்த மாற்றல் உத்தரவு என்று தெரிந்தது.

சரி, புதிய இயக்குநர் வந்திருக்கிறாரே. ஏதாவது மாற்றம் நிகழ்கிறதா என்று பார்ப்போம் என்று நினைத்திருந்தேன். ஆனால் திலகவதி இருந்ததைவிட நிலைமை மோசமாகத்தான் போனது. நாஞ்சில் குமரன், தனது ஜன்னல் கண்ணாடி அனைத்துக்கும் பச்சை நிறத்தில் ஸ்டிக்கர் ஒட்டச் சொல்லி உத்தரவிட்டார். லஞ்ச ஒழிப்புத் துறையின் பெயர்ப் பலகையைப் பச்சை நிறத்தில் மாற்றச் செய்தார். தமிழக அரசுத் துறைகளில் வனத்துறை அலுவலகத்தின் பெயர்ப்பலகை மட்டுமே பச்சை நிறத்தில் இருக்கும். ஆனால் லஞ்ச ஒழிப்புத் துறையின் வரலாற்றில் முதல் முறையாக அதன் பெயர்ப்பலகை பச்சை நிறத்தில் வைக்கப்பட்டது. நாஞ்சில் குமரன், தனது மேஜையில் பிரதானமாக அனைவரின் கண்களிலும் படும்படி நமது எம்ஜிஆர் நாளிதழை வைத்திருப்பார். ஒரு படித்த மூத்த ஐபிஎஸ் அதிகாரி, இப்படியெல்லாம் நடந்துகொள்ள வேண்டிய அவசியம் என்ன என்பதே எனக்குப் புரியவில்லை.

இதற்குள் அரசு உத்தரவின்படி, திமுக அமைச்சர்கள் மீது பல்வேறு ஊழல் வழக்குகள் பதிவு செய்யப்பட்டன. *1996* முதல் *2001* வரை சென்னை மாநகர மேயராக இருந்த முக.ஸ்டாலின் மீது ஆறு வழக்குகள் பதிவு செய்யப்பட்டன. முதலமைச்சர் ஜெயலலிதாவிடம் நல்ல பெயர் வாங்க வேண்டும் என்பதற்காக ஸ்டாலினால் பல நூறு கோடி அரசுக்கு இழப்பு என்று அறிக்கை அளிக்கப்பட்டுக்கொண்டு இருந்தது. இதில் ஒரு வழக்கு, பாதாள சாக்கடை குழாய்களை உலக வங்கி உதவியோடு புதுப்பித்த வழக்கு. பூமியைத் தோண்டி, குழாய்களைப் புதுப்பிக்கையில், மீண்டும் மூடும்போது, மணல் போட்டதாக கணக்கு காட்டியுள்ளார்கள். ஆனால் மணலுக்கு பதில் பிட்டுமென் போட்டுள்ளார்கள். இதனால் அரசுக்கு நஷ்டம் என்று ஒரு வழக்கு.

இந்த வழக்கின் புலனாய்வுக்கு உதவுவதற்காக பொதுப்பணித் துறை, நெடுஞ்சாலைத் துறை போன்ற துறைகளில் இருந்து பல பொறியாளர்கள் பணிக்கு வரவழைக்கப்பட்டனர். அவர்களிடமிருந்து

மதிப்பீடு பெற்று, பல நூறு கோடி ரூபாய் நஷ்டம் என்று பவர் பாயின்ட் ப்ரசன்டேஷன்கள் தயார் செய்து இந்த அதிகாரிகளே போட்டுப் பார்த்து மகிழ்ந்து கொள்வார்கள். பவர் பாயின்ட் ப்ரசன்டேஷன் தயாரிக்கும் பணியும் என்னுடையதே. அதைத் தயார் செய்கையில், பொறியாளர்கள் கொடுத்த இழப்புத் தொகை ஒன்று என்றால், அதை லஞ்ச ஒழிப்புத் துறையின் உயர் அதிகாரிகள் வெளிப்படையாகவே அதிகரிக்கச் சொல்வார்கள். இழப்பு இத்தனை கோடி, அத்தனை கோடி என்று பெரும் தொகையைக் காட்டி ஜெயலலிதாவைத் தொடர்ந்து ஏமாற்றி வந்தனர். ஜெயலலிதாவும் இத்தகைய தொகைகளைப் பார்த்து ஆனந்தமாக ஏமாந்து வந்தார். இந்த அதிகாரிகளில் ஒருவருக்குக்கூட வழக்கை முழுமையாகப் புலனாய்வு செய்து, குற்றப் பத்திரிக்கை தாக்கல் செய்ய வேண்டும் என்ற எண்ணமே இல்லை. ஜெயலலிதாவைக் குளிர்விப் பதற்காகவே பொய்யான கணக்குகளைத் தாக்கல் செய்கிறார்கள் என்பது எனக்குப் புரிந்தது. இந்த நாடகங்கள் தொடர்ந்துகொண்டே இருந்தன.

இதே போல அந்தக் காலகட்டத்தில் லஞ்ச ஒழிப்புத் துறை பதிவு செய்த மற்றொரு வழக்கு, கன்னட நடிகர் ராஜ்குமார் கடத்தல் விவகாரத்தில் கருணாநிதி பணம் பெற்றார் என்னும் குற்றச்சாட்டை விசாரிக்க பதிவு செய்யப்பட்ட ஒரு வழக்கு. இந்தக் கடத்தல் விவகாரம் குறித்து சட்டப்பேரவையில் ஒரு விவாதம் எழுந்தது. உடனே ஜெயலலிதா, கருணாநிதி பல கோடி ரூபாய் பணம் பெற்றுள்ளார் என்று எடுத்தேன் கவிழ்த்தேன் என்று குற்றம்சாட்டிவிட்டார். இதை நிரூபிக்கமுடியுமா என்று திமுக உறுப்பினர்கள் சவால்விட, இதோ போடுகிறேன் உடனே விசாரணைக்கான உத்தரவை என்று வெட்டியாக சவால்விட்டார் ஜெயலலிதா. அப்படிப் போடப்பட்ட விசாரணைதான் அது.

அந்தக் கடத்தலில் வீரப்பனுக்கு 10 கோடி ரூபாய் கொடுக்கப்பட்டது உண்மையே. அந்தப் பணத்தை வசூல் செய்து தந்தவர்கள் நடிகர் ரஜினிகாந்த் உள்ளிட்ட திரையுலகத்தினர். பணம் அரசுத் தூதுவர்கள் மூலமாக நேரடியாக வீரப்பனைச் சென்றடைந்தது. இதில் கருணாநிதி பணம் வாங்கினார் என்று எப்படி நிரூபிக்கமுடியும்? ஆனால் ஜெயலலிதா அதற்கெல்லாம் கவலைப்படுபவர் கிடையாது. ஒரு வழக்கை நிரூபிக்க ஆதாரங்கள் வேண்டுமென்றெல்லாம் அவர் கவலைப்பட மாட்டார். அப்படிதான் இந்த வழக்கையும் போட்டார். ஆனால் விசாரணை எந்த முன்னேற்றமும் இல்லாமல் பின்னாளில் மூடப்பட்டது.

ஜெயலலிதாவின் முட்டாள்தனத்துக்கு மற்றொரு உதாரணம் மு.க. அழகிரி மீது போடப்பட்ட ஒரு வழக்கு. அழகிரி அந்தக் காலகட்டத்தில் எந்தவிதமான பதவியையும் வகித்தது கிடையாது.

எம்எல்ஏவும் அல்ல, எம்.பியும் அல்ல. அப்படி பொது ஊழியராகவே இல்லாத ஒருவரை எப்படி லஞ்ச ஒழிப்புச் சட்டத்தின் கீழ் விசாரிக்க முடியும்? இதைக்கூடச் சிந்திக்காமல் மு.க. அழகிரி மீது ஊழல் வழக்கு பதிவு செய்யப்பட்டது. அது பல வருடங்கள் நிலுவையில் இருந்தது. அழகிரிமீது வழக்குத் தொடுக்கமுடியாது, அவர் பொது ஊழியர் அல்ல என்பதை அரசுக்குத் தெரியப்படுத்தக்கூட எந்த அதிகாரிக்கும் துணிச்சல் இல்லை. அப்படி உண்மையை வெளிப்படையாக ஜெயலலிதாவிடம் கூறினால் தூக்கிலா போட்டுவிடுவார்?

அதிகபட்சம் பணியிட மாற்றம் வரும். அதைத் தாண்டி ஒரு ஐபிஎஸ் அதிகாரியை யார் நினைத்தால்தான் என்ன செய்துவிடமுடியும்? ஆனால் எத்தகைய தவறாக இருந்தாலும், அதைச் சுட்டிக் காட்டினால் தன் பதவிக்கு ஆபத்து என்றால், அதைப் பற்றிப் பேசாமல் இருப்பது தான் சரி என்றுதான் அனைத்து அதிகாரிகளும் நினைத்தனர். உண்மையைப் பேசுவது, நேர்மையாக இருப்பது என்பதைவிடப் பதவியைக் காப்பாற்றுவதே முக்கியம் என்று அதிகாரிகள் நினைக்கத் தொடங்கினர். இந்தப் போக்கு லஞ்ச ஒழிப்புத் துறையில் மட்டுமில்லை. தமிழகம் முழுக்கவே இருப்பதைக் காணமுடிந்தது. பிற துறைகளிலும் இதுவே நடந்து வந்ததாகக் கேள்விப்படத் தொடங்கினேன். உண்மையைக் காதால் கேட்பதைவிட, தனக்குப் பிடித்ததைக் கேட்பதையே ஜெயலலிதா விரும்பினார். அவர் விருப்பத்திற்கேற்ப ஒட்டுமொத்த நிர்வாகமுமே மாறியது. ஒரு வகையில் தமிழகத்தின் அதிகார வர்க்கத்தை ஜெயலலிதா திருத்தமுடியாத அளவுக்குச் சீரழித்தார் என்றால் அது மிகையல்ல. அவர் இறக்கும்வரை இந்தப் போக்கு தொடர்ந்து வந்தது.

இதேபோல அவசர அவசரமாக சிபி. சிஐடியால் பதிவு செய்யப்பட்ட ஒரு வழக்கில்தான் கருணாநிதி நள்ளிரவில் கைது செய்யப்பட்டார். அந்த நள்ளிரவு கைதால் ஜெயலலிதாவின் அரசு டிஸ்மிஸ் செய்யும் அளவுக்கு நெருக்கடி உருவானது. புலனாய்வு அதிகாரிகளை அழைத்து ஊழல் வழக்கு பதிவு செய்யவேண்டும். பூர்வாங்க விசாரணை நடத்துங்கள் என்று உத்தரவிட்டு, அந்த விசாரணை அறிக்கையின் அடிப்படையில் ஆதாரங்கள் உள்ள வழக்கைத் தேர்வுசெய்து, முதல் தகவல் அறிக்கை பதிவு செய்து, அதன் பிறகு கருணாநிதியைக் கைது செய்யவேண்டும் என்ற பொறுமையெல்லாம் ஜெயலலிதாவுக்குக் கிடையாது. இப்படித்தான் நடைமுறை, இப்படித்தான் விசாரணை நடைபெறவேண்டும் என்பதை எடுத்துச் சொல்லவும் துணிச்சலான அதிகாரிகள் கிடையாது. கருணாநிதி கைது செய்யப்படவேண்டும் என்றதும், அப்படியே ஆகட்டும் மகாராணி என்று கூறி, இரவோடு இரவாகக் கதவை உடைத்து ஒருவரைக் கைது செய்யும் முட்டாள் அதிகாரிகளைத்தான் ஜெயலலிதா தன் அருகே வைத்திருந்தார்.

அரசு ஊழியர்கள் போராட்டம் நடத்தினால் அவர்களோடு பேச்சுவார்த்தை நடத்தி போராட்டத்தை முடிவுக்குக் கொண்டு வரவேண்டும், அரசு நிர்வாகம் முடங்கிப் போய் விடக்கூடாது என்றும் அவருக்கு அறிவுரை சொல்ல ஓர் அதிகாரிகூட அன்று இல்லை. 'அவ்வளவு பேரையும் டிஸ்மிஸ் பண்ணிடலாம் மேடம். அப்போதான் இவங்களுக்கு புத்தி வரும்' என்று ஆலோசனை சொல்லும் அதிகாரிகள் மட்டுமே அன்று இருந்தார்கள். இந்த அதிகாரிகளின் உத்தரவில்தான் ஒன்றரை லட்சம் அரசு ஊழியர்கள் ஒரே நாளில் டிஸ்மிஸ் செய்யப்பட்டனர். ஆயிரக்கணக்கான அரசு ஊழியர்கள் இரவோடு இரவாகக் கைது செய்யப்பட்டனர். அவர்கள் குடியிருப்பைக் காலி செய்யுமாறு மிரட்டப்பட்டனர். இந்த வேலை நிறுத்தம், டிஸ்மிஸ் உத்தரவு காரணமாக அரசு நிர்வாகம் ஏறக்குறைய ஆறு மாத காலம் இயக்கத்தை நிறுத்திக்கொண்டுவிட்டது. ஆனால் ஜெயலலிதா அதைப் பற்றியெல்லாம் கவலையே படவில்லை.

ஜெயலலிதா உத்தரவில், பதிவு செய்யப்பட்ட ஒரே ஓர் ஊழல் வழக்கில்கூட திமுகவினருக்கு தண்டனை பெற்றுத் தர ஜெயலலிதா அரசால் முடியவில்லை. திமுகவினர் சாமர்த்தியமாக ஊழல் செய்துள்ளார்கள் என்பதைவிட, சரியான வழக்குகளைப் பதிவு செய்து, உரிய முறையில் விசாரணை நடத்தி அவ்வழக்குகளில் தண்டனை பெற்றுத் தரும் வகையில் நிர்வாகம் செய்ய ஜெயலலிதாவுக்கு திறன் இல்லை என்றே கூறவேண்டும்.

நிர்வாகம் செய்வதில் ஜெயலலிதாவுக்கும் கருணாநிதிக்குமான பெரிய வேறுபாடு இதுதான். அதிகாரிகளைச் சந்தித்து கோப்புகளை விவாதிக்கக்கூட நேரம் ஒதுக்க மாட்டார் ஜெயலலிதா. பல ஆயிரம் கோப்புகள் ஜெயலலிதாவின் கையெழுத்துக்காக ஆண்டுக் கணக்கில் தேங்கிக் கிடக்கும். வாரத்துக்கு ஒருமுறை தலைமைச் செயலகத்துக்குச் சென்றாலே அது செய்தி. ஆனால் கருணாநிதி நாள் தவறாமல் தலைமைச் செயலகம் செல்வார். அதிகாரிகளோடு தொடர்ந்து விவாதம் நடத்துவார். அவரே அறிவுரைகளை வழங்குவார். திட்டங்கள் எப்படிச் செயல்படுத்தப்படுகின்றன என்பதை நேரடியாகக் கண்காணித்து அதற்கான க்ரெடிட்டை எடுத்துக்கொள்வார். அதை விளம்பரப்படுத்திக்கொள்வார்.

ஆனால் ஜெயலலிதாவோ தலைகீழ். தன் அரசியல் எதிரிகள் மீதான ஊழல் வழக்குகளில் அவர்களுக்குத் தண்டனை பெற்றுத் தர வேண்டும் என்ற முனைப்புகூட ஜெயலலிதாவுக்குத் துளியும் இல்லை. திமுக அரசிலும் ஊழல் நடந்ததுதான். அமைச்சர்கள் கேஎன்.நேரு, பொன்முடி போன்றவர்கள் பல கல்லூரிகளை அந்தக் காலத்தில்தான்

கட்டினார்கள். ஊழல் வழக்குகளை விரைவாக நடத்தி ஆட்சி காலத்திற்குள் தண்டனை பெற்றுத் தர வேண்டும் என்ற ஒரே நோக்கத்தில்தான் கருணாநிதி 1996ம் ஆண்டு மூன்று சிறப்பு நீதிமன்றங்களை அமைத்தார். ஆனால் ஜெயலலிதா வழக்குகளில் இருந்து தப்பிக்க வேண்டுமென்பதற்காக அவ்வாறு சிறப்பு நீதிமன்றங்கள் அமைக்கப்பட்டதே தவறு என்று உச்சநீதிமன்றம் வரை சென்றார். இதனால் 2001ம் ஆண்டு சிறப்பு நீதிமன்றங்களும் அமைக்கப்படவில்லை. திமுகவினர் மீது பதிவு செய்யப்பட்ட ஊழல் வழக்குகள் சாதாரண நீதிமன்றங்களில் நடத்தப்பட்டன. இன்றுவரை அவற்றில் பல வழக்குகள் நடைபெற்று வருகின்றன.

திமுக தலைவர் கருணாநிதி மீதோ, ஸ்டாலின் மீதோ பதிவு செய்யப் பட்ட ஒரே ஒரு விசாரணை வழக்குகூட நீதிமன்றத்துக்குச் செல்ல வில்லை. இந்த வழக்குகளில் இவர்களுக்குத் தண்டனை பெற்றுத் தரவேண்டும் என்று ஜெயலலிதா முனைப்பு காட்டி யிருப்பாரேயானால், அவரால் அதைச் செய்திருக்கமுடியும். ஆனால் சட்டசபையில் 'ஊழல் வழக்கு பதிவு செய்துள்ளேன்' என்று தம்பட்டம் அடித்துக்கொள்வதைத் தாண்டி ஜெயலலிதாவுக்கு இந்த விவகாரங்களில் எந்த ஆர்வமும் இல்லை. அந்த வழக்குகள் என்ன ஆயின என்றும் அவர் பார்க்கவில்லை, மேற்கொண்டு நடவடிக்கை களும் எடுக்கவில்லை.

விசித்திரம் என்னவென்றால், கருணாநிதியைவிட ஜெயலலிதாவையே மக்கள் அதிகம் விரும்பினார்கள். ஜெயலலிதாவைப் போல, கூட்டணி இல்லாமல் ஒரு தேர்தலில்கூட கருணாநிதியால் வெல்ல முடியவில்லை என்பதே உண்மை.

இப்படி ஒரு கூட்டணியின் அடிப்படையில் 2006 தேர்தலில் குறைந்த எண்ணிக்கை சீட்டுகளோடு ஒரு மைனாரிட்டி அரசின் தலைவராக, கருணாநிதி மீண்டும் முதல்வரானார். கருணாநிதியின் ஆட்சிக் காலத்திலேயே 2006 ஆட்சிக் காலம் மிக மிக மோசமானதாக வரலாற்றில் பதிவு செய்யப்பட உள்ளது என்பதை கருணாநிதியே தேர்தல் முடிவுகள் வெளியானபோது அறிந்திருக்கமாட்டார்.

11

2006 சட்டமன்றத் தேர்தல் முடிவுகள் வெளியாகின. திமுக ஆட்சியமைக்கப் போகிறது என்பது தெரிந்தது. அதிகாரிகள் மட்டத்தில் பரபரப்பாக புதிய ஆட்சியில் நல்ல பதவியைப் பிடிக்க போட்டித் தொடங்கியது. அனைத்தையும் பச்சை நிறத்துக்கு மாற்றி ஜெயலலிதாவின் அடிமைகளாக இருந்த அதிகாரிகள் இப்போது கோபாலபுரத்துக்குப் படையெடுக்கத் தொடங்கினார்கள். தேர்தல் முடிவுகள் வெளியான ஒரு விடுமுறை நாளில் நமது எம்ஜிஆர் படிக்கும் லஞ்ச ஒழிப்புத் துறை இயக்குநர் நாஞ்சில் குமரன் அலுவலகம் வந்தார். இரவோடு இரவாக பச்சை நிறத்தில் இருந்த லஞ்ச ஒழிப்புத் துறை அலுவலக பெயர்ப் பலகையை நீல நிறத்தில் மாற்ற உத்தரவிட்டார். அவர் மேஜையில் இருந்த நமது எம்ஜிஆர் நாளிதழ் காணாமல் போனது.

மூத்த அதிகாரிகளோடு அடுத்த கட்ட நடவடிக்கைகள் குறித்து விவாதிக்கத் தொடங்கினார். என் உடலில் திமுக ரத்தம் ஓடுகிறது என்று நாஞ்சில் குமரன் அப்போது குறிப்பிட்டதாக ஓர் அதிகாரி பிறகு என்னிடம் கூறினார். பச்சோந்தியைப்போல ஒரே நாளில் பதவி சுகத்துக்காக நிறத்தை மாற்றிய இவர்களெல்லாம் பதவிக்காகக் கொலையும் செய்யத் தயங்க மாட்டார்கள் என்பதையே உணர்த்தியது. ஒரே நாளில் உணர்வுகள், மான ரோஷம், சுயமரியாதை, அனைத்தையும் பதவி வெறி காலாவதியாக்கிவிட்டது. அடுத்த அரசாங்கத்தில் யார் காலையாவது பிடித்து நல்ல பதவி வாங்கவேண்டும் என்ற எண்ணம் மட்டுமே ஒவ்வொரு அதிகாரியின் மனதிலும் மேலோங்கி நின்றது.

திமுக அரசு பதவியேற்க ஓரிரு நாட்கள் இருந்த நிலையில் அப்போது மேலாளராக இருந்த ஜெயஸ்ரீ என்பவர் என்னை அழைத்து ஓர் அரசாணையை அளித்தார். அப்போது தமிழக அரசின் தலைமைச்

செயலாளராக இருந்தவர் என்.நாராயணன் ஐஏஎஸ். 1991 ஜெயலலிதா ஆட்சியில் அவர் நிதித்துறை செயலாளராக இருந்தார். என்னிடம் கொடுக்கப்பட்ட அரசாணை நாராயணன் மீதான வழக்கை கைவிடுவதற்கான உத்தரவு. அந்த அரசாணை மூன்று மாதங்கள் முன் தேதியிட்டு வெளியிடப்பட்டிருந்தது. அந்த அரசாணையில் கையெழுத்திட்டிருந்த வரும் நாராயணனே. மேலாளர் ஜெயஸ்ரீ அந்த அரசாணை மூன்று மாதங்களுக்கு முன்பே வந்திருந்ததுபோல பின் தேதியிட்டு கோப்பில் எழுதச் சொன்னார்.

நாராயணன் மீது இருந்த விசாரணை என்னவென்றால், தமிழ்நாடு கப்பல் கழகம் 'Tamil Nadu Shipping Corporation' என்ற நிறுவனத்தில் 23.5 சதவிகிதப் பங்குகளை தமிழக அரசு வைத்திருந்தது. இந்தப் பங்குகளை தமிழக அரசு எஸ்ஸார் நிறுவனத்துக்கு விற்றது. சந்தையில் ஒரு பங்கின் விலை 585 ரூபாய் விற்றுக் கொண்டிருந்தபோது, தமிழக அரசு தனது 23.5 சதவிகிதப் பங்குகளை 375 ரூபாய்க்கு விற்றார்கள் என்பதுதான் புகார். இது தொடர்பாக சென்னை உயர் நீதிமன்றத்தில் ஒரு பொதுநல வழக்கு தாக்கல் செய்யப்பட்டது.

அந்த வழக்கு தொடர்பாக பதில் மனு தாக்கல் செய்த தமிழக நிதித் துறையின் செயலாளர் சி.வி.ஹரிநாத் குப்தா, தனது மனுவில் தமிழக அரசுக்குக் குறைவான விலைக்குப் பங்குகளை விற்றதன் மூலம் 29.62 கோடிகள் இழப்பு ஏற்பட்டுள்ளதாகவும், லஞ்ச ஒழிப்புத் துறை விசாரணை நடைபெற்று வருவதாகவும் தனது மனுவில் குறிப்பிட்டிருந்தார். இந்த வழக்கு அப்படியே நிலுவையில் இருந்தது. இதன் காரணமாக இந்த விசாரணையை முடிக்க முடியாமல் அப்படியே நிலுவையில் வைத்திருந்தது தமிழக அரசு. இந்த வழக்கில் அப்போது நிதித்துறை செயலாளராக இருந்த என்.நாராயணன் முக்கிய குற்றவாளி.

இந்தப் பின்னணியில்தான் என்.நாராயணன் தலைமைச் செயலாளராக ஜெயலலிதா அரசில் நியமிக்கப்பட்டார். ஜெயலலிதாவிடம் செல்வாக்கோடு நாராயணன் இருந்தாலும், அவரிடம் பேசி தன் மீதான வழக்கை மூட ஆணைப் பிறப்பிக்க நாராயணனுக்குத் துணிவில்லை. அதனால் ஜெயலலிதாவுக்கே தெரியாமல் தன் மீதான வழக்கை, தானே மூடும் வகையில் இறுதி உத்தரவு பிறப்பித்து, அதை வெளியிடாமல் வைத்திருக்கும்படி லஞ்ச ஒழிப்புத் துறை இயக்குநருக்கு உத்தரவிட்டு, ஆட்சி மாற்றம் ஏற்பட்டதும் பின் தேதியிட்டு அதைச் சரி செய்ய முயற்சித்தார்.

இந்தப் பின்னணி எனக்கு நன்றாகத் தெரியும். நீதிமன்றத்தில் தண்டனை பெற்றுக் கொடுக்கக்கூடிய வகையில் ஆதாரம் உள்ள

வழக்கு இது என்பதையும் என் அனுபவம் எனக்குக் கற்றுக் கொடுத்திருந்தது. ஆதாரங்கள் இருக்கிறதோ இல்லையோ. ஒரு வழக்கு விசாரணையை இப்படிச் சட்டவிரோதமாக மூடுவதற்கு யாருக்கு உரிமை இருக்கிறது? அதுவும், முன் தேதியிட்டு ஓர் அரசாணையை வெளியிட்டு அதை கோப்பு மூலம் சட்டபூர்வ மானதாக்கச் செய்யப்படும் அயோக்கியத்தனமான முயற்சிக்கு நான் எப்படித் துணை போகமுடியும்?

இதற்கு நான் துணை போக முடியாது, என்னால் இது போல முன் தேதியிட்டு கோப்பில் கையெழுத்திட முடியாது என்பதை என் மேலாளர் ஜெயஸ்ரீயிடம் தெளிவாகத் தெரிவித்தேன். ஆனால் அத்தோடு என்னால் அமைதியாக இருக்க முடியவில்லை. புதிய அரசு மறுநாள் பதவியேற்க இருந்தது. அந்த நேரத்தில் இப்படியொரு அநியாயம் நடைபெறுவதை எப்படி வெறுமனே வேடிக்கை பார்த்துக்கொண்டு இருப்பது?

அத்தனை ஆண்டு காலம் எனக்கு லஞ்ச ஒழிப்புத் துறையில் கிடைத்த அனுபவங்களால், பல நேர்மையான அதிகாரிகளின் தொடர்பு அப்போது ஏற்பட்டிருந்தது. அப்படியொரு அதிகாரியிடம் நடந்த விபரங்கள் அனைத்தையும் சொன்னேன்.

அன்று மாலை 7 மணிக்கு, லஞ்ச ஒழிப்புத் துறை இயக்குநர் நாஞ்சில் குமரனுக்கும், ஐஜி ராதாகிருஷ்ணனுக்கும் தலைமைச் செயலகத்தில் இருந்து அவசர அழைப்பு வந்தது. கப்பல் போக்குவரத்துக் கழக ஊழல் வழக்குத் தொடர்பான கோப்பை எடுத்துக்கொண்டு காலை 6 மணிக்கு தலைமைச் செயலகம் வருமாறு அழைப்பு வந்தது. கோப்பை எடுத்துக் கொண்டு இரு அதிகாரிகளும் தலைமைச் செயலகம் சென்றார்கள். தலைமைச் செயலகத்தில், அவர்கள் இருவரும் செய்ய இருந்த திருட்டுத்தனம் அனைத்தும் அம்பலமாகியிருந்தது. இருவரும் கடுமையாகக் கண்டிக்கப்பட்டார்கள். மீண்டும் ஜெயலலிதாவுக்கோ, அவர் சார்பான அதிகாரிகளுக்கோ சாதகமாக நடந்துகொண்டால் கடும் நடவடிக்கையைச் சந்திக்க நேரிடும் என்று எச்சரித்து அனுப்பப் பட்டார்கள்.

மறுநாள் காலை 11 மணிக்கு லஞ்ச ஒழிப்புத் துறை இயக்குநர் நாஞ்சில் குமரன் அறையில் மீட்டிங் நடந்தது. அந்தக் கோப்பை பார்ப்பவன் என்ற முறையில் நானும் அந்த மீட்டிங்கில் கலந்துகொண்டேன். எனது மேலாளர் ஜெயஸ்ரீ, ஐஜி ராதாகிருஷ்ணன், அந்த வழக்கின் விசாரணை அதிகாரியான ஒரு டிஎஸ்பி ஆகியோர் இயக்குநர் நாஞ்சில் குமரன் அறையில் கூடினோம். வெளிப்படையாகவே, நாஞ்சில் குமரன் கேட்டார். 'யாரு இந்த விஷயத்தை லீக் பண்ணியிருப்பா?'

ஒவ்வொருவரும் ஒரு கருத்தைச் சொன்னார்கள். எனது மேலாளர் ஜெயஸ்ரீ, 'சார், ஒரு விஷயம் உங்ககிட்ட தனியா பேசணும்' என்று இயக்குநரைப் பார்த்துச் சொன்னார். உடனே இயக்குநர் நாஞ்சில் குமரன் என்னை வெளியே போகச் சொன்னார். மற்றவர்கள் அனைவரும் உள்ளே இருந்தார்கள். என்னை வெளியே போகச் சொன்னதால் எனக்கு கடும் கோபம். அவ்வளவு ரகசியமான விஷயம் என்றால் என்னை எதற்கு அழைக்கவேண்டும்? நான் இயக்குநர் அறையில் வெளியே காத்திருக்காமல், இரண்டு கட்டடங்கள் தள்ளியிருந்த என் இருக்கைக்குச் சென்றுவிட்டேன்.

மேலாளர் ஜெயஸ்ரீ இயக்குநரிடம் இதை சங்கர்தான் செய்திருப்பார் என்று கூறியிருக்கிறார். உடனே, ஐஜி ராதாகிருஷ்ணன் 'கரெக்ட் சார். அவர் இதைச் செய்திருப்பதற்கு வாய்ப்பு இருக்கிறது' என்று கூறியிருக்கிறார். 'ஆமாம்' என்று இயக்குநர் நாஞ்சில் குமரனும் ஆமோதித்திருக்கிறார். இதில் நகைச்சுவையான விஷயம் என்னவென்றால், மேலாளர் ஜெயஸ்ரீயோ என்னை மனதில் வைத்து சங்கர் என்று கூறியிருக்கிறார். ஆனால் நாஞ்சில் குமரனும், ராதாகிருஷ்ணனும் சங்கர் என்ற ஒரு டிஎஸ்பியை மனதில் வைத்துக் கூறியிருக்கிறார்கள்.

அந்த மற்றொரு சங்கர் லஞ்ச ஒழிப்புத் துறையில் பணியாற்றிக் கொண்டிருந்த ஒரு டிஎஸ்பி. ஜெயலலிதாமீது திமுக பல்வேறு வழக்குகளைப் பதிவு செய்துகொண்டிருந்த ஒரு கால கட்டத்தில் டிடிவி தினகரனோடு அவர் நட்சத்திர விடுதியில் இரவு விருந்து அருந்தியிருந்தார். இதனால் அவரை அதிகாரிகள் சற்று சந்தேகத்துடனேயே பார்த்து வந்தனர். அதிகாரிகள் டிஎஸ்பி சங்கரைத்தான் அவர்கள் உரையாடலில் குறிப்பிட்டுப் பேசியிருக்கின்றனர்.

எனது மேலாளர் ஜெயஸ்ரீ உடனடியாகத் தலையிட்டார். 'சார். அது அந்த சங்கர் இல்லை. இப்போது போனாரே, அந்த சங்கர்தான். அவர்தான் சொல்லியிருக்க முடியும். நான் மூன்று மாதங்கள் முன் தேதியிட்டு அந்த அரசாணையில் கையெழுத்திடுங்கள் என்று கேட்ட போது, அவர் இது தவறு, இந்த அயோக்கியத்தனத்துக்கு நான் துணை போக மாட்டேன் என்று என்னிடம் வெளிப்படையாகக் கூறினார். அவருக்கு பல உயர் அதிகாரிகளோடு நெருக்கமான நட்பு இருக்கிறது. ஆகையால் அவர்தான் இதைச் செய்திருக்கவேண்டும்' என்று கூறியிருக்கிறார்.

இயக்குநர் நாஞ்சில் குமரனுக்கும், ஐஜி ராதாகிருஷ்ணனுக்கும் பளிச்சென்று அனைத்தும் புரிந்தது. உடனடியாக என்னை உள்ளே வரும்படி உத்தரவிட்டார். அறையின் வெளியே காத்திருப்பேன் என்று நினைத்து உள்ளே அழைத்துள்ளார். நான் காத்திருக்காமல் என்

இருக்கைக்குச் சென்றுவிட்டதால், ஒரு காவலர் வந்து என்னை இயக்குநர் வரச் சொல்வதாக அழைத்தார்.

இதற்குள் என்ன நடந்திருக்கும் என்பதை என்னால் ஊகித்திருக்க முடிந்தது. இயக்குநர் அறைக்குள்ளே சென்றேன். 'என்னய்யா நெனச்சிக்கிட்டு இருக்க? உன் மனசுல பெரிய இவன்னு நெனச்சிக் கிட்டு இருக்கியா? அதிகாரிங்க நாங்க ஒரு முடிவெடுத்தோம்னா அதுக்கு ஆயிரம் காரணம் இருக்கும். அதெல்லாம் உனக்குப் புரியுமா? உன்கிட்ட அதையெல்லாம் விளக்கி சொல்லிக்கிட்டு இருக்கணுமா? உன் வேலை என்னவோ அதை மட்டும் பார்க்க மாட்டியா? உனக்கு எதுக்கு இந்த வேலை? அதிகாரிகளோட நடவடிக்கையையே கேள்வி கேக்கிற அளவுக்கு நீ பெரிய ஆளுன்னு உன் மனசுல நெனச்சுக்கிட்டு இருக்கியா?' என்று பதினைந்து நிமிடம் திட்டினார். நான் அமைதியாகக் கேட்டுக்கொண்டேன். எதுவுமே பதில் பேசவில்லை. சரி, திட்டி முடித்தவுடன் அனுப்பிவிடுவார் என்று நினைத்துக் கொண்டிருந்தேன். 'போய் ஐஜியை பாருய்யா' என்று ராதாகிருஷ்ணனிடம் அனுப்பி வைத்தார். இன்டர்காமை எடுத்து, 'சங்கரை அனுப்பிவைக்கிறேன்' என்றும் சொன்னார்.

ஐஜி ராதாகிருஷ்ணன், இரண்டு மணி நேரம் காக்க வைத்தார். அவரைச் சந்திக்கப் போவது வெறும் திட்டு வாங்கத்தான் என்பதும் எனக்குத் தெரியும். ஆனால் அதற்காக உயர் அதிகாரி வரச் சொல்லியிருக்கும் போது, அதை மதிக்காமல் சென்றுவிட முடியுமா? காத்திருந்தேன். இறுதியாக என்னை அறைக்குள் அழைத்தார் ராதாகிருஷ்ணன். நாஞ்சில் குமரன்போல வெளிப்படையாகத் திட்டவில்லை.

ராதாகிருஷ்ணன் எப்போதுமே தன் கோபத்தை வெளிக்காட்டாத ஓர் அதிகாரி. அவரால் பாதிக்கப்பட்டவர்கள்கூட, அவரை ஓர் அருமை யான அதிகாரி என்று சொல்ல வைக்கும் வகையில் பேசக்கூடிய ஒரு நாசூக்கான நபர். அவர் மனதுக்குள் கோபம் கனன்று கொண்டிருப்பதை என்னால் உணரமுடிந்தது. ஆனால் அவர் வார்த்தைகளில் எவ்விதமான கடுமையும் இல்லை. நாஞ்சில் குமரன் சொன்னதையே நாசூக்கான வார்த்தைகளால் சொன்னார்.

'அரசாங்கத்துல ஒவ்வொருத்தருக்கும் ஒரு பொறுப்பு குடுத்திருக்காங்க சங்கர். அந்தப் பொறுப்புக்கு ஏத்த மாதிரி ஒவ்வொருத்தரும் வேலை பாக்கணும். அந்த எல்லையை மீறக் கூடாது. அப்படி மீறுனா சிஸ்டம் கொலாப்ஸ் ஆயிடும். ஆனா நீங்க உங்க வரம்பை மீறி நடந்துக்கிட்டு இருக்கீங்க. இதனால பல ஆபீசர்ஸுக்கு தேவையில்லாம ட்ரபிள் வருது. நான் நெனச்சா உங்களை வேலையைவிட்டு நீக்க முடியும் தெரியுமா? ஆனா எனக்கு அப்படியெல்லாம் செய்யணும்னு துளிகூட

இன்டென்ஷன் இல்லை. யாரையும் கெடுக்குற பழக்கம் எனக்கு இல்லை. டைரக்டர்கூட உங்க மேல ரொம்ப கோவமா இருந்தாரு. ஆனா நான்தான் அவரை சமாதானப்படுத்தி 'பெருசா எதுவும் ஆக்‌ஷன் வேண்டாம் சார்'னு சொல்லி நிறுத்தி வைச்சிருக்கேன். ஆனா உங்களுக்கு இதைப் பத்தியெல்லாம் புரியலைன்னுதான் நான் நெனைக்கிறேன்' என்று நாசூக்காக பேசினார்.

1991ம் ஆண்டு லஞ்ச ஒழிப்புத் துறையில் சிறுவனாகப் பணியில் சேர்ந்த சங்கர் நான் இல்லை. ராதாகிருஷ்ணன் பேசியது அனைத்தும் அவரது வன்மத்தின் வெளிப்பாடு. வெண்ணெய் தடவிய வார்த்தைகள். நாஞ்சில் குமரன், ராதாகிருஷ்ணன் ஆகிய இருவருமே தங்களின் தவறுகளை மறைப்பதற்காகவே என்னிடம் கோபப்படுகிறார்கள் என்பது எனக்குத் தெளிவாகப் புரிந்தது. ஒரு பச்சையான தவறைச் செய்துவிட்டு, அதை நியாயப்படுத்த வார்த்தைகளைப் பூசி மெழுகுகிறார்கள் என்பதும் எனக்குப் புரிந்தது.

அரசு அலுவலகத்தில் உயர் அதிகாரிகள் அழைத்து ஒரே ஒரு வார்த்தை கடுமையாகப் பேசினாலே, அது குறித்து வாரக்கணக்கில் வருத்தப்பட்டுக் கொண்டிருக்கும் சக ஊழியர்களை நான் பார்த்திருக்கிறேன். அதிகாரிகள் திட்டினால் அதை அவ்வளவு பெர்சனலாக ஊழியர்கள் எடுத்துக்கொள்வார்கள். எப்படியாவது திட்டு வாங்காமல் இன்றைய பொழுது கழிய வேண்டும் என்று அலுவலகம் கிளம்பும்முன்பு தினமும் கடவுளிடம் வேண்டிக்கொண்டு கிளம்பும் ஊழியர்களையும் நான் பார்த்திருக்கிறேன். நான் அதுபோல வேண்டிக்கொண்டதில்லை என்றாலும், பெரிய அளவில் அதிகாரிகளிடம் இதுவரை ஏச்சு வாங்கியதில்லை.

அப்படியெல்லாம் இருந்த நான் முதல் முறையாக நேரடியாகக் கூடுதல் டிஜிபி மற்றும் ஐஜி ஆகிய இருவரிடமும் வளைத்து வளைத்து திட்டு வாங்கினேன். வேலையைவிட்டு நீக்கப்படுவோம் என்ற மிரட்டலும் இருந்தது. அது வெறும் மிரட்டல் அல்ல. என்னை மிக மிக எளிதாக வேலையைவிட்டு நீக்கக்கூடிய அதிகாரம் அந்த அதிகாரிகளிடம் இருந்தது. அது எனக்கு அச்சத்தைத்தான் ஊட்டியிருக்கவேண்டும்.

ஆனால் மாறாக அது எனக்குப் பெருமையைத் தந்தது. அவர்கள் மிகப்பெரிய அதிகாரிகள். நானோ சாதாரண ஊழியன். அவர்கள் என்னைத் திட்டியது என்னிடம் தன்னிலை விளக்கம் தந்ததுபோலவே இருந்தது. தவறு இழைத்துவிட்டு கூனிக் குறுகிய அதிகாரிகள், தங்கள் தவறுகளைப் பூசி மெழுகி சரி செய்யவே என்னைத் திட்டினார்கள் என்பது புரிந்தது. என்னைப் போன்ற சாதாரண அரசு ஊழியரிடம், உயர் அதிகாரிகள் விளக்கம் அளிக்க வேண்டிய தேவை என்ன இருக்கிறது?

ஆனால் என்னை நேரடியாக அழைத்துத் திட்டியதும், அதன் பின்னர் என்னை வேலை நீக்கம் செய்ய எந்த நடவடிக்கையும் எடுக்காமல் இருந்ததும் எனக்கு வெற்றியே.

அந்த இரு அதிகாரிகளும் என்னை எளிதாக வேலை நீக்கம் செய்திருக்க முடியும். ஆனால் அவ்வாறு செய்யாமல் இருந்ததற்குக் காரணம் அவர்களின் பெருந்தன்மை அல்ல. ஒரு ரகசியக் கோப்பில் எடுத்த முடிவை, விரைவாக அரசுக்குத் தெரிவித்து அதன்மூலம் ஒரு விசாரணையை ஏற்படுத்தி, காலை 6 மணிக்கு தலைமைச் செயலகத்துக்கு விவரத்துக்கு அழைப்பு விடுக்க முடியுமென்றால், இவனுக்குப் புதிய அரசில் பலமான செல்வாக்கு இருக்கும். அப்படிச் செல்வாக்கு உள்ள ஒருவன்மீது ஒழுங்கு நடவடிக்கை எடுத்தாலோ, வேலைநீக்கம் செய்தாலோ அவனால் நமக்கு மேலும் தொல்லைகள் வரும் என்று அவர்கள் நினைத்ததால்தான் அமைதியாக இருந்தனர்.

இல்லையென்றால், நான் 2006ம் ஆண்டு மே மாதத்திலேயே அரசு வேலையை இழந்திருப்பேன். மிக மிகச் சாதாரணமான ஒரு பணியில் இருந்த எனக்கு, அந்தச் சம்பவம் பெருமையையும் மகிழ்ச்சியையுமே அளித்தது. வேலை நீக்கம் செய்யப்பட்டாலும் அதை எதிர் கொண்டிருப்பேன். நாம் எந்தத் தவறையும் செய்யவில்லை என்பதில் எனக்கு உறுதியான நம்பிக்கை இருந்தது.

ஒரு புதிய அரசு தேர்ந்தெடுக்கப்பட்ட பிறகு, முந்தைய அரசுக்குச் சாதகமாக நடவடிக்கை எடுத்த அதிகாரிகள் மோசமான பதவிக்கு மாற்றப்படுவார்கள். அவர்கள்மீது நடவடிக்கை எடுக்கப்படும் என்று உறுதியாக நம்பினேன். ஜெயலலிதாவுக்குச் சாதகமாக அடிமைகளைப் போலச் செயல்பட்ட அந்த அதிகாரிகள் திமுக அரசில் நிச்சயம் அதிகாரம் மிக்க பதவிகளுக்கு வரவே மாட்டார்கள் என்று நம்பினேன். ஒரு பெரிய அநியாயத்தை அம்பலப்படுத்திய பெருமை எனக்கு அப்போது இருந்தது. எனவே பெருமிதத்தோடு இருந்தேன். இந்த விவகாரங்கள் எதையும் என்னுடைய சக ஊழியர்களிடம்கூட என்னால் விவாதிக்கமுடியாது. வேறு யாரிடமும் பேசமுடியாது. பேசினாலும் அவர்களுக்குப் புரியாது. இந்த ரகசியங்களை என்னோடு புதைத்து வைத்துக்கொண்டேன்.

நாஞ்சில் குமரனும், ராதாகிருஷ்ணனும் தண்ணி இல்லாத காட்டுக்கு மாற்றப்படப் போகிறார்கள் என்றே நினைத்துக்கொண்டிருந்தேன். எத்தனை பெரிய ஏமாற்றத்தைச் சந்திக்கக் காத்திருக்கிறேன் என்பது அப்போது எனக்கு தெரியாது.

12

2006 தேர்தல் முடிந்ததும், திமுக பதவியேற்றது. 96 எம்எல்ஏக்களோடு கருணாநிதி முதல்வரானார். அரசு பெரும்பான்மை அரசாவதற்கு தேவை 117 எம்எல்ஏக்கள். ஆனால் கருணாநிதி வெறும் 96 எம்எல்ஏக்களோடு ஆட்சியமைத்தார். மைனாரிட்டி அரசாக திமுக அரசு பதவியேற்றாலும் அரசுக்கு எவ்விதமான ஆபத்தும் இல்லை. நிலையாகவே இருந்தது. அதிமுக அரசுக்கு நெருக்கமாக இருந்த அதிகாரிகள் மாற்றப்பட்டு டம்மி போஸ்டுக்கு தூக்கி அடிக்கப்படுவார்கள் என்று காத்திருந்தேன்.

ராதாகிருஷ்ணன் சட்டம் ஒழுங்கு ஐஜியாக நியமிக்கப்பட்டார். சட்டம் ஒழுங்கு ஐஜி பதவி என்பது நல்ல பதவி. நாஞ்சில் குமரனோ உளவுத்துறையின் கூடுதல் டிஜிபியாக நியமிக்கப்பட்டார். நாஞ்சில் குமரனும் ராதாகிருஷ்ணனும் திமுக ஆட்சியில் அனைத்து ஐபிஎஸ் அதிகாரிகளின் கனவுப் பணியான சென்னை மாநகர ஆணையாளராக நியமிக்கப்பட்டார்கள். நாயுடு என்ற சாதி அடிப்படையில் ஆற்காடு வீராச்சாமியின் துணையோடுதான் ராதாகிருஷ்ணன் திமுக ஆட்சியில் நல்ல பதவிகளைக் கைப்பற்றினார். உளவுத்துறை கூடுதல் டிஜிபியாகவும், சென்னை மாநகர ஆணையாளராகவும் நாஞ்சில் குமரனை நியமித்ததும் ஆற்காடு வீராச்சாமியே. இப்படி ஆற்காடு வீராச்சாமியால் பதவி பெற்ற இந்த அதிகாரிகளின் விசுவாசம் யாரிடம் இருந்திருக்கும்?

ஜெயலலிதாவின் அடிமைகளைப்போல இருந்த இந்த அதிகாரிகள் திமுக ஆட்சியில் கொண்டாடப்படுவதைக் கண்டு எனக்கு மிகுந்த மனப்புழுக்கம் ஏற்பட்டது. மனப்புழுக்கம் இருந்தாலும் என்னால் என்ன செய்துவிடமுடியும்? அப்போதுதான் லஞ்ச ஒழிப்புத் துறையில் ஐஜிக்களாக இருந்த ராதாகிருஷ்ணனும், மற்றொரு ஐஜியாக இருந்த நரேந்திர பால் சிங் என்ற அதிகாரியும் அண்ணா பல்கலைக்கழகத்தின்

பொறியியல் கல்லூரிகளில் முதல்வர் கோட்டா ஒதுக்கீட்டின் கீழ் தங்கள் பிள்ளைகளுக்கு சீட் வாங்கியுள்ளார்கள் என்ற விபரம் தெரியவந்தது. இவர்கள் இவ்வாறு சீட் பெற்றது ஜெயலலிதா ஆட்சியில். தமிழகத்தின் பொறியியல் கல்லூரிகளில் முதல் வரிசையில் இருப்பது அண்ணா பல்கலைக்கழகம். அதற்குப் பிறகு திருச்சி மண்டலப் பொறியியல் கல்லூரி. அண்ணா பல்கலைக்கழகத்தில் பொறியியல் படித்தால் நூறு சதவிகிதம் வேலை உறுதி என்பது அனைவருக்குமே தெரியும். ஆகையால், அந்தக் கல்லூரியில் சேர்வதற்கான போட்டி என்பது மிக மிக அதிகம். தமிழகத்தில் பொறியியல் கல்லூரிகளில் சேர்வதற்காக அப்போது நுழைவுத் தேர்வு முறை இருந்தது. ப்ளஸ் டூவில் பெற்ற மதிப்பெண்கள் மற்றும் நுழைவுத் தேர்வு மதிப்பெண்கள் ஆகிய இரண்டையும் வைத்துத்தான் கட் ஆஃப் வரையறுக்கப்படும். அதன் அடிப்படையில்தான் இடம் ஒதுக்கப்படும். போட்டி மிகவும் கடுமையாக இருக்கும். 95 சதவிகிதத்துக்கும் அதிகமாக இருந்தால்தான் அண்ணா பல்கலைக் கழகத்தில் இடம் பெறுவது குறித்து நினைத்தே பார்க்க முடியும்.

ப்ளஸ் டூ படிக்கும் மாணவர்கள் எப்படியாவது அண்ணா பல்கலைக் கழகத்திலோ அல்லது வேறு நல்ல பொறியியல் கல்லூரிகளிலோ இடம்பிடிக்க வேண்டும் என்று இரவு பகலாக படித்ததை நான் பார்த்திருக்கிறேன். அப்படி உயிரைக் கொடுத்துப் படித்து இடம் பிடிக்கும் மாணவர்கள் ஒருபுறம் என்றால், பெரிய அளவில் முயற்சிகள் எடுக்காமல், உரிய மதிப்பெண்களையும் பெறாமல், முதல்வர் கோட்டா என்ற பெயரில் மிக எளிதாக அண்ணா பல்கலைக் கழகத்தில் சீட் பெறும் முறை அப்போது நடைமுறையில் இருந்தது. இந்த முதல்வர் கோட்டாவில்தான் லஞ்ச ஒழிப்புத் துறை ஐஜிக்களாக இருந்த ராதாகிருஷ்ணனும், நரேந்திர பால் சிங்கும், தங்கள் பிள்ளை களுக்காக சீட் பெற்றிருந்தார்கள். மற்ற அதிகாரிகள் இப்படி சீட் பெறுவதற்கும், இந்த இரு அதிகாரிகள் சீட் பெற்றதற்கும் பெரிய வேறுபாடு இருந்தது. இந்த இரு அதிகாரிகளும், ஜெயலலிதா மீதான வழக்குகளைக் கையாண்டவர்கள். ஜெயலலிதா வழக்கில் அவருக்கு சாதகமாக இறுதி உத்தரவு பிறப்பித்துவிட்டு, ஜெயலலிதா கையாலேயே சீட் பெற்றதுதான் இவர்கள் செய்த தவறு.

1984ம் ஆண்டு முதல் 1989ம் ஆண்டுவரை, ஜெயலலிதா மாநிலங்களவை எம்பியாக இருந்தார். அந்தக் காலகட்டத்தில் வருமானத்துக்கு அதிகமாகச் சொத்து சேர்த்தார் என்று ஒரு வழக்கு லஞ்ச ஒழிப்புத் துறையில் பதிவு செய்யப்பட்டது. அந்த வழக்கு எவ்வித முன்னேற்றமும் அடையாமல் முடிக்கப்பட்டது. 2001ல் ஜெயலலிதா முதல்வராக இருந்த காலத்தில் அந்த வழக்கை முடிக்கக்

கையெழுத்திட்டது ஐஜி ராதாகிருஷ்ணன். இதே போல, முன்னாள் அமைச்சர் வளர்மதி மற்றும் செங்கோட்டையனுக்கு எதிராக இருந்த வருமானத்துக்கு அதிகமான சொத்து சேர்த்த வழக்கில் நடவடிக்கையைக் கைவிட உத்தரவிட்ட அதிகாரி நரேந்திர பால் சிங். இவர்கள் இருவரும் ஜெயலலிதாவின் உத்தரவால் முதல்வர் கோட்டாவில் தங்கள் பிள்ளைகளுக்கு அண்ணா பல்கலைக்கழகத்தில் சீட் பெற்றது லஞ்ச ஒழிப்புச் சட்டத்தின் கீழ் தண்டிக்கப்பட வேண்டிய குற்றம். ஒரு பொது ஊழியர், உரிய அனுமதி பெறாமலும், பொது நலன் சாராமலும், எதைப் பெற்றாலும் அது தண்டிக்கப்பட வேண்டிய குற்றம் என்கிறது லஞ்ச ஒழிப்புச் சட்டம்.

இந்த விவரங்கள், காவல்துறையின் பல உயர் அதிகாரிகளுக்குத் தெரியும். ஆனால் யாருமே இது குறித்து எதுவும் செய்வதற்குத் தயாராக இல்லை. 2007ம் ஆண்டு. அப்போதுதான் தகவல் அறியும் உரிமைச் சட்டம் தமிழக அரசால் நடைமுறைக்குக் கொண்டு வரப்பட்டிருந்தது. அந்தச் சட்டத்தை முழுமையாகப் படித்தேன். அண்ணா பல்கலைக் கழகத்தில் அச்சட்டத்தின் மூலம் தகவல் பெறமுடியும் என்பதையும் தெரிந்து கொண்டேன். ஆனால் தகவலை யார் வாங்குவது? நானோ அரசு ஊழியன். நான் தகவலைப் பெறுகிறேன் என்று தெரிந்தால் வேலையைக் காலி செய்து விடுவார்கள். ஆனால் சும்மாவும் இருக்க முடியவில்லை. என்ன செய்வது என்று யோசித்துக் கொண்டிருந்தேன்.

மாதவரம் பால் பண்ணையில் வசிக்கும் என் நண்பன் ராஜசேகர் என்பவன்மூலம் இதைச் செய்யலாமா என்று தோன்றியது. அதற்கு அவன் ஒப்புக்கொள்ள வேண்டுமே? இதற்குள் நாங்கள் மாதவரம் பால் பண்ணையிலிருந்து வீட்டை மாற்றி மதுரவாயல் சென்றிருந்தோம். சரி, அவனிடம் கேட்கலாம் என்று பைக்கை எடுத்துக்கொண்டு ஒரு நாள் மாலை அவனைச் சந்தித்தேன்.

ராஜசேகர் கடுமையான உழைப்பாளி. பி.காம் படித்திருந்தான். அடையாறில் காய்கறிக் கடை வைத்திருந்த அவரது சித்தப்பா கடையில் வேலை பார்த்துக்கொண்டே படித்தவன். காலை ஐந்து மணிக்கே எழுந்து, சென்னை கொத்தவால் சாவடி சென்று மொத்தக் காய்கறிகளை வாங்கி வரவேண்டும். வந்து காய்கறிகளையெல்லாம் பிரித்து அடுக்கி வியாபாரத்துக்குத் தயார் செய்ய வேண்டும். இந்த வேலைகளையெல்லாம் முடித்ததும் கல்லூரிக்குச் செல்லவேண்டும். இப்படித்தான் அவன் படிப்பை முடித்தான்.

படிப்பை முடித்ததும் அண்ணா சாலையில் உள்ள ரேமன்ட்ஸ் துணிக்கடையில் அக்கவுண்டன்டாகப் பல ஆண்டுகள் வேலை பார்த்தான். பின்னர் ஒரு நெருக்கடியான சூழலில் வேலையைவிட்டு

நிற்க நேரிட்டது. பின்னர் மாதவரம் பால் பண்ணையிலேயே ஒரு தேநீர் கடை வைத்தான். அதிலும் பெரிய அளவில் வருமானம் வராததால், மூலக்கடையில் ஒரு ரெடிமேட் துணிக்கடை வைத்தான். அப்படி அவன் துணிக்கடை வைத்திருந்த நேரத்தில்தான் அவனைச் சந்தித்தேன்.

விவரங்கள் அனைத்தையும் சொன்னேன். சம்பந்தப்பட்ட அதிகாரிகள் மிகவும் அதிகாரம் படைத்தவர்கள். அதிலும் ராதாகிருஷ்ணன் மிகவும் சக்தி வாய்ந்த அதிகாரி. உனக்கு தொல்லை வரக்கூடும் என்பதையும் விளக்கினேன். ஆனால் அவன் அதைப் பற்றிக் கவலைப்படாமல் சரி என்று ஒப்புக்கொண்டான்.

அடுத்ததாக தகவல் அறியும் உரிமைச் சட்டத்தில் அண்ணா பல்கலைக் கழகத்துக்கு விண்ணப்பம் அனுப்பவேண்டும். அந்த விண்ணப்பங்களை அலுவலகத்தில் தயார் செய்ய முடியாது. பிரவுசிங் சென்டரில் சென்று தயார் செய்தால் தகவல் வெளியே போய்விடும் என்ற அச்சம் இருந்தது. சொந்தமாக ஒரு லேசர் ப்ரிண்டர் வாங்கினேன். விண்ணப்பத்தைத் தயார் செய்தேன். மூலக்கடை சென்று அவனிடம் கையெழுத்து பெற்றேன். விண்ணப்பத்தைப் பதிவுத் தபாலில் அனுப்பினேன்.

விண்ணப்பம் சென்ற மூன்றாவது நாள் அண்ணா பல்கலைக்கழகத்தில் இருந்து ஓர் ஊழியர், நேராக ராஜசேகரைப் பார்க்க வந்தார். 'சார் இந்த அட்ரஸ்ல இருந்து ஒரு ஆர்டிஐ அப்ளிகேசன் வந்துருக்கு. உங்களுக்கு என்ன வேணும்னு சொல்லுங்க. நீங்க சொல்ற ஆளுக்கு அண்ணா யுனிவர்சிட்டியில ஒரு சீட் தர்றோம். தயவுசெய்து இதைப் பெரிசு படுத்தாதீங்க' என்றார். இப்படி யாராவது தேடி வருவார்கள் என்பதை ராஜசேகர் எதிர்பார்த்தே காத்திருந்தான். ஒரு சாதாரண தகவல் அறியும் உரிமைச் சட்ட விண்ணப்பத்துக்கு 20 லட்ச ரூபாய் பெறுமானமுள்ள அண்ணா பல்கலைக்கழகப் பொறியியல் சீட்டைச் சாதாரணமாக தர முன் வருவார்கள் என்பதை ராஜசேகரும் எதிர்பார்க்கவில்லை. நானும் எதிர்பார்க்கவில்லை. கடுமையான வறுமையில், துணிக்கடை நடத்தி, அன்றாட வாழ்வுக்கே சிரமப்பட்டுக் கொண்டிருந்த நிலையிலும்கூட ராஜசேகருக்கு, அந்த அண்ணா பல்கலைக்கழக ஊழியர் ஒரு சீட் இலவசமாகத் தருகிறேன் என்று சொன்னது எந்தச் சலனத்தையும் ஏற்படுத்தவில்லை. மிகவும் சாதாரணமாக அதை உதாசீனப் படுத்தினான்.

ராஜசேகர், தான் எந்த விண்ணப்பத்தையும் அனுப்பவில்லை என்று மறுத்தான். வந்தவருக்கு என்ன செய்வது என்றே புரியவில்லை. விண்ணப்பமே அனுப்பவில்லை என்று சம்பந்தப்பட்ட முகவரியில் உள்ளவரே கூறிவிட்டார். இந்த விவகாரம் இத்தோடு முடிந்தது என்றே அவர் நினைத்தார். உடனடியாகச் சென்றுவிட்டார்.

இரண்டொரு நாளில், அண்ணா பல்கலைக்கழகத்தில் இருந்து பதில் வந்தது. 'நீங்கள் கேட்ட தகவல் எதற்கு வேண்டும்?' என்று கேள்வி கேட்கப் பட்டிருந்தது. தகவல் அறியும் உரிமைச் சட்டத்தின்படி, கேட்கப்படும் தகவல் எதற்காக என்பதைத் தெரிவிக்க வேண்டிய அவசியமே இல்லை. ஆனால் வேண்டுமென்றே அப்படி ஒரு கேள்வி கேட்டுள்ளார்கள் என்பது தெரிந்தது. அப்போதெல்லாம் வாட்ஸ் அப் போன்ற செயலிகள் இல்லை. இருந்திருந்தால் அந்தக் கடிதத்தைப் புகைப்படம் எடுத்து அனுப்பி யிருப்பான். அதனால் நேராக மூலக்கடை சென்றேன். அந்தக் கடிதத்தை வாங்கிக்கொண்டேன். வீட்டுக்கு வந்து, தகவல் அறியும் உரிமைச் சட்டப் பிரிவுகளைச் சுட்டிக்காட்டி கேட்கப்படும் தகவல் எதற்காக என்பதைத் தெரிவிக்கவேண்டிய அவசியமில்லை என்பதைப் பதிலாக தயார் செய்தேன். மீண்டும் மூலக்கடை சென்று அவனிடம் கையெழுத்து பெற்று கடிதத்தை அனுப்பினேன்.

இரண்டு நாட்களில், ஏற்கெனவே வந்த அண்ணா பல்கலைக்கழக ஊழியர் மீண்டும் ராஜசேகரை பார்க்க வந்தார். 'சார், அண்ணா யுனிவர்சிட்டிக்கு நீங்க லெட்டர் அனுப்பலன்னு சொல்றீங்க. ஆனா இந்த அட்ரஸுக்கு எந்த லெட்டர் போட்டாலும் பதில் வருது. உண்மையைச் சொல்லுங்க சார். உங்களுக்கு என்ன வேணும்னு சொல்லுங்க. செஞ்சு தர்றோம். இந்த விஷயத்தை இத்தோடு விட்றுங்க' என்றார். ராஜசேகரோ, 'நான் இதை அனுப்பவில்லை' என்ற அதே பல்லவியை மீண்டும் பாடினான்.

விஷயம் கை மீறிப் போகிறது என்பதை ராதாகிருஷ்ணன் உணர்ந்தார். அவருக்கு நெருக்கமாக இருந்த கஜபதி என்ற ஆய்வாளரை மாதவரம் காவல் நிலையத்தின் ஆய்வாளராக நியமித்தார். அண்ணா பல்கலைக் கழகத்துக்கு தகவல் அறியும் உரிமைச் சட்டம் மூலமாக விண்ணப்பம் அனுப்பியது யார், அதன் பின்னணியில் உள்ள நபர் யார் என்பதைக் கண்டு பிடிக்க வேண்டும் என்பதுதான் அவருக்கு இடப்பட்ட கட்டளை.

ஆனால் அந்த ஆய்வாளர் கஜபதி ஒரு மங்குணி ஆய்வாளர். ஒரு விவகாரத்தை ஒப்படைத்தால் அதில் துரிதமாகச் செயல்பட்டு விவரங்களைக் கண்டுபிடிக்கும் அளவுக்குத் திறமை வாய்ந்தவர் அல்ல. அதிகாரிகள் சொல்வதை எதிர் பேச்சு பேசாமல் கேட்டுக் கொள்வார். ராஜசேகரின் துணிக்கடைக்கு எதிராக தினமும் இரண்டு கான்ஸ்டபிள்களைக் கண்காணிக்கும் பணியில் அமர்த்தினார். அவர்களும் காலை முதல் கடை மூடும் வரை கடைக்கு நேர் எதிரே நின்று கடையைக் கண்காணித்துக் கொண்டிருப்பார்கள். ராஜசேகரிடம் கையெழுத்து வாங்குவதற்காக அவர்கள் இருக்கையிலேயே பலமுறை சென்றிருக்கிறேன். ஆனால் அது ரெடிமேட் துணிக்கடை என்பதால்

| 76 |

எப்படிச் சந்தேகப்பட முடியும்? பல வாடிக்கையாளர்களைப்போல நானும் ஒரு வாடிக்கையாளர் என்றுதானே நினைக்கமுடியும்?

இதற்கிடையே அண்ணா பல்கலைக்கழகம் தொடர்ந்து நொள்ளை யான காரணங்களைச் சொல்லி தகவல்களை மறுத்து வந்தது. நானும், மதுரவாயலுக்கும் மூலக்கடைக்கும் அலைந்து, தவறாமல் பதில்களை அனுப்பி வந்தேன். ராஜசேகரின் கடையைக் கண்காணிப்பது மட்டும் பலன் தராது என்று ராதாகிருஷ்ணன் உணர்ந்தார். ஒரு நாள் காலை ஐந்து மணிக்கு ராஜசேகரின் வீட்டைக் கண்டுபிடித்து சீருடையில் இரு காவலர்களை அனுப்பினார். காலை ஐந்து மணிக்கு சீருடையுடன் இரு காவலர்கள் வீட்டு கதவைத் தட்டியதும், சேகர் குடும்பத்தினர் பயந்து போயினர். வந்த காவலர்கள், அண்ணா பல்கலைக்கழகத்துக்கு விண்ணப்பம் அளித்தது யார் என்று விசாரித்தனர். மீண்டும் ராஜசேகர் எனக்கு தெரியாது என்பதையே பதிலாகக் கூறினான். காவலர்கள் சிறிது நேரத்தில் அவன் குடும்பத்தைப் பற்றி விசாரித்து விபரங்களைக் குறித்துக்கொண்டு சென்றுவிட்டனர். ஆனால் ராஜசேகருக்கு தொல்லை அத்தோடு முடியவில்லை. வீட்டு உரிமையாளர் வீட்டைக் காலி செய்யச் சொல்லிவிட்டார். கைக்குழந்தையை வைத்துக் கொண்டு அவசரமாக வீட்டைக் காலி செய்ய வேண்டிய நெருக்கடி.

அரசு ஊழியர்களுக்கான கூட்டுறவு சங்கத்தில் 50 ஆயிரம் கடன் பெற்று ராஜசேகருக்கு கொடுத்தேன். அந்தப் பணத்தை வைத்து ராஜசேகர் குத்தகைக்கு வீடுபிடித்து குடியேறினான். இப்படியெல்லாம் நெருக்கடிகள் வந்தாலும், தகவல்களைப் பெறுவதில் இருந்து அவன் பின் வாங்கவில்லை. இரண்டு மாதங்கள் கடந்த பிறகு இறுதியாக தகவல் ஆணையத்திடம் மேல் முறையீடு செய்தோம்.

தகவல் அறியும் உரிமை சட்டம் அவ்வளவாக அந்தக் காலத்தில் பிரபலமாகவில்லை என்பதால் தகவல் ஆணையத்தில் பெரிய அளவில் வழக்குகள் நிலுவையில் இல்லை. வெகு விரைவாகவே எங்கள் மேல் முறையீடு விசாரணைக்கு எடுத்துக்கொள்ளப்பட்டது. ராமகிருஷ்ணன் என்ற ஓய்வு பெற்ற அதிகாரி தலைமைத் தகவல் ஆணையராக இருந்தார். அவர் முன்னிலையில் விசாரணைக்கு வந்தது. விசாரணைக்கு மனுதாரர் என்ற முறையில் ராஜசேகர் நேரில் ஆஜரானான். அங்கே என்ன நடக்கிறது என்பதைத் தெரிந்துகொள்ள எனக்கு அதீத ஆர்வம். விசாரணை தொடங்கியதும் செல்போனில் எனக்கு அழைப்பு விடுத்து அப்படியே பாக்கெட்டில் வைத்துக் கொண்டான்.

அண்ணா பல்கலைக்கழகத்திலிருந்து பல பேராசிரியர்கள் வந்திருந்தனர். தகவலை அளிக்க முடியாது என்பதற்கான பல்வேறு காரணங்களைத் தெரிவித்தனர். ஆனால் தலைமைத் தகவல் ஆணையர் ராமகிருஷ்ணன்

அவை எதையுமே ஏற்கவில்லை. அந்தப் பேராசிரியரைப் பார்த்துக் கேட்டார். 'நீங்கள் பிசிக்ஸ் புரொபசர்தானே? தண்ணீரின் உறைநிலை என்ன?' என்றார். அதற்கு புரொபசர் 'ஸீரோ டிகிரி' என்றதும், 'இதற்கு இருவேறு பதில்கள் இருக்கமுடியுமா? மனுதாரர் ஒரு தகவல் கேட்கிறார். அது எதற்காக, என்ன காரணத்துக்காக என்பதையெல்லாம் கேட்க உங்களுக்கு உரிமை இல்லை. சட்டத்தின்படி கேட்ட தகவலை நீங்கள் கொடுக்கவேண்டும். அது உங்கள் கடமை. மனுதாரர் கேட்ட தகவலை நீங்கள் கொடுக்கவில்லை என்றால், உங்கள்மீது நடவடிக்கை எடுக்க வேண்டும்' என்று தெளிவாகக் கூறினார்

அண்ணா பல்கலைக்கழக அதிகாரிகள் ஆடிப் போனார்கள். இரண்டே நாட்களில் கேட்கப்பட்ட தகவல்கள் அனைத்தும் வந்தன. உயர் அதிகாரிகளின் பிள்ளைகள் மட்டுமல்லாமல் 300க்கும் மேற்பட்ட மாணவர்கள் முதல்வர் கோட்டா என்ற போர்வையில் அண்ணா பல்கலைக்கழகத்தில் சேர்க்கப்பட்டது தெரியவந்தது. மிகப் பெரிய அநியாயம் நடந்திருப்பதும் தெரிந்தது.

ராதாகிருஷ்ணன் மற்றும் நரேந்திர பால் சிங் ஆகியோரின் பிள்ளைகளுக்கு சீட் வழங்கப்பட்டிருப்பதும், அவர்கள் மிக மிகக் குறைந்த மதிப்பெண்கள் பெற்றிருப்பதும் தெரிய வந்தது. நரேந்திர பால் சிங்கின் மகள் குர்பானி சிங் கம்ப்யூட்டர் சயின்ஸ் எஞ்சினியரிங் பிரிவில் அண்ணா பல்கலைக்கழகத்தில் சேர்ந்திருந்தார். அவரின் கட் ஆஃப் மதிப்பெண் 300க்கு 229.44. ராதாகிருஷ்ணனின் மகன் சந்தீப் எலக்ட்ரானிக்ஸ் அன்ட் கம்யூனிகேஷன் பிரிவில் சேர்ந்திருந்தார். அவர் பெற்ற கட் ஆஃப் மதிப்பெண் 300க்கு 188.31. அந்த ஆண்டு பழங்குடியின பிரிவினருக்கான கட் ஆஃப் என்ன தெரியுமா? 244.11. இருப்பதிலேயே குறைந்த கட் ஆஃப் மதிப்பெண் பழங்குடி இனத்தவருக்குத்தான். அதைவிடவும் குறைந்த மதிப்பெண்களைப் பெற்ற இவர்கள் பிள்ளைகள் அப்போது அண்ணா பல்கலைக் கழகத்தில், உழைத்து சீட் பெற்ற மாணவர்களுக்கு இணையாகப் படித்துக் கொண்டிருந்தார்கள். நீதிமன்றத்தில் பொதுநல வழக்குத் தொடுக்கப் போதுமான ஆதாரங்கள் கிடைத்து விட்டன.

தகவல்கள் அனைத்தையும் கொடுத்துவிட்டு ராஜசேகர் இனி தன்னை தொந்தரவு செய்ய வேண்டாம் என்று கேட்டுக்கொண்டான். அவனை இனியும் தொல்லை செய்வது நியாயமில்லை என்பது எனக்கும் புரிந்தது. நானும் நேரடியாக வழக்குத் தொடுக்க முடியாது. பிறகு அந்த ஆதாரங்களை வைத்துக் கொண்டு என்ன செய்வது?

13

அண்ணா பல்கலைக்கழக மாணவர் சேர்க்கை ஊழல் குறித்து, ராதாகிருஷ்ணன் மற்றும் நரேந்திர பால் சிங் ஆகிய இரண்டு ஐபிஎஸ் அதிகாரிகள் மீதும் ஊழல் வழக்குப் பதிவு செய்து சிபிஐ விசாரணை உத்தரவைப் பிறப்பிக்கச் செய்யவேண்டும் என்பதே அடுத்தகட்ட திட்டம். ஆனால் அதை யாரை வைத்துச் செய்வது என்பதில் மிகுந்த குழப்பமாக இருந்தது. தகவல் அறியும் உரிமைச் சட்டத்தின் கீழ் தகவல் பெறுகையிலேயே மனுதாரர் ராஜசேகரை என்ன பாடு படுத்தினார்கள் என்று பார்த்தோம். வேறு யாரையும் இப்படிப்பட்ட சிக்கலுக்கு ஆளாக்கக்கூடாது என்பதில் உறுதியாக இருந்தேன். மேலும், ராதாகிருஷ்ணன் ஒரு செல்வாக்கு மிகுந்த அதிகாரி. வழக்கு தாக்கல் செய்பவர்களை நயந்து பேசியோ, மிரட்டியோ தன் வழிக்குக் கொண்டு வருவார் என்பதையும் அறிந்திருந்தேன். இப்படி யார் மிரட்டலுக்கும் அஞ்சாத ஒரு நபர்தான் இந்த வழக்கைக் கையிலெடுக்க வேண்டும் என்பதிலும் கவனமாக இருந்தேன்.

இது குறித்துப் பரவலாக விசாரித்து இறுதியில் பேராசிரியர் கல்யாணியைக் கண்டடைந்தேன். கல்லூரியில் பேராசிரியராக இருந்து ஓய்வு பெற்று, திண்டிவனத்தில் பணியாற்றி வந்தார். அவர் ஒரு முன்னாள் நக்சலைட். திண்டிவனத்தில், இருளர் என்ற பழங்குடி வகுப்பினருக்காகவே தன் வாழ்வை அர்ப்பணித்துச் செயல்பட்டுக் கொண்டிருந்தவர். நக்சலைட்டாக இருந்து சிறைகளையெல்லாம் பார்த்தவர் என்பதால் காவல்துறை நெருக்கடிகளுக்கெல்லாம் அஞ்சாதவர். எல்லாவற்றுக்கும் மேலாக நேர்மையாளர்.

அவரின் தொலைபேசி எண்ணைக் கண்டுபிடித்து விபரங்களைச் சொன்னேன். அதற்கு அடுத்த சனிக்கிழமை என்னை திண்டிவனம் வரச்

சொன்னார். காலை 5 மணிக்கு கோயம்பேட்டில் வண்டி ஏறி, திண்டிவனம் சென்றடைந்தேன். பேருந்து நிலையத்திலேயே எனக்காகக் காத்துக் கொண்டிருந்தார். முதலில் நான் யார், எங்கே பணியாற்றுகிறேன் என்பதுபோன்ற விபரங்களைக் கேட்டார். எல்லாவற்றையும் விளக்கிச் சொன்னேன். மதிய உணவை அவர் வீட்டிலேயே அருந்தினேன். மாலை அங்கிருந்து கிளம்பினேன்.

மீண்டும் அடுத்த வாரம் வரச் சொன்னார். அடுத்த சனிக்கிழமையும் சென்றேன். இதுபோல நான்கு வாரங்களுக்கு மேல் வரச் சொன்னார். இந்த விவகாரத்தில் எனக்குத் தனிப்பட்ட நோக்கம் எதுவும் இருக்குமா என்ற சந்தேகம் அவருக்கு இருந்தது. நான்கு வாரங்கள் தொடர்ந்து என்னோடு விவாதித்தபிறகு அதுபோல எனக்கு தனிப்பட்ட நோக்கங்கள் எதுவும் இல்லை என்பதைப் புரிந்துகொண்டார். இந்த விவகாரத்தில் சிபிஐ விசாரணைக்கு உத்தரவிட வேண்டும் என்று ஒரு புகார் மனு தயார் செய்யப்பட்டு தமிழக அரசின் தலைமைச் செயலாளருக்கு அனுப்பப்பட்டது.

அடுத்தபடியாக இந்த விவகாரம் குறித்து ஊடகங்களில் செய்தி வெளியிட வேண்டும் என்பதைக் குறிப்பிட்டார். அதுவரை எனக்கு எந்தப் பத்திரிக்கையாளரோடும் தொடர்பு கிடையாது. நல்ல பத்திரிக்கையாளர்களாகக் கண்டறிந்து அவர்களைத் தொடர்பு கொண்டேன். ஜூனியர் விகடனில் வெங்கடேஷ் என்பவரைத் தொடர்புகொண்டேன். அவர் பாண்டிச்சேரியிலிருந்து ஒரு செய்தியாளரை அனுப்பி அது குறித்துச் செய்தி வெளியிட ஏற்பாடு செய்தார்.

தெகல்கா இதழில் செய்தி வெளியிட அதன் நிருபர் வினோஜ் என்பவரைத் தொலைபேசியில் தொடர்பு கொண்டேன். அதுவரை அனைத்துப் பத்திரிக்கையாளர்களிடமும் தொலைபேசியில் மட்டுமே பேசுவேன். இதற்காகவே புதியதாக ஒரு செல்போன் வாங்கி புதிய எண் வாங்கிப் பயன்படுத்தினேன். பத்திரிக்கையாளர்கள் அனைவரிடமும் வேறு பெயரில்தான் அறிமுகப்படுத்திக் கொண்டு பேசுவேன். டெக்கான் க்ரானிக்கிள் நாளிதழிலும் இது குறித்துச் செய்தி வெளியிட வைத்தேன். பொதுவெளியில் இந்தச் செய்திகள் பெரும் தாக்கத்தை ஏற்படுத்தவில்லை என்றாலும், அதிகாரிகள் மட்டத்தில் இது நல்ல தாக்கத்தையே உருவாக்கியிருந்தது.

பல அதிகாரிகள், இந்த இரு அதிகாரிகளின் உண்மை முகம் வெளியே தெரிந்தது குறித்து என்னிடமே மகிழ்ச்சியைப் பகிர்ந்துகொண்டார்கள். ஆனால் அவர்கள் ஒருவரிடமும் இந்தச் செய்தி வெளியானதற்கு நான்தான் காரணம் என்பதை வெளிப்படையாக அறிவித்துப் பெருமை பட்டுக்கொள்ள முடியாத நிலையில் நான் இருந்தேன்.

பேராசிரியர் கல்யாணி ஊடகங்களில் செய்தி வெளியிட வைத்ததோடு நிற்காமல், சிபிஐ விசாரணை கோரி சென்னையில் ஓர் ஆர்ப்பாட்டத்துக்கும் ஏற்பாடு செய்தார். இது குறித்து ஒத்த கருத்துடைய பல சமூகச் செயல் பாட்டாளர்களை ஒன்றிணைத்தார். கல்வி சீர்திருத்தம் குறித்து ஆர்வமுள்ள பல முன்னாள் பேராசிரியர்கள் கலந்துகொண்டனர். முன்னாள் நக்சலைட்டுகள் பலரையும் சந்திக்க நேர்ந்தது.

சென்னையில் நடைபெற்ற ஆர்ப்பாட்டத்தில் விடுதலை சிறுத்தைகள் கட்சித் தலைவர் தொல்.திருமாவளவன் கலந்துகொண்டு உரையாற்றினார். சமூக வெளியில் செயல்படும் பலரும் கலந்து கொண்டு உரை நிகழ்த்தினர். அந்த நிகழ்ச்சிக்காக தயார் செய்யப்பட்ட துண்டறிக்கையைப் பேராசிரியர் கல்யாணி அவ்வளவு கவனமாகத் தயார் செய்தார். அந்தத் துண்டறிக்கையில் அந்த ஊழலின் மொத்த சாராம்சமும் இருக்கும்படியாகப் பார்த்துக்கொண்டார். ஒரு விஷயத்தைக் கையில் எடுத்துக்கொண்டால், அதில் அவர் காட்டிய ஈடுபாடும் அர்ப்பணிப்பும் வியப்பை ஏற்படுத்தியது. கல்யாணி ஓர் அற்புதமான இயற்பியல் பேராசிரியர். அவர் நினைத்திருந்தால் மாணவர்களுக்கு ஒரு பயிற்சி வகுப்போ, ட்யூஷனோ எடுத்து தொடர்ந்து பணம் சம்பாதித்திருக்க முடியும். ஆனால் பொதுமக்களின் பிரச்னைகளுக்காகவே தன்னை அர்ப்பணித்துக்கொண்டு இன்றுவரை தொடர்ந்து போராடி வருகிறார்.

சென்னை உயர்நீதிமன்றத்தில் பொது நல வழக்குத் தொடுப்பதற்காக வழக்கறிஞர்களைச் சந்திக்குமாறு என்னைக் கேட்டுக்கொண்டார். பொதுநல வழக்கு என்பதால், இலவசமாக வழக்கு நடத்த கோரிக்கை வைக்கப் போகிறோம் என்று சில வழக்கறிஞர்கள் அஞ்சுவார்கள். ஆகையால் அவர்களிடம் பொதுமக்களிடம் வசூல் செய்து, அவர்களுக்குத் தேவையான கட்டணத்தைத் தந்து விடுவோம் என்பதைத் தெளிவுபடுத்தும்படியும் கூறினார். சென்னையில் அவர் அண்ணன் மகன் வழக்கறிஞராக பணியாற்றுவதாகவும், அவர் உதவியை எடுத்துக் கொள்ளும்படியும் கேட்டுக்கொண்டார்.

பேராசிரியர் கல்யாணியின் உறவினரை சென்னையில் சந்தித்தேன். விவரங்களைக் கூறி எந்த வழக்கறிஞரைச் சந்திக்கலாம் என்று கேட்டேன். அவர் சில வழக்கறிஞர்களின் பெயர்களைக் கூறினார். வெளிப்படையாகப் பார்த்தால் வழக்கின் தன்மையின் அடிப்படையில் தீர்ப்புகள் வழங்கப்படுகின்றன என்று தோன்றும். ஆனால் வழக்கறிஞர்களின் முகங்களைப் பார்த்தும், அவர் யார், அவர் பின்புலம் என்ன என்பதைப் பார்த்தும்தான் பெரும்பாலான தீர்ப்புகள் வழங்கப்படுகின்றன என்பதை விளக்கினார். நம்பிக்கை ஏற்படுத்தும் வகையிலான வழக்கறிஞர்கள்தான் இந்த வழக்குக்கு சரிப்பட்டு

வருவார்கள் என்று கருதி இரண்டு மூன்று வழக்கறிஞர்களின் பெயரை அவர் சொன்னார்.

ஒவ்வொரு சனிக்கிழமையும், ஆவணங்கள் அனைத்தையும் எடுத்துக் கொண்டு வழக்கறிஞர்களைச் சந்திப்பதுதான் வேலை. சென்னை உயர் நீதிமன்றத்திலேயே அனைவராலும் மதிக்கப்படுபவர் என்ஜிஆர். பிரசாத் என்பவரைத்தான் முதலில் சந்தித்தேன். அண்ணா பல்கலைக் கழகத்தில் ஊழல் என்றதுமே, நான் அண்ணா பல்கலைக்கழகத்தின் சார்பில் ஆஜராகியிருக்கிறேன். ஆகையால் என்னால் அதற்கு எதிராக ஆஜராக முடியாது என்று மறுத்து விட்டார். மூத்த வழக்கறிஞர் வைகையை அடுத்து சந்தித்தேன். அவரும் இதே காரணத்தைக் கூறி மறுத்துவிட்டார். முதல் இரண்டு முயற்சிகளுமே தோல்வியில் முடிந்தன. நான் சளைக்காமல் தொடர்ந்து வழக்கறிஞர்களைச் சந்திக்கும் முயற்சியில் ஈடுபட்டிருந்தேன். இந்த முயற்சிகளின் விபரங்களை பேராசிரியர் கல்யாணிக்கும் தெரிவித்துக்கொண்டிருந்தேன்.

ஒரு சமூகத்தின் பயனுக்காக, ஆதாரங்களோடு பொதுநல வழக்குத் தொடுப்பதில்கூட எத்தனை சிரமங்கள் இருக்கின்றன என்பதை நான் உணர்ந்துகொண்டேன். அண்ணா பல்கலைக்கழகத்தின் மூன்று அரசு பொறியியல் கல்லூரிகளில் மொத்தமுள்ள இடங்களில் 5 சதவிகிதத்தை அரசு கோட்டாவாக ஒதுக்கி அதில் மாணவர் சேர்க்கை நடைபெற்றுக் கொண்டிருந்தது. இது ஒரு காலகட்டத்தில் அனுமதிக்கப்பட்ட மாணவர் சேர்க்கைக்கு அதிகமாக நடைபெறும் அளவுக்கு வளர்ந்தது. உதாரணமாக மெக்கானிக்கல் எஞ்சினியரிங் பிரிவில் மொத்தம் 80 சீட்டுகள் என்றால், 95 மாணவர்கள் சேர்க்கப்படுவர். இது தவறு என்பதைச் சுட்டிக் காட்டவும், தட்டிக் கேட்கவும் யாருமே இல்லை. ஒரு புறம், இரவு பகலாகப் படித்து நல்ல மதிப்பெண்கள் பெறும் மாணவர்கள் அண்ணா பல்கலைக்கழகத்தில் நுழைந்து கொண்டிருந்தால், மறுபுறம், உரிய மதிப்பெண்கள் பெறாமல் 50 அல்லது 60 சதவிகிதம் மதிப்பெண் பெற்ற மாணவர்களும் சேர்ந்துகொண்டிருந்தார்கள். உயர்கல்வியில் நடைபெறும் இத்தகைய பெரும் ஊழல்களைக் கேள்வி கேட்க ஒருவருமே முன்வரவில்லை.

2007ம் ஆண்டு இது தொடர்பாக ஒரு பொதுநல வழக்கு தொடுக்கப் பட்டது. அதில் இந்த அரசு கோட்டாவை ரத்து செய்யவேண்டும் என்று கோரிக்கை விடப்பட்டது. மேலும் இதுவரை நடந்த மாணவர் சேர்க்கை தொடர்பாக சிபிஐ விசாரணை வேண்டும் என்றும் கோரிக்கை வைக்கப்பட்டது. அரசு கோட்டாவை நீதிபதி ஏ.பி.ஷா தலைமையிலான டிவிஷன் பென்ச் ரத்து செய்து 11 செப்டம்பர் 2007ல் ரத்து செய்தது. ஆனால் சிபிஐ விசாரணைக்கு உத்தரவிட மறுத்துவிட்டது. தமிழக அரசு இந்தத் தீர்ப்புக்கு எதிராக உச்ச நீதிமன்றத்தில் மேல்முறையீடு செய்தது.

இந்த மேல் முறையீட்டைக் காரணம் காட்டி, அரசு கோட்டாவில் மாணவர்கள் சேர்க்கை நடைபெற்றுக்கொண்டிருந்தது.

பின்னாளில் உச்ச நீதிமன்றத்தில் தமிழக அரசின் மேல் முறையீடு தள்ளுபடி செய்யப்பட்டது. தற்போது அரசு கோட்டா என்பது முழுமையாக ஒழிக்கப்பட்டு, வெறும் தொழிற்சாலைகளுக்கான கோட்டா என்பது மட்டும் செயல்படுத்தப்பட்டு வருகிறது. இது எப்படி என்றால், ஒரு பெரிய தொழிற்சாலை, டாடா கன்சல்டன்சி சர்வீசஸ்போல ஒரு தொழிற்சாலை, அண்ணா பல்கலைக்கழகத்துக்கு ஒரு கணிசமான தொகையை நிதியாகக் கொடுக்கும். அதன் அடிப்படையில், அந்த நிறுவனம் சொல்லும் ஒரு மாணவருக்கு சீட் வழங்கப்படும். இந்த கோட்டாவைப் பயன்படுத்தி, பெயர் தெரியாத தொழிற்சாலைகள் எல்லாம் அண்ணா பல்கலைக்கழகத்துக்கு நன்கொடை கொடுத்து அதன் மூலம் சீட் வாங்கும் மோசடி இன்றும் நடைபெற்றுக் கொண்டுதான் இருக்கிறது.

இந்தப் பின்னணியில், இரண்டு ஐபிஎஸ் அதிகாரிகள் தங்கள் பிள்ளைகளுக்கு சீட் பெற்றது தொடர்பாக 2009ம் ஆண்டு பேராசிரியர் கல்யாணியின் பெயரில் பொதுநல வழக்கு தாக்கல் செய்யப்பட்டது. வழக்கறிஞர் ராதாகிருஷ்ணன் ஆஜராகி வாதாடினார். ஆனால் போதுமான முகாந்திரங்கள் இல்லை என்று கூறி, இந்த வழக்கு தள்ளுபடி செய்யப்பட்டது. விசாரணைக்கு உத்தரவிடப்படாமல், வழக்கு தள்ளுபடி செய்யப்பட்டது எனக்கு மன வருத்தமே.

அண்ணா பல்கலைக்கழகத்தில் அரசு கோட்டா அமலில் இருந்ததால் இரு அதிகாரிகளும் சீட் பெற்றது தவறில்லை. ஜெயலலிதா மற்றும் அவரது அமைச்சரவை சகாக்கள் மீதான வழக்குகளை இவர்கள் ரத்து செய்து உத்தரவு போட்டார்கள் என்பதற்கான ஆதாரங்களை மனுதாரர் சமர்ப்பிக்கவில்லை என்று உயர் நீதிமன்றம் காரணம் கூறியது. ஒரு மனுதாரர், தகவல் அறியும் உரிமைச் சட்டம் மூலமாக அண்ணா பல்கலைக்கழகத்தில் நடந்த முறைகேடுகளையும் இரு அதிகாரிகளின் பிள்ளைகள் சீட் பெற்றதையும் ஆவணங்களோடு நிரூபித்திருக்கிறார்.

லஞ்ச ஒழிப்புத் துறையில் உள்ள ஊழல் வழக்குகளை அவர்கள் ரத்து செய்தார்களா இல்லையா என்பது குறித்து விசாரணை நடத்த வேண்டியது அரசின் கடமை. அந்த ஆவணங்களை மனுதாரர் சமர்ப்பிக்க வேண்டும் என்று உயர் நீதிமன்றம் எதிர்பார்த்தது எந்த வகையில் நியாயமாக இருக்க முடியும்? புலனாய்வு நடத்தவேண்டும் என்றுதானே மனுதாரர் கோரிக்கை விடுக்கிறார்? அனைத்தையும் மனுதாரரே செய்ய வேண்டும் என்று உயர் நீதிமன்றம் எதிர்பார்ப்பது எப்படி நியாயமாக இருக்க முடியும்? ஆனால் பல வழக்குகளில்

நீதிமன்றங்கள் இப்படித்தான் முடிவெடுக்கின்றன. ஊழல் செய்யும் அதிகாரிகளின் உரிமைகளையும் நியாயங்களையுமே உயர் நீதிமன்றங்கள் கவனத்தில் கொள்கின்றன.

இந்தப் பொதுநல வழக்கு தள்ளுபடி செய்யப்பட்டது எனக்கு வருத்தத்தையே தந்தது. ஆனால் ஒரு சாமான்யனாக இருந்து, அதிகார மையத்தின் உச்சத்தில் இருக்கும் அதிகாரிகளை அசைத்துப் பார்த்தது எனக்கு பெரும் நம்பிக்கையையும் உற்சாகத்தையும் அளித்தது. அரசு இயந்திரத்தில் ஒரு சாதாரண துரும்பாக இருந்த என்னாலும் அதிகார வர்க்கத்துக்கு அச்சத்தை ஊட்ட முடியும் என்று பெருமையாக இருந்தது.

2007ம் ஆண்டு தொடக்கத்தில் தமிழகத்தின் உளவுத்துறை ஐஜியாக ஜாபர் சேட் நியமிக்கப்பட்டார். தமிழகத்தில் முதல் முறையாக தொலைபேசிகள் சட்டவிரோதமாக ஒட்டுக் கேட்கப்படுகிறதென்று செய்திகள் வெளியாகத் தொடங்கியிருந்த சமயம் அது. தொலைபேசிகளை ஒட்டுக் கேட்கும் அதிகாரம் எல்லா அரசுகளுக்குமே இருக்கிறது என்றாலும் உச்ச நீதிமன்றம் இதற்கென்று சில விதிமுறைகளை வகுத்திருந்தது.

1997ம் ஆண்டு, பியுசிஎல் அமைப்பு தனிநபர் உரிமைகள் மீறப்படு கிறதென்று ஒரு பொது நல வழக்கை உச்ச நீதிமன்றத்தில் தொடுத்தது. அந்த வழக்கில் இறுதித் தீர்ப்பை வழங்கிய உச்ச நீதிமன்றம், ஒரு தொலைபேசி ஒட்டுக் கேட்கப்படுகிறதென்றால், மாநில அரசு அல்லது மத்திய அரசின் அனுமதி பெற வேண்டும். எதற்காக ஒட்டுக் கேட்கப்படுகிறதென்று வலுவான காரணங்களை எழுத்துபூர்வமாக பதிவு செய்ய வேண்டும். ஒருமுறை பிறப்பிக்கப்படும் உத்தரவு இரண்டு மாத காலங்கள் வரையில்தான் நடைமுறையில் இருக்கும். அதை நீட்டிக்க வேண்டுமென்றால் மீண்டும் உள்துறை செயலர் அனுமதி பெற வேண்டும். ஒரு தொலைபேசியை அதிகபட்சம் ஆறு மாதங்கள்வரை மட்டுமே ஒட்டுக் கேட்க முடியும். ஒட்டுக் கேட்பது தொடர்பான ஆவணங்கள் இரண்டு மாதங்கள் கழித்து அழிக்கப்பட வேண்டும் என்பதே அந்த விதிமுறைகள்.

ஆனால் தமிழகத்தில் உளவுத் துறை தலைவர் ஜாபர் சேட் சமுதாயத்தில் முக்கியமானவர்கள் அனைவரின் தொலைபேசிகளையும் சகட்டுமேனிக்கு ஒட்டுக் கேட்கத் தொடங்கினார் என்று புகார்கள் எழுந்தன. அப்போது உளவுத்துறையில் டிஐஜியாக இருந்தவர் சங்கர் ஜிவால் என்ற ஐபிஎஸ் அதிகாரி. அவர் அதற்கு முன்னதாக மத்திய அரசின் போதைப் பொருள் தடுப்புப் பிரிவில் பணியாற்றி வந்தார். அங்கே பணியாற்றியபோது, போதைப் பொருள் கடத்துபவர்களைக் கண்டறிவதற்காக, ஒரு

தனியார் நிறுவனத்தைப் பயன்படுத்தி தொலைபேசிகளை ஒட்டுக் கேட்கும் வழக்கத்தைக் கொண்டிருந்தார். அந்தத் தனியார் நிறுவனத்துக்கான கட்டணம், ரகசிய நிதியிலிருந்து வழங்கப் பட்டிருந்தது. அந்தத் தனியார் நிறுவனத்தின் பெயர் டி3டி டெக்னாலஜிஸ். இதில் அயோக்கியத்தனம் என்னவென்றால், டி3டி டெக்னாலஜிஸ் நிறுவனத்தில், சங்கர் ஜிவாலின் மனைவி மம்தா சர்மா ஓர் இயக்குநர்.

உளவுத்துறையில் டிஐஜியாக இருந்த சங்கர் ஜிவால், ஐஜி ஜாபர் சேட்டுக்கு அந்தத் தனியார் நிறுவனத்தை அறிமுகப்படுத்தினார். ஜாபர் சேட்டுக்கோ, உளவுத்துறையின் ஐஜியாக நியமிக்கப்பட்டதும் அதிகார போதை தலைக்கேறியது. எதிர்க்கட்சித் தலைவர்கள், பத்திரிக்கையாளர்கள் என பலரது தொலைபேசிகள் ஒட்டுக் கேட்பு வளையத்துக்குள் கொண்டு வரப்பட்டன. ஒரு சிறுபான்மை அரசை கருணாநிதி நடத்திக் கொண்டிருந்ததால், எதிர்க்கட்சிகள் என்ன செய்கின்றன என்பதை அறிந்துகொள்ள வேண்டிய கட்டாயம் கருணாநிதிக்கு இருந்தது. குறிப்பாக அப்போது கணிசமான எம்எல்ஏக்களை வைத்திருந்த பாட்டாளி மக்கள் கட்சியின் நிறுவனர் ராமதாஸ், தினந்தோறும் அறிக்கைகள் விட்டு கருணாநிதிக்கு கடும் தொல்லை கொடுத்துக் கொண்டிருப்பார்.

அவர் என்ன பேசுகிறார், என்ன முடிவெடுக்கப் போகிறார் என்பதை ராமதாஸ் மற்றும் அவரது கட்சி எம்எல்ஏக்களின் தொலைபேசிகளை ஒட்டுக் கேட்டு துல்லியமாக அறிக்கையாக கருணாநிதிக்கு அளித்தார் ஜாபர் சேட். இது இதர எதிர்க்கட்சிகளின் மீது கருணாநிதிக்கு ஒரு பெரும் அட்வான்டேஜை அளித்தது. நாளை ஒரு விவகாரம் குறித்து அறிக்கை வெளியிடலாம் என்று ராமதாஸ் ஆலோசித்து அதற்கான தரவுகளை தேடிக் கொண்டிருந்தால், முதல் நாளே அது தொடர்பான நடவடிக்கையை எடுத்து முடித்திருப்பார் கருணாநிதி. இதனால் கருணாநிதி முழுக்க முழுக்க ஜாபர் சேட்டை நம்பத் தொடங்கினார். பெரும்பாலான முடிவுகளை ஜாபர் சேட்டை கலந்தாலோசித்த பிறகே எடுத்தார். ஜாபர் சேட் எதிர்க்கட்சிகளை மட்டும் உளவு பார்க்கவில்லை. கருணாநிதியின் பாதுகாப்பு அதிகாரியாக இருந்த பாண்டியன் என்பவரின் மூலம், கருணாநிதியை யார் சந்திக்கிறார்கள், எப்போது சந்திக்கிறார்கள், என்ன பேசுகிறார்கள் என்பவை அனைத்தையும் அறிந்துகொண்டு அதன் மூலம் அடுத்த கட்ட நகர்வுகளைச் செய்யத் தொடங்கினார்.

எந்த அளவுக்கு கருணாநிதி ஜாபர் சேட்டை நம்பினார் என்றால் மனைவி ராஜாத்தி அம்மாளின் தொலைபேசியையே ஒட்டுக் கேட்குமாறு ஜாபர் சேட்டுக்கு அவர் உத்தரவிட்டார். அப்படி ஒட்டுக் கேட்டபோது கருணாநிதி அறிந்துகொண்ட தகவல்களால், பத்து நாட்களுக்கு மேல், ராஜாத்தி அம்மாளின் சிஐடி காலனி இல்லத்துக்கே

செல்லாமல் தவிர்த்தார் கருணாநிதி. பிறர் தொலைபேசிகளை ஒட்டுக் கேட்பதையெல்லாம் தாண்டி, தன் குடும்பத்தினரின் தொலைபேசி களையே ஒட்டுக் கேட்க உத்தரவிடும் அளவுக்கு கருணாநிதி சென்றார். அந்த அளவுக்கு அவரது நம்பிக்கையை ஜாபர் சேட் பெற்றார்.

ஒரு கட்டத்தில் தமிழக வரலாற்றிலேயே இல்லாத வகையில் அதிகாரம் மற்றும் செல்வாக்கு நிறைந்த அதிகாரியாக ஜாபர் சேட் மாறினார். இது அவருக்கு எதிராக பல்வேறு எதிரிகளை காவல் துறையிலேயே உருவாக்கியது. ஆனால் அத்தனை பேரும் ஜாபர் சேட்டையும், அவர் அதிகாரத்தையும் கண்டு அஞ்சினார்கள். அவரைப் பற்றிப் பேசுவதற்கே நடுங்கினார்கள். பெரும்பாலான அதிகாரிகள் ரகசியமாக மொபைல்களை வைத்துக்கொண்டிருந்தனர். பலர், செல்பேசிகளில் பேசுவதையே மொத்தமாகத் தவிர்த்தார்கள்.

ஜாபர் சேட்டுக்குக் கிடைத்த கட்டுக்கடங்காத அதிகாரம் அவருடைய உயர் அதிகாரிகளையெல்லாம்கூட மிரட்டி வைத்திருந்தது. ஜாபர் சேட் ஐஜியாக இருந்தாலும், கூடுதல் டிஜிபிக்கள், டிஜிபிக்கள் போன்றோர் பதவிக்காக அவர் தயவில்தான் இருந்தார்கள். பல கூடுதல் டிஜிபிக்கள், நேரடியாகவே ஜாபர் சேட்டின் அறைக்குச் சென்று தங்களுக்கு முதல்வரிடம் சொல்லி நல்ல பதவியை வாங்கித் தருமாறு மன்றாடினர். அவரும் அவர்களுக்கு நல்ல பதவிகளை வாங்கித் தந்து, அவர்களைத் தனது நிரந்தர விசுவாசிகளாக மாற்றினார். கேள்வி கேட்பார் இல்லாத ஒரு தனிக்காட்டு ராஜாவாகவே ஜாபர் சேட் இருந்தார்.

அப்படி தனி சாம்ராஜ்யத்தை நடத்திக் கொண்டிருந்த ஜாபர் சேட்டுக்கு பெரும் அதிர்ச்சியை அளிக்கும் செய்தி 14 ஏப்ரல் 2008 அன்று காலை வெளியான டெக்கான் க்ரானிக்கிள் நாளிதழில் வெளியானது.

14

அப்போதைய லஞ்ச ஒழிப்புத் துறை இயக்குநர் எஸ்.கே. உபாத்யாய் மற்றும் தலைமைச் செயலாளர் எல்.கே.திரிபாதி ஆகிய இருவருக்கும் இடையே நடைபெற்ற உரையாடலை முழுமையாக அப்படியே வெளியிட்டிருந்தது டெக்கான் க்ரானிக்கிள் நாளிதழ். அந்தச் செய்தியின் தலைப்பு 'தமிழக உளவுத்துறையினர் தங்கள் தலைமைச் செயலாளரின் தொலைபேசியையே ஒட்டுக் கேட்கிறார்கள்' என்பதே. இந்தச் செய்தி நேரடியாக அனைவரின் கவனத்தையும் உளவுத் துறையின் மீதும், உளவுத் துறை தலைவர் ஜாபர் சேட்டின் மீதும் கொண்டு வந்தது. உரையாடல்கள் வெளியானதும் நான் உளவுத் துறைதான் இதைச் செய்திருக்கும் என்ற முடிவுக்கு வந்தேன். உளவுத்துறையில் என்ன நடக்கிறது என்பதைப் பல்வேறு அதிகாரிகள் மூலமாகத் தெரிந்துகொண்டேன்.

ஊரே உளவுத்துறைதான் ஒட்டுக் கேட்கிறது என்று பேசிக் கொண்டிருந்தது. ஆனால் உளவுத் துறையின் தலைவரான ஜாபர் சேட்டுக்கோ ஒன்றுமே புரியவில்லை. உளவுத்துறை ஒட்டுக் கேட்ட உரையாடல் இது அல்ல என்பது அதன் தலைவர் என்பதால் அவருக்கு நன்றாகத் தெரியும். ஆனால் யார் இதைச் செய்திருப்பார் என்பது அவருக்குச் சுத்தமாகப் புரியவில்லை. தனது அதிகாரிகளை வைத்து தீவிரமான விசாரணையை நடத்தினார். ஆனால் எந்தத் தகவல்களும் வெளிவரவில்லை. இதன் பின்னணியை அறிந்துகொள்ள ஜாபர் சேட் எடுத்த எந்த முயற்சிகளும் வெற்றி பெறவில்லை என்பதுதான் எனக்கு வந்த தகவல்.

சட்டப்பேரவையில் எதிர்க்கட்சித் தலைவர் பன்னீர்செல்வம் தலைமையில் டெக்கான் க்ரானிக்கிள் நாளிதழோடு அனைத்து எதிர்க்கட்சி எம்எல்ஏக்களும் ஆர்ப்பாட்டம் செய்தனர். கருணாநிதி கலங்கிப் போனார்.

டெக்கான் க்ரானிக்கிள் நாளிதழில் காலை 14 ஏப்ரல் 2008 அன்று வெளியான உரையாடல் அன்று இரவே ஜெயா டிவி மற்றும் மக்கள் தொலைக்காட்சிகளில் ஒலி வடிவில் ஒளிபரப்பானது. மறு நாள் ஏறக்குறைய அனைத்து ஊடகங்களும் இந்தச் செய்தியை வெளியிட்டன. சட்டப்பேரவை கூட்டத் தொடர் வேறு நடைபெற்றுக் கொண்டிருப்பதால், ஊடகங்கள் இந்த உரையாடல்களுக்கு கூடுதல் முக்கியத்துவம் அளித்து செய்திகள் வெளியிட்டுக் கொண்டிருந்தன.

ஜெயலலிதாவும் இந்த உரையாடல் வெளியானது குறித்து கடும் எரிச்சலடைந்தார். தன் மீது கொடநாடு எஸ்டேட் வாங்கியது தொடர்பாக புதிதாக வழக்கு பதிவு செய்யும்படி அந்த உரையாடலில் பேசியிருந்தது அவரையும் எரிச்சலாக்கியது. இந்தப் பிரச்னையைப் பெரிதாக்கும்படி கட்சியினருக்கு உத்தரவிட்டார். ஜெயா டிவி இந்த உரையாடல்களை 24 மணி நேரமும் ஒளிபரப்பியது.

உண்மையில் ஜெயலலிதா அந்த நேரத்தில் இந்த விவகாரத்தை இன்னமும் சிறப்பாகக் கையாண்டிருக்க வேண்டும். உரையாடல் வெளியான மறுதினம் சட்டப்பேரவை கூட்டத் தொடரில் பங்கேற்றிருக்க வேண்டும். கருணாநிதி கலங்கிப் போயிருந்திருப்பார். வருடத்திற்கு ஒருமுறைகூட சட்டப்பேரவைக்கு செல்லாத ஜெயலலிதா, தன் கட்சி உறுப்பினர்களை இதைக் கையாளுமாறு கூறி விட்டு, இது குறித்து ஓர் அறிக்கைகூட வெளியிடாமல் இருந்து விட்டார். ஏற்கெனவே பதிவு செய்யப்பட்ட வருமானத்துக்கு அதிகமான சொத்து சேர்த்த வழக்கிலேயே விடுதலை செய்யப்படாமல் சிக்கிக் கொண்டிருக்கும் நிலையில், புதிதாக கொடநாடு எஸ்டேட் வாங்குவதற்கு ஒரு வழக்கா என்று அவர் பயந்ததாகத்தான் கருத வேண்டியுள்ளது.

அடுத்து, லஞ்ச ஒழிப்புத் துறை அலுவலகமே பரபரப்படைந்தது. அனைத்து ஊழியர்களும் தங்களுக்குள் ரகசியமாக இது குறித்து பேசிக் கொண்டனர். வெளிப்படையாக பேசுவதற்கு அனைவருக்குமே அச்சம். எனக்கு இந்த உரையாடல்கள் வெளியாகி, லஞ்ச ஒழிப்புத் துறை அனைத்து ஊடகங்களிலும் விவாதப் பொருளானது ஒரு வகையில் மகிழ்ச்சியை அளித்தது. அப்போது சர்வ சாதாரணமாக நடைபெற்றுக் கொண்டிருந்த ஒட்டுக் கேட்பு காரணமாக, இதையும் உளவுத்துறையினர்தான் செய்திருப்பார்கள் என்று மற்றவர்களைப் போலவே நானும் நம்பினேன்.

டெக்கான் க்ரானிக்கிள் நாளிதழில் அச்சில் வெளியான உரையாடல் 14 ஏப்ரல் 2008 அன்று இரவே தொலைக்காட்சிகளில் ஒளிபரப்பாகியது. இது மறுநாளும் காட்சி ஊடகங்களில் தொடர்ந்து ஒளிபரப்பாகிக் கொண்டிருந்தது. இந்தப் பரபரப்பே அடங்கவில்லை. ஆனால், மறுநாள் தொலைக்காட்சிகளில் மற்றொரு உரையாடல் வெளியானது.

தலைமைச் செயலகத்தில் லஞ்ச ஒழிப்புத் துறைக்குப் பொறுப்பான துறையான கண்காணிப்பு ஆணையகத்தில் (விஜிலன்ஸ் கமிஷன்) ஆணையராக இருந்தவர் ஸ்ரீபதி ஐஏஎஸ். அவரும் லஞ்ச ஒழிப்புத் துறை இயக்குநரும் பேசிய உரையாடல் தொலைக்காட்சிகளில் புதிதாக ஒளிபரப்பானது. அந்த உரையாடலில், ஸ்ரீபதி லஞ்ச ஒழிப்புத் துறை இயக்குநர் உபாத்யாயிடம் அண்ணா பல்கலைக்கழகத்தில் இரு ஐபிஎஸ் அதிகாரிகளின் பிள்ளைகளுக்கு சீட் வாங்கியது குறித்து ஏதாவது விசாரணைக்கு உத்தரவிட்டிருக்கிறீர்களா என்று கேட்பார். உடனே உபாத்யாய், இல்லை உள் துறை செயலாளர் கல்யாணி என்ற பேராசிரியர் அனுப்பிய புகார் மனு ஒன்றை அனுப்பி எங்கள் கருத்துகளைக் கேட்டார். அது குறித்து விசாரிப்பதற்காக அண்ணா பல்கலைக்கழகத்துக்கு எங்கள் ஆய்வாளர் ஒருவரை அனுப்பினேன் என்று கூறுகிறார்.

உடனே ஸ்ரீபதி, இது குறித்து அரசு விசாரணைக்கு உத்தரவிடவில்லை. அப்படி இருக்கையில் எப்படி நீங்கள் ஓர் ஆய்வாளரை அண்ணா பல்கலைக்கழகத்துக்கு விசாரணைக்கு அனுப்ப முடியும். யாரோ ஒருவர் மொட்டை பெட்டிஷன் போட்டால் உடனே அதை விசாரிப்பீர்களா? என்று கேட்கிறார். உபாத்யாய் மீண்டும் உள்துறை செயலாளர் கருத்து கேட்டதைச் சுட்டிக் காட்டுகிறார். இனிமேல் எந்த விசாரணையும் மேற்கொள்ளாதீர்கள் என்று உறுதியான குரலில் ஸ்ரீபதி உத்தரவிடுகிறார். உபாத்யாய் சரி சார் என்று கூறுவதோடு அந்த உரையாடல் முடிகிறது.

அதிமுக ஆட்சியில் ஜெயலலிதாவுக்குச் சாதகமாக வழக்குகளை முடித்து, அவர் ஒதுக்கியபடி தங்கள் பிள்ளைகளுக்கு அண்ணா பல்கலைக்கழகத்தில் சீட் பெற்ற இரு அதிகாரிகளுக்கு ஆதரவாக, திமுக ஆட்சியில் அதிகாரிகள் நடந்துகொள்வது எனக்கு ஒரு முக்கியமான விஷயத்தை உணர்த்தியது. அரசியல்வாதிகளைவிட மிக மிக ஆபத்தானவர்கள் அதிகாரிகள் என்பதையே அது உணர்த்தியது.

அரசியல்வாதிகளாவது ஐந்தாண்டுகளுக்கு ஒரு முறை, ஏழைகளின் குடிசைகளுக்கும், தலித்துகளின் குடியிருப்புக்கும் சென்று, அவர்கள் காலில் விழுந்து வாக்கு சேகரிக்க வேண்டிய கட்டாயம் இருக்கிறது. அதற்குப் பின் ஏறி மிதிப்பார்கள் என்பது வேறு விஷயம். ஆனால் அதிகாரிகளுக்கு இது போன்ற எந்தச் சிக்கலும் இல்லை. பாம்பு சட்டையை உரிப்பதுபோல, ஒவ்வொரு ஆட்சி மாற்றம் நடந்த பிறகும் ஆட்சியாளர்களின் கால்களில் விழுந்து மன்றாடி, நல்ல பதவிகளை வாங்கிக்கொண்டு, தாங்களும் கொள்ளையடித்து, தங்களைப் போன்ற சக கொள்ளைக்கார அதிகாரிகளையும் காப்பாற்றி, கூட்டுக் கொள்ளை

அடித்துக் கொண்டிருக்கிறார்கள். இந்நிலை இன்றுவரை மாறவேயில்லை என்பதுதான் வேதனைக்குரிய விஷயம்.

உளவுத் துறையினர் உரையாடல் எப்படி வெளியானது என்று தலையைப் பிய்த்துக் கொண்டிருந்தனர். இந்த நேரத்தில் இரண்டாவது உரையாடல் வெளியானதும் உளவுத்துறையினருக்கு ஒரு விஷயம் புரிந்தது. இரண்டு உரையாடல்களிலும் பொதுவாக இருந்த ஒரே விஷயம் என்னவென்றால், இரண்டு உரையாடல்களிலும் பேசியதில் லஞ்ச ஒழிப்புத் துறை இயக்குநர் உபாத்யாய் பொதுவான நபராக இருந்தார். இரண்டு உரையாடல்களிலும் அவர் இடம் பெற்றிருந்தார். உரையாடல் உபாத்யாய் தரப்பிலிருந்துதான் வெளியே போயிருக்க முடியும் என்ற முடிவுக்கு உளவுத் துறையினர் வந்தனர்.

ஊடகங்களில் வெளியான உரையாடல்கள் அனைத்தும், உபாத்யாய் அவர்களால் அவரது மடிக்கணினியில் பதிவு செய்யப்பட்டு வந்தது தான். உபாத்யாய் ஒரு நேர்மையான அதிகாரி. அன்றைய திமுக ஆட்சியில் அவரிடம் தொலைபேசியில் பேசிய முக்கிய அதிகாரிகள், அமைச்சர்கள் உள்ளிட்டோர் அனைவரும், ஒன்று ஊழல் குற்றவாளி களைக் காப்பாற்றுவதற்காகப் பேசுவார்கள். இல்லையென்றால் அரசியல் எதிரிகளைப் பழி வாங்குவதற்காகப் பேசுவார்கள். இதையெல்லாம் பதிவு செய்ய வேண்டும் என்ற நோக்கத்திலேயே தன் தொலைபேசி உரையாடல்களைப் பதிவு செய்து வைக்கத் தொடங்கினார் உபாத்யாய்.

டெக்கான் க்ரானிக்கிள் நாளிதழில் உரையாடல் வெளியான அன்று காலை 6.30 மணிக்கே அலுவலகம் வந்த உபாத்யாய் தனது மடிக்கணினியில் இருந்த உரையாடல்கள் அனைத்தையும் அழித்து விட்டார். அது இருந்ததற்கான தடயமே இல்லாமல் செய்துவிட்டார்.

டெக்கான் க்ரானிக்கிள் நாளிதழில் முதல் உரையாடலும், காட்சி ஊடகங்களில் இரண்டாவது உரையாடலும் வெளியானதுமே உளவுத்துறை அலர்ட்டானது. உபாத்யாய் உடனடியாக அழைத்து விசாரிக்கப்பட்டார். அவர் தனக்கு இது குறித்து எதுவுமே தெரியாது என்று கூறிவிட்டார். அன்று மாலையே, அலுவலக ஊழியர்கள் அனைவரும் சென்ற பிறகு, உளவுத்துறை டிஐஜி சங்கர் ஜிவால் தலைமையில் ஒரு பெரும் படை குவிந்தது. இயக்குநர் உபாத்யாயின் அலுவலகத்தில் முகாமிட்டது. உபாத்யாயின் தொலைபேசி, மடிக்கணினி அனைத்தும் கைப்பற்றப்பட்டன. அவருடைய அறையில் ஒட்டுக் கேட்பு கருவிகள் இருக்கின்றனவா என்பது சோதனை செய்யப்பட்டது. தரையில் இருந்த கார்பெட்டுகள் கிழிக்கப்பட்டன. ஒட்டுக் கேட்புக் கருவிகள் எதையும் கண்டுபிடிக்க முடியவில்லை. இது எப்படி நடந்திருக்க முடியும் என்று தலையைப் பிய்த்துக் கொண்டிருந்த உளவுத் துறையினருக்கு முதல் க்ளூ பிரபாகரன் என்ற

உதவி ஆய்வாளரின் வழியாகக் கிடைத்தது. பிரபாகரன் என்பவர் காவல்துறையில் உதவி ஆய்வாளராகப் பணியில் சேர்ந்தவர். தஞ்சை மாவட்டத்தைச் சேர்ந்தவர். எம்சிஏ படித்திருக்கிறார். அவர் கம்ப்யூட்டர் தொடர்பான படிப்பைப் படித்திருந்ததால், அவரிடம் லஞ்ச ஒழிப்புத் துறை அலுவலகத்தில் உள்ள அனைத்து கணினிகளையும் பராமரிக்கும் பொறுப்பு ஒப்படைக்கப்பட்டது. அலுவலகத்தில் உள்ள கணினிகள் இல்லாமல் அதிகாரிகளின் மடிக்கணினிகள் உள்ளிட்ட எல்லா வற்றையும் அவர்தான் பராமரித்து வந்தார்.

அவரை அழைத்து விசாரித்தார்கள். இயக்குநரின் மடிக்கணினி பல முறை பழுதானதையும், மூன்று முறை ஹார்ட் டிஸ்க் மாற்றப் பட்டதையும் உளவுத்துறை அதிகாரிகளிடம் தெரிவிக்கிறார். அப்போது டேட்டா பேக்கப் எடுக்கப்பட்டதா என்று கேட்டார்கள். நான்கைந்து டிவிடிக்களில் முழுமையாக டேட்டா பேக்கப் எடுக்கப் பட்டுள்ளதாக பிரபாகர் தெரிவிக்கிறார். டேட்டா பேக்கப் டிவிடிக்கள் அனைத்தும் கைப்பற்றப்பட்டன. பேக்கப் டிவிடிக்களிள் என்ன இருக்கிறது என்று போட்டுப் பார்த்தார்கள். தனக்கு வந்த அத்தனை உரையாடல்களையும் லஞ்ச ஒழிப்புத் துறை இயக்குநராக இருந்த உபாத்யாய் மடிக்கணினியில் பதிவு செய்து வைத்திருக்கிறார் என்பது அதிகாரிகளுக்கு தெரிய வந்தது. உரையாடல்கள் அனைத்தையும் போட்டுப் பார்த்தனர். உபாத்யாய்தான் உரையாடல்களைப் பதிவு செய்து வைத்தவர் என்பது தெரிந்துவிட்டது.

உபாத்யாய் உளவுத்துறை அலுவலகத்துக்கு வரவழைக்கப்படுகிறார். மடிக்கணினியில் அந்த உரையாடல்கள் போட்டுக் காட்டப்பட்டன. உபாத்யாய் தொலைபேசி உரையாடல்களை பதிவு செய்து வைத்திருந்ததை ஒப்புக்கொண்டார். உரையாடல்கள் மற்றும் உபாத்யாய் பதிவு செய்து வைத்திருந்தது அனைத்தும் முதல்வர் கருணாநிதியிடம் போட்டுக் காட்டப்பட்டன. கடும் கோபமடைந்தார் கருணாநிதி. 'அந்த ஆளை அரெஸ்ட் பண்ணுங்க' என்று உத்தரவிடுகிறார். உடனே அதிகாரிகள், உபாத்யாய் மிகவும் நேர்மையானவர் என்றும் அவருக்கு அதிகாரிகள் இடையே மிக நல்ல பெயர் இருப்பதாகவும் அவர் கைது செய்யப்பட்டால் கடும் எதிர்ப்புகள் எழும் என்றும் விளக்கினார்கள். கருணாநிதி கைது உத்தரவைக் கைவிடவேண்டியிருந்தது.

மறுநாள் சட்டப்பேரவையில் இரண்டு உரையாடல்கள் வெளியானது குறித்து எதிர்க்கட்சிகள் அமளியை எழுப்பின. பிரச்னை கை மீறிப் போவதை உணர்ந்தார் கருணாநிதி. ஒரே வழி, விசாரணை ஆணையம் அமைப்பது ஒன்றே என்பதை கருணாநிதி உணர்ந்தார். சொன்ன பேச்சைக் கேட்கும் ஓய்வு பெற்ற உயர் நீதிமன்ற நீதிபதி ஒருவரைத் தேடத் தொடங்கினார்கள். ஓய்வு பெற்ற உயர் நீதிமன்ற நீதிபதி சண்முகம் என்பவர் தேர்ந்தெடுக்கப்பட்டார்.

நீதிபதி சண்முகம் தலைமையில் உரையாடல் வெளியான விவகாரத்தில் விசாரணை ஆணையத்தை கருணாநிதி அறிவித்தார். இந்த விசாரணையில் கருணாநிதியின் மனம் விரும்பியபடி, அவர் விருப்பத்துக்கு ஏற்றார்போல அறிக்கை அளித்தார் நீதிபதி சண்முகம். இதற்காகவே சில ஆண்டுகள் கழித்து சென்னை சட்டக் கல்லூரியில் இரு பிரிவு மாணவர்களுக்கிடையே நடந்த மோதல் தொடர்பாக விசாரணை ஆணையம் அமைக்கப்பட்டபோது, அதன் தலைவராக நீதிபதி சண்முகமே மீண்டும் நியமிக்கப்பட்டார்.

ஒவ்வொரு விசாரணை ஆணையம் அமைக்கப்படுகையிலும், அந்த விசாரணை ஆணையம் எதை விசாரிக்க வேண்டும், எதுவரை விசாரிக்கலாம் என்று தெளிவாக வரையறை வகுக்கப்படும். அந்த வரையறை மிக முக்கியமானது. அந்த வரையறையை மீறி அந்த விசாரணை ஆணையம் எந்த விசாரணையையும் நடத்த முடியாது.

இந்த விவகாரத்தில் விசாரணை ஆணையத்தின் வரையறை பின்வருமாறு வகுக்கப்பட்டது. 1) டெக்கான் க்ரானிக்கிள் நாளிதழில் வெளியான உரையாடல் எப்படி உருவானது, அதன் மூலம் என்ன? 2) அந்த உரையாடல் டெக்கான் க்ரானிக்கிள் நாளிதழில் வெளியானதற்குக் காரணமாக இருந்த நபர்கள் யார்? எந்த நிறுவனம் இதற்குப் பொறுப்பாளி? 3) இதுபோல உரையாடல்கள் வெளியாகாமல் தடுப்பதற்கான வழிமுறைகளையும் அலசவேண்டும். இதுவே விசாரணை ஆணையத்தின் வரையறைகளாக கருணாநிதியால் நிர்ணயிக்கப்பட்டன. இதில் மிக மிக வசதியாக சட்டவிரோத தொலைபேசி ஒட்டுக்கேட்பு என்ற குற்றச்சாட்டைத் தவிர்த்தார் கருணாநிதி. அந்தச் சட்டவிரோத ஒட்டுக் கேட்பு விசாரணைக்கு எடுத்துக் கொள்ளப்பட்டால், பெரும் சிக்கலில் முடியும் என்பது அவருக்கு நன்றாகவே தெரியும்.

விசாரணை ஆணையம் என்பதே அப்போதைய பரபரப்பை மூடி மறைப்பதற்காக மட்டுமே. இந்தியாவில் பெரும்பான்மையான விசாரணை ஆணையங்கள் இந்த நோக்கத்துக்காகவே நடத்தப்படுகின்றன.

ஒரு விசாரணை ஆணையத்தின் தலைவராக பெரும்பாலும் ஓய்வு பெற்ற உயர்நீதிமன்ற நீதிபதிகளே நியமிக்கப்படுவர். அவ்வாறு நியமிக்கப்பட்டதும் அவர்களுக்கு, அவர்கள் நீதிபதியாக இருந்த போது வழங்கப்பட்ட சம்பளம் மீண்டும் வழங்கப்படும். அவர்கள் ஏற்கெனவே ஓய்வூதியம் பெற்று வருபவர் என்பது குறிப்பிடத்தக்கது. இது தவிர, சுழல் விளக்கு பொருத்திய அரசு வாகனம், வீட்டு வேலை செய்ய பணியாளர்கள், அலுவலகத்தில் பணியாளர்கள் என்று ஒரு பெரிய டீமே வேலை செய்யும். ஒரு நீதிமன்றம் நடப்பதைப் போலவே இருபதுக்கும் மேற்பட்ட பணியாளர்கள் பணியாற்றுவார்கள். ஒரு விசாரணை ஆணையம் மூன்று மாதங்கள் செயல்பட்டால் குறைந்தது

ஒன்றரை கோடி அரசுப் பணம் செலவழிக்கப்படும். ஆனால் இப்படிச் செலவழிக்கப்படும் மக்களின் வரிப்பணம் முழுக்கவே உண்மையை மூடி மறைப்பதற்குத்தான் என்பது வேதனையான உண்மை.

2011ல் புதிய தலைமைச் செயலகம் கட்டப்பட்டதில் ஊழல் என்று ஜெயலலிதா அமைத்த விசாரணை ஆணையத்தின் நீதிபதி இன்றுவரை தண்டச் சம்பளம் வாங்கிக் கொண்டிருக்கிறார். எந்த முன்னேற்றமும் இல்லை. இது போலத்தான் பெரும்பான்மையான விசாரணை ஆணையங்கள்.

இந்த உரையாடல்கள் வெளியான விவகாரத்தில் முக்கியமாகக் கவனிக்கப்பட வேண்டிய விவகாரம் சட்டவிரோத தொலைபேசி ஒட்டுக்கேட்பு. அடுத்த விஷயம் அந்த உடையாடலில் இடம் பெற்றிருந்த சமாசாரங்கள். முதல் உரையாடல் லஞ்ச ஒழிப்புத் துறை இயக்குநர் உபாத்யாயிடம், தலைமைச் செயலாளர் திரிபாதி பேசியது. ஜெயலலிதா கொடநாடு எஸ்டேட் வாங்கிய விவகாரத்தில் ஊழல் செய்துள்ளார். அது குறித்து விசாரணைக்கு உத்தரவிட வேண்டும் என்றும், அது குறித்த ஆவணங்கள் சேகரிக்கப்பட வேண்டும் என்றும் திரிபாதி அறிவுரை வழங்குகிறார். இயக்குநர் அதற்கு ஆதாரங்கள் இல்லை என்று கூறியபோதும், நான் சொன்னது போல விசாரணையை நடத்தினீர்கள் என்றால், ஆதாரங்கள் கிடைக்கும் என்றும் கூறுகிறார்.

இரண்டாவது உரையாடல் நான் வெளிக்கொணர்ந்த அண்ணா பல்கலைக்கழக முறைகேடுகள் குறித்தது. அது தொடர்பான விசாரணையை மூடி மறைக்க ஒரு மூத்த ஐஏஎஸ் அதிகாரி லஞ்ச ஒழிப்புத் துறை இயக்குநருக்கு உத்தரவிடுகிறார். இரண்டு சம்பவங் களிலுமே ஊழல்கள் மறைக்கப்பட்டதற்காக பூர்வாங்கத் தரவுகள் உள்ளன. ஆனால் விசாரணை ஆணையம் அமைத்ததன் மூலம் இந்த இரண்டு மிகப்பெரும் ஊழல்களை மூடி மறைக்கவே கருணாநிதி முனைந்தார். அதில் அவர் இறுதியாக வெற்றியும் பெற்றார்.

டெக்கான் க்ரானிக்கிள் நாளிதழில் உரையாடல்கள் வெளியான இரண்டு நாட்கள் கழித்து நீதிபதி சண்முகம் விசாரணை ஆணையத்துக்கு பொறுப்பேற்றார். விசாரணை நடைபெறத் தொடங்கியது. விசாரணை முழுக்க முழுக்க ரகசியமாகவே நடைபெற்றது. எந்தத் தகவல்களும் கசியாமல் பார்த்துக்கொள்ளப்பட்டது. அண்ணா பல்கலைக்கழக ஊழல் குறித்த உரையாடலும் ஊடகத்தில் வெளியாகிஇருந்ததால் நான் பல மாதங்கள் உழைப்பைச் செலுத்தி வெளியில் கொண்டுவந்த விஷயத்தை இந்த ஆணையம் எப்படிக் கையாளும் என்னும் ஆர்வத்துடன் காத்திருந்தேன். வெளியில் கொண்டுவரப்பட்டதை உள்ளுக்குள் வைத்துப் புதைப்பதே ஒரு விசாரணை ஆணையத்தின் பணி என்பது அப்போது எனக்குத் தெரியாது.

15

உரையாடல்கள் வெளியாகி பரபரப்பை ஏற்படுத்தியதும் கருணாநிதி இது குறித்து சட்டப்பேரவையில் பதிலளித்தார். ஆனால் அவர் தனது பதிலில், சட்டவிரோத ஒட்டுக்கேட்பு குறித்து எந்த விளக்கமும் அளிக்கவில்லை. மாறாக, ஓர் அதிகாரி, இன்னொரு அதிகாரிக்கு வழக்கு குறித்து அறிவுரை கூறுவதில் என்ன தவறு இருக்கிறது என்றார். தலைமைச் செயலர் லஞ்ச ஒழிப்புத் துறை இயக்குநருக்கு உயர் அதிகாரி கிடையாது என்பதைச் சாமர்த்தியமாகத் தவிர்த்தார். இது குறித்து விசாரணை ஆணையம் அமைக்க உத்தர விட்டிருப்பதாகவும், அந்த விசாரணை ஆணையத்தின் அறிக்கை கிடைத்ததும் அது குறித்து அரசு முடிவெடுக்கும் என்றும், அதுவரை பொறுமையாகக் காத்திருக்குமாறும் கூறினார்.

நீதிபதி சண்முகம் ஆணையத்தின் விசாரணை தொடங்கியது. முதல் கட்டமாக இந்த உரையாடலில் சம்பந்தப்பட்டிருந்த லஞ்ச ஒழிப்புத் துறை இயக்குநர் உபாத்யாய் மற்றும் தலைமைச் செயலாளர் திரிபாதி ஆகியோரின் கம்ப்யூட்டர்கள் கைப்பற்றப்பட்டு சோதனைக்கு அனுப்பப்பட்டன. இவர்கள் இருவரும் வரவழைக்கப்பட்டு விசாரிக்கப்பட்டனர். விசாரணையில் உபாத்யாய், தனக்கு வரும் தொலைபேசி அழைப்புகளை பதிவு செய்து வைத்துக்கொள்வது தனது வழக்கம் என்று தெரிவித்தார். தலைமைச் செயலர் திரிபாதி, ஓர் உயர் அதிகாரி என்ற முறையில் லஞ்ச ஒழிப்புத் துறை இயக்குநருக்கு அறிவுரை வழங்கியதாகவும், அதில் எந்தத் தவறும் இல்லை என்றும் வாக்குமூலம் அளித்தார்.

இந்த வாக்குமூலங்களின் அடிப்படையில் நீதிபதி சண்முகம் ஓர் இடைக்கால அறிக்கையை அரசுக்கு அளித்தார். அந்த அறிக்கையில்,

ஊடகங்களில் வெளியான உரையாடலை உளவுத்துறை வெளியிட வில்லை. அது இடைமறித்து ஒட்டுக் கேட்கப்பட்டதும் இல்லை. இது லஞ்ச ஒழிப்புத் துறை இயக்குநர் உபாத்யாய் பதிவு செய்து வைத்த உரையாடல்கள். அதில் ஓர் உரையாடல்தான் வெளியாகி இருக்கிறது. இது எப்படி வெளியானது என்பது குறித்த தகவல்கள் இதுவரை வெளியாகவில்லை. அது குறித்து தொடர்ந்து விசாரணை நடைபெற்று வருகிறது என்று அறிக்கை ஒன்றை அளித்தார்.

சண்முகம் ஆணையத்தின் விசாரணை ஒரு புறம் நடைபெற்று வந்தது. மறுபுறம், உளவுத்துறையின் சட்டவிரோத ஒட்டுக் கேட்பு தொடர்பாகவும் செய்திகள் பரபரப்பாக வந்தன. திடீரென்று ஒரு நாள் ஓர் அதிகாரி என்னை அழைத்து, தினமணியின் ஆசிரியர் சட்டவிரோத ஒட்டுக் கேட்பு குறித்தும், உளவுத்துறை தனியார் நிறுவனத்தைப் பயன்படுத்தி ஒட்டுக் கேட்பது தொடர்பாகவும் தகவல்கள் சேகரித்து வருவதாகக் கூறி, என்னை அவரிடம் பேச வேண்டும் என்று கூறினார். அதன்படி, வழக்கம்போல ரமேஷ் என்ற பெயரை பயன்படுத்தி அவரிடம் பேசினேன். செல்பேசியில் பேசாமல், பொதுத் தொலைபேசியில்தான் பேசுவேன்.

பத்திரிகையாளர்களிடம் பேசுவதற்காகவே நான் இன்னொரு எண்ணை வைத்திருந்தேன். அதில்தான் அத்தனை காலமாக பேசி வந்தேன். ஆனால் உளவுத்துறையினர் பெரும்பாலான செல்பேசிகளை ஒட்டுக் கேட்கிறார்கள் என்று தெரிந்ததும் முக்கியமான அழைப்புகளை பொதுத் தொலைபேசியில்தான் பேசுவேன். அப்படித்தான் தினமணி ஆசிரியர் வைத்தியநாதனிடமும் பேசினேன்.

சட்டவிரோத தொலைபேசி ஒட்டுக் கேட்பு எப்படி நடக்கிறது, யார் இதைச் செய்கிறார்கள். என்ன காரணத்துக்காகச் செய்கிறார்கள், இதில் முதல்வரின் பங்கு என்ன என்று அனைத்தையும் விளக்கினேன்.

தினமணியின் முதல் பக்கத்தில் ‘ஒட்டுக் கேட்பில் தனியார் நிறுவனம்’ என்று பெரிய செய்திக் கட்டுரை வந்தது. இது உளவுத்துறையையே ஆடிப் போகச் செய்தது. ஒட்டுக் கேட்பு விவகாரத்தை மூடி மறைக்கலாம் என்று நினைத்தால் நாளுக்கு நாள் இது வளர்ந்து கொண்டே செல்கிறதே; இதை எப்படிச் சரி செய்வது என்று புரியாமல் உளவுத் துறையினர் தலையைப் பிய்த்துக்கொண்டு இருந்தனர். ஆங்கில நாளிதழ்களிலும் இது தொடர்பாக செய்தி வெளியானது.

உளவுத்துறையினர், சட்டவிரோத ஒட்டுக் கேட்பு விவகாரத்தை மூடி மறைக்க முயற்சிக்கிறார்கள் என்பது நன்றாகப் புரிந்தது. நடக்கும் அத்தனை விவகாரங்களின் பின்னணியிலும் உளவுத்துறை ஐஜி ஜாபர் சேட் இருக்கிறார் என்பதும் தெரிய வந்தது. தமிழகத்தில் இருந்த

பெரும்பாலான ஐபிஎஸ் அதிகாரிகள் ஜாபர் சேட்டை யாராலும் எதுவும் செய்ய முடியாது. அவர் சர்வ வல்லமை பொருந்தியவர் என்பதை உணரத் தொடங்கினார்கள். ஒருமுறை என்னோடு பேசிக் கொண்டிருந்த ஓர் உயர் அதிகாரி, 'ஜாபர் சேட்டோடு மோதுபவர்கள் அழிக்கப்படுவார்கள். அவரை யாராலும் வெல்ல முடியாது. எதிர்ப்பவர்களுக்கு தோல்வியே மிஞ்சும்' என்றார். நல்ல அனுபவம் வாய்ந்த ஓர் அதிகாரியான அவரே அப்படிச் சொன்னது எனக்கு மிகுந்த வியப்பை ஏற்படுத்தியது. இவரைப் போன்ற உயர் அதிகாரிகளே அஞ்சுகிறார்கள் என்றால் ஜாபர் சேட் என்ன கடவுளா என்று தோன்றியது.

இவ்வளவு அதிகாரங்கள் ஒரே இடத்தில் குவிந்து கிடந்தும் ஜாபர் சேட் அந்த அதிகாரங்களைத் தவறான காரியங்களுக்காகவே பயன்படுத்தினார். முதல்வர் கருணாநிதியிடம் தனக்கு இருந்த செல்வாக்கைப் பயன்படுத்தி தனக்காக சந்தை விலையைவிட மிக மிகக் குறைவான விலைக்கு ஒரு வீட்டு மனையைப் பெற்றார். தனது பெயரில் அந்த வீட்டு மனையைப் பெறாமல், அவர் மகள் சமூக சேவகர் என்று சான்றிதழ் அளித்து மகள் பெயரில் மனையைப் பெற்றார். இதே போல, கருணாநிதியின் பாதுகாவலர்களாக இருந்த பாண்டியன், வினோதகன் மற்றும் கணேசன் ஆகியோரும் அவர்கள் மனைவி பெயரில் இதேபோல வீட்டு மனைகள் பெற்றனர்.

இதுபோல சட்டவிரோதச் சலுகைகளைப் பெற்றதோடு அல்லாமல், தனக்குக் கீழ்படியாத அதிகாரிகளுக்கு தொந்தரவு அளிக்கும் வேலை களையும் செய்து வந்தார். அரசுக்கு எதிராக ஒரு வரி கூட செய்தி வெளிவந்துவிடாமல் கவனமாகப் பார்த்துக்கொண்டார். ஊடகங்களில் தனக்கு இருக்கும் செல்வாக்கை வைத்து, தனக்குப் பிடிக்காத அதிகாரிகளைப் பற்றி, அவதூறான செய்திகளை வெளியிட வைத்தார். ஒரு கடிவாளம் இல்லாத குதிரையாகவே ஜாபர் சேட் சுற்றித் திரிந்தார்.

இப்படிப்பட்ட ஒரு நபரை எதிர்த்துப் பேசவோ, நடவடிக்கை எடுக்கவோ, ஒரே ஒருவருக்குக் கூடவா துணிச்சல் இல்லை என்பது எனக்கு வியப்பாக இருந்தது. இவர்களால் முடியாமல் போகலாம். அதை நாம் செய்து காட்டுவோம் என்ற வீராப்பும் பிறந்தது.

சிறுபான்மை அரசாக இருந்த திமுக அரசுக்கு அன்று பாட்டாளி மக்கள் கட்சி வெளியில் இருந்து ஆதரவு தந்து கொண்டிருந்தது. பெயருக்கு ஆதரவு என்றாலும், அதன் நிறுவனர் ராமதாஸ், தொடர்ந்து தனது அறிக்கைகள் மூலம் அரசுக்குக் கடும் நெருக்கடியைக் கொடுத்துக் கொண்டிருந்தார். கருணாநிதி அரசுக்கு மார்க் போடுகிறேன் என்று பெயில் மார்க் போடுவது, அரசின் திட்டங்களைக் குறை கூறுவது,

அமைச்சர்களை விமரிசிப்பது என்று கருணாநிதிக்குப் பெரும் தலைவலியாகவே அவர் இருந்தார். ஜாபர் சேட்டுக்குக் கடிவாளம் போடுவதற்கு இவரால் மட்டுமே முடியும் என்று எனக்குத் தோன்றியது. ஆனால் அவர் ஒரு மிகப் பெரிய அரசியல் தலைவர். அவரை எப்படிச் சந்திப்பது? அவர் நம்மைச் சந்திப்பாரா என்ற சந்தேகங்கள் எழுந்தன.

சில அதிகாரிகளோடு விவாதித்து இந்த விபரங்களையெல்லாம் சேகரித்தேன். ஒரு விடுமுறை நாளில் காலை 5 மணிக்கே தைலாபுரம் கிளம்பிச் சென்றேன். ஒன்பதரை மணிக்கு தைலாபுரம் தோட்டத்தை அடைந்தேன். மருத்துவர் ராமதாஸை பார்க்க, நூற்றுக்கணக்கில் தொண்டர்கள் காத்திருந்தனர். ஒவ்வொருவரும் கைகளில் மனுக்களோடு காத்துக் கிடந்தனர். அவர்களோடு நானும் காத்திருந்தேன். காலை 11.30 மணியளவில் ஒரு விலை உயர்ந்த சொகுசு கார் வந்து நின்றது. காரிலிருந்து அன்புமணி ராமதாஸின் மனைவி சௌம்யா இறங்கினார். காரின் டிக்கி திறக்கப்பட்டது. அட்டை பெட்டிகளில் வைக்கப் பட்டிருந்த பட்டுப் புடவைகள் நூற்றுக் கணக்கில் அதனுள்ளே இருந்தன. அந்தப் பெட்டிகளை எடுத்து வீட்டிற்குள் வைக்க தொண்டர்கள் போட்டி போட்டனர். அந்தப் பெட்டிகள் அனைத்தும் வீட்டினுள்ளே எடுத்துச் செல்லப்பட்டன. சென்னையில் ஏதோ ஒரு ஜவுளிக் கடையில் இருந்து பட்டுப் புடவைகள் வாங்கப்பட்டு வருகின்றன என்பது மட்டும் புரிந்தது. பிற்படுத்தப்பட்ட வன்னியர்களுக்காகவும், பாட்டாளிகளுக்காகவும் இயக்கம் தொடங்கியவர் இன்று செல்வச் செழிப்புள்ள சீமானாக உயர்ந்து நின்றது அப்பட்டமாகத் தெரிந்தது.

சில ஆண்டுகளுக்கு முன்னால் நடந்த ஒரு சம்பவம், இதற்கான விடையைத் தரும். பெட்ரோல் பங்குகள் ஒதுக்கீடு செய்வதில் தாழ்த்தப்பட்டவர்கள் மற்றும் பழங்குடியினருக்கு இட ஒதுக்கீடு உண்டு. செய்தித்தாள்களில் விளம்பரம் செய்யப்பட்டு அதற்கான நேர்முகத் தேர்வு நடைபெறும். சென்னை, தேனாம்பேட்டையில் உள்ள ஸ்ரீலேகா ஹோட்டலில் அதுபோல தேர்வு நடைபெறுவதாக அறிவிப்பு வந்தது. நண்பர் அதில் கலந்துகொள்ள வேண்டும் என்று விரும்பினார். நானும் அவரோடு துணைக்குச் சென்றேன். அப்போது அங்கே இருந்த ஒருவர் எங்களிடம், 'தேவையில்லாம இங்க டைமை வேஸ்ட் பண்ணாதீங்க. எல்லாத்தையும் தைலாபுரம் தோட்டத்துல டாக்டர்தான் முடிவு பண்ணுவார். அவரை போயி புடிங்க' என்றார். அப்போது, மத்திய அரசில், பாட்டாளி மக்கள் கட்சியின் பொன்னுசாமி பெட்ரோலியத் துறை இணை அமைச்சராக இருந்தார்.

பெட்ரோலியத் துறையில் சம்பாதித்தவைதான் இப்போது பட்டுப் புடவைகளாக வீட்டுக்குள் செல்கின்றன என்று நினைத்துக்

கொண்டேன். மதியம் இரண்டரை மணிக்கு அநேகமாக எல்லாத் தொண்டர்களும் கிளம்பிவிட்டார்கள். கடைசியாக நான் மட்டும் சென்று சந்தித்தேன்.

மருத்துவர் ராமதாஸ் புகழ்ச்சியை அதிகம் விரும்புபவர் என்பதை விசாரித்து அறிந்திருந்தேன். எடுத்தவுடன், 'அய்யா கடந்த வாரம் இட ஒதுக்கீடு தொடர்பாக நீங்கள் டெல்லியில் நடத்திய பத்திரிக்கையாளர் சந்திப்பு மிகப் பெரிய தாக்கத்தை ஏற்படுத்தியிருக்கிறது. இட ஒதுக்கீட்டுக்காக தொடர்ந்து வலுவாகக் குரல் கொடுப்பவர் நீங்கள் ஒருவர்தான்' என்று கூறினேன். அதை அவர் வெகுவாக ரசித்தார். உளவுத்துறையில் பணியாற்றும் ஓர் ஊழியர் என்று என்னை அறிமுகப்படுத்திக் கொண்டேன். உடனடியாக அமரும்படிக் கூறினார்.

'அய்யா உளவுத் துறை தலைவராக உள்ள ஜாபர் சேட், நீங்கள் பயன்படுத்தும் தொலைபேசிகளை தொடர்ந்து ஒட்டுக் கேட்டுக் கொண்டு இருக்கிறார். முக்கியமாக நீங்கள் அடுத்த நாள் வெளியிடப் போகும் அறிக்கைகளை முன்னதாகவே அறிந்து முதல்வருக்குத் தெரிவிக்கிறார். உங்களது தொலைபேசிகள் மட்டுமல்லாமல், உங்கள் குடும்பத்தினர் தொலைபேசிகளும் ஒட்டுக் கேட்கப்படுகின்றன. இந்த ஒட்டுக் கேட்பை ஒரு தனியார் நிறுவனம் மூலமாகச் செய்கிறார்கள்' என்று கூறி, அந்தத் தனியார் நிறுவனமான டி3டி டெக்னாலஜிஸ் நிறுவனத்தின் ஆவணங்களை அளித்தேன்.

தனியாக ஓர் இடத்தில் செல்பேசிகள் ஒட்டுக் கேட்கப்பட்டு, அவற்றில் முக்கியமானவை ஐபாட் கருவியில் சேமிக்கப்பட்டு ஜாபர் சேட்டிடம் வழங்கப்படுவதாகவும், அலுவலக நேரத்திலேயே அந்த உரையாடல்களை ஜாபர் சேட் காதில் ஹெட்போன்கள் மாட்டிக் கேட்பதாகவும் இது தொடர்ந்து நடைபெறுவதாகவும் விளக்கினேன். இந்த ஒட்டுக் கேட்பை செய்வதற்காகவே, வெளிநாட்டிலிருந்து விலை உயர்ந்த கருவி, உளவுத்துறையின் ரகசிய நிதியிலிருந்து பெறப்பட்டுள்ளதாகவும் கூறினேன். கடுமையாகக் கோபமடைந்தார். அந்த விபரங்கள் அனைத்தையும் அவரது உதவியாளரிடம் குறித்துக் கொள்ளும்படிக் கூறினார்.

முதல்வர் கருணாநிதியின் பாதுகாப்பு அதிகாரிகளுக்கு சென்னை, முகப்பேரில் விலை உயர்ந்த வீட்டு மனை சகாய விலையில் வழங்கப் பட்டதையும், அவர்கள் வாங்கிய இரு நாட்களுக்குள், அதைக் கூடுதல் விலைக்கு விற்பனை செய்ததையும் கூறி, அதற்கான ஆவணங்களை அளித்தேன். மிகவும் மகிழ்ச்சியடைந்தார். அவரது உதவியாளரிடம் கூறி எனது தொலைபேசி எண்ணை வாங்கிக்கொண்டார். நான் பத்திரிக்கையாளர்களோடு பேசுவதற்காக வைத்திருந்த எண்ணைக்

கொடுத்தேன். அவரது உதவியாளர் எண்ணை என்னிடம் அளித்து. எந்த முக்கிய தகவல்களாக இருந்தாலும் தொடர்பு கொள்ளும்படியும், பொதுத் தொலைபேசியிலிருந்து மட்டுமே பேசும்படியும் கூறினார்.

அவரிடம் கொடுத்த ஆவணங்கள் அடுத்தடுத்த நாட்களில் மக்கள் தொலைக்காட்சியில் செய்தியாக வெளிவந்தன. மற்ற தொலைக் காட்சிகளை விட, இது போன்ற செய்திகள் வெளியிட்டதால், மக்கள் தொலைக்காட்சியின் டிஆர்பி ரேட்டிங் பல மடங்கு உயர்ந்தது. ஜாபர் சேட்டுக்கும், உளவுத் துறைக்கும் இது பெரும் கலக்கத்தை ஏற்படுத்தியது. தகவல்கள் எப்படி வெளியாகின்றன என்பதை அவர்களால் கண்டுபிடிக்க முடியவில்லை. அரசியல் வட்டாரத்திலும் இந்தச் செய்திகள் பரபரப்பை ஏற்படுத்தின.

இது ஒருபுறம் நடந்துகொண்டிருக்க, சண்முகம் விசாரணை ஆணையத்தின் விசாரணையும் சூடு பிடிக்கத் தொடங்கியது. புலன் விசாரணை நடத்த நீதிபதி மட்டும் போதாது என்பதால், அந்த விசாரணை ஆணையத்துக்காக ஒரு காவல் குழு அமைக்கப்பட்டது. மதுரையில் எஸ்பியாக பணியாற்றிக் கொண்டிருந்த கபில்குமார் சரத்கர் சிந்துராவ் என்ற ஐபிஎஸ் அதிகாரியை விசாரணை அதிகாரியாக நியமித்து உத்தரவிட்டது அரசு. அவருக்கு உதவியாக, சைபர் கிரைமில் பணியாற்றிக் கொண்டிருந்த டிஎஸ்பிக்கள், இன்ஸ்பெக்டர்கள் என்று ஒரு பெரிய டீமே பணியாற்றிக் கொண்டிருந்தது.

இந்த நேரத்தில்தான் ஜனதா கட்சித் தலைவர் சுப்ரமணியன் சுவாமி ஒரு பத்திரிக்கையாளர் சந்திப்பை நடத்தினார். அந்த சந்திப்பில் திமுக அமைச்சரவையில் சமூக நலத்துறை அமைச்சராக இருந்த டாக்டர் பூங்கோதை மற்றும் லஞ்ச ஒழிப்புத் துறை இயக்குநர் உபாத்யாய் ஆகியோரிடையே நடைபெற்ற உரையாடலைச் செய்தியாளர் களிடையே வெளியிட்டார்.

தமிழக மின் வாரியத்தில் உதவிப் பொறியாளராகப் பணியாற்றுபவர் ஜவஹர். இவர் அமைச்சர் பூங்கோதையின் நெருங்கிய உறவினர். மின் இணைப்பு வழங்குவதற்காக 50 ஆயிரம் லஞ்சம் வாங்கும்போது, லஞ்ச ஒழிப்புத் துறையினரால் கையும் களவுமாகப் பிடிக்கப்படுகிறார். அவர் மீது வழக்குப் புலனாய்வு நடைபெற்று வருகிறது. அந்த வழக்கில் நீதிமன்றத்தில் குற்றப்பத்திரிக்கை தாக்கல் செய்யாமல், துறை ரீதியான நடவடிக்கைக்குப் பரிந்துரை செய்யுமாறும், அப்படித் துறை ரீதியான நடவடிக்கைக்குப் பரிந்துரை செய்தால், அதைத் தாங்கள் சமாளித்துக் கொள்வதாகவும் கூறுகிறார்.

இந்த உரையாடல் அதுவரை ஊடகங்களில் வெளியாகவில்லை. ஆனால் இந்த உரையாடல் எதிர்க்கட்சித் தலைவர்கள் ஓ.

பன்னீர்செல்வம், பாமக சட்டப்பேரவை தலைவர் ஜி.கே.மணி மற்றும் பெரும்பான்மையான ஊடகங்களிடம் இருப்பதாகவும் உளவுத் துறையால் கருணாநிதிக்குத் தெரிவிக்கப்படுகிறது. இவர்கள் அனைவரும் உளவுத்துறையால் தொடர்புகொள்ளப்படுகிறார்கள். பூங்கோதை உரையாடலை வெளியிட வேண்டாம் என்று பத்திரிக்கையாளர்கள் அனைவரும் கேட்டுக் கொள்ளப்படுகிறார்கள். அன்று ஊடகங்களை எந்த அளவுக்கு உளவுத்துறை மூலமாகக் கருணாநிதி கட்டுப்பாட்டில் வைத்திருந்தார் என்பதற்கு உதாரணம்... ஒரே ஓர் ஊடகம்கூட பூங்கோதை உரையாடலை வெளியிட முன்வரவில்லை.

ஆனால் ஊடகங்களின் வாயை அடைத்த கருணாநிதியால் சுப்ரமணியன் சுவாமியின் வாயை அடைக்க முடியவில்லை. அவர் வெளியிட்ட உரையாடல் பெரும்பாலான நாளிதழ்களில் முதல் பக்கச் செய்தியாக வெளியானது. சுப்ரமணியன் சுவாமி இதை வெளியிட்டதால், கருணாநிதி கலங்கித்தான் போனார். ஏற்கெனவே 1989ல் சுப்ரமணியன் சுவாமி எழுப்பிய விடுதலைப் புலிகளுக்கு ஆதரவு என்ற புகாரால், தனது ஆட்சியைப் பறிகொடுத்தவர் கருணாநிதி. இன்று வரை, சுப்ரமணியன் சுவாமி என்றாலே கருணாநிதிக்குப் பயம்தான்.

செய்தி வெளியான மறுநாள் சட்டப்பேரவையில் எதிர்க்கட்சித் தலைவர் ஓ.பன்னீர்செல்வம் இந்த விவகாரத்தின்மீது சிறப்பு கவன ஈர்ப்புத் தீர்மானம் கொண்டுவந்தார். இந்த விவகாரத்துக்கு பதிலளித்துப் பேசினார் முதல்வர் கருணாநிதி. 'எனது அமைச் சரவையைச் சேர்ந்த ஒருவரே ஊழல் புகாரில் சிக்கிய தனது உறவினரைப் பாதுகாப்பதற்காக லஞ்ச ஒழிப்புத் துறை இயக்குநரிடம் பேசியது எனக்கு மிகுந்த மன வருத்தத்தை அளிக்கிறது. எதிர்க்கட்சித் தலைவரின் ஆதங்கத்தை நானும் பகிர்ந்துகொள்கிறேன். இது தொடர்பாக ஏற்கெனவே அமைக்கப்பட்டு விசாரணை நடந்து வரும் சண்முகம் ஆணையத்திடம் இந்த உரையாடலையும் கொடுத்து விசாரிக்கச் சொல்லலாமா என்று அரசு ஆலோசிக்கிறது' என்றார்.

இவரது அறிக்கையைக் கவனமாகப் பார்க்கவேண்டும். சண்முகம் ஆணையத்திடம், இதையும் விசாரிக்கச் சொல்லலாமா வேண்டாமா என்று அரசு ஆலோசிக்கிறது என்று கூறுகிறாரே தவிர, விசாரிக்க வேண்டும் என்று உத்தரவிடப் போகிறேன் என்று தெளிவாகச் சொல்ல வில்லை. அதில் ஒளிந்திருந்த பொருள், இது குறித்து எப்போதுமே விசாரணை நடத்தப்படப் போவதில்லை என்பதே. அவர் சொல்லாமல் விட்டதுபோலவே, இது குறித்து எந்த விசாரணையும் இறுதிவரை நடைபெறவேயில்லை.

இரண்டு நாட்கள் இது குறித்து செய்திகள் வந்தனவே தவிர, வேறு எந்த முன்னேற்றமும் இல்லை. நான்காவது நாள், அமைச்சர் பூங்கோதை

ராஜினாமா செய்துவிட்டார் என்று சட்டப்பேரவையில் கருணாநிதி அறிவித்தார். பின்னொரு நாளில் மார்க்சிஸ்ட் கட்சியின் எம்எல்ஏவாக இருந்த பாலபாரதியைச் சந்திக்க நேர்ந்தது. அப்போது அவரோடு பொதுவான அரசியல் குறித்து உரையாடினேன். 'பூங்கோதை அன்னைக்கு சட்டசபையில இருந்து அழுதுக்கிட்டே வெளிய போனது இன்னும் ஞாபகம் இருக்குப்பா' என்று குறிப்பிட்டார்.

அந்த உரையாடல் கருணாநிதியின் குடும்பத்தில் பெரும் பூகம்பத்தை உருவாக்கியிருந்தது. அமைச்சர் பூங்கோதை, சிஐடி காலனியில் உள்ள ராஜாத்தி அம்மாள் அவர்களுக்கு நெருக்கம். அவரை ராஜினாமா செய்யச் சொன்னதும், சிஐடி காலனியில் பெரும் பிரச்னை எழுந்தது. பூங்கோதையை ராஜினாமா செய்ய வைக்கக்கூடாது என்று அழுத்தம் தரப்பட்டது. அதையும் மீறி அவர் ராஜினாமா செய்ய வைக்கப்பட்டார். அந்த விவகாரத்தைக் கருணாநிதி அப்படியே விட்டிருக்கலாம். ஆனால் சுப்ரமணியன் சுவாமியின்மீது இருந்த பயம் அப்படி.

இந்த உரையாடல் வெளியான பிறகு, இயக்குநர் உபாத்யாய் என்ன செய்திருப்பார், அமைச்சர் சொன்னபடிக் கேட்டிருப்பாரா என்று எனக்குச் சந்தேகம் எழுந்தது. உடனடியாக அந்த வழக்கின் ஆவணங்களைச் சரி பார்த்தேன். அப்போது, அமைச்சர் சொன்னபடி துறை நடவடிக்கைக்குப் பரிந்துரை செய்யாமல், நீதிமன்றத்தில் குற்றப் பத்திரிகை தாக்கல் செய்யுமாறு உபாத்யாய் பரிந்துரை செய்திருந்ததை அறிந்தேன். உபாத்யாய் எத்தகைய ஒரு நேர்மையான அதிகாரி என்பதைப் புரிந்துகொண்டேன்.

விசாரணை ஆணையத்தின் நடவடிக்கைகளைத் தொடர்ந்து கண்காணித்துக் கொண்டிருந்தேன். அது குறித்த தகவல்களையும் தெரிந்துகொள்ள முயற்சி செய்து வந்தேன். பூங்கோதை உரையாடல் குறித்து விசாரணை நடத்தப்பட மாட்டாது என்று அறிவிப்பு இருந்தாலும், விசாரணை ஆணையத்தின் அதிகாரிகள், பூங்கோதை உரையாடலை வெளியிட்ட செய்தியாளர்களை அழைத்து விசாரித்தனர். சுப்ரமணியன் சுவாமி வெளியிட்ட சிடிக்களை கேட்டுப் பெற்றுக்கொண்டனர்.

ஆணையத்தின் விசாரணை காரணமாக லஞ்ச ஒழிப்புத் துறையில் கணினிகளை மேற்பார்வை செய்துகொண்டிருந்த உதவி ஆய்வாளர் பிரபாகரன் என்பவர் கடுமையான நெருக்கடிக்கு ஆளாக்கப்பட்டார். ஏறக்குறைய மனநோயாளிபோலவே மாறிப் போனார். அவருக்கு ஹரிஹரசுதன் என்ற காவலர் உதவியாக இருந்தார். அவரும் விசாரிக்கப் பட்டார். இயக்குநர் உபாத்யாயின் மடிக்கணினி பலமுறை பழுதான போது பிரபாகரன்தான் அதைப் பொறியாளர்களின் உதவியோடு சரி செய்தவர். அந்த லேப்டாப்பில் இருந்த டேட்டாவை பல முறை பேக்கப் செய்தவரும் இவர்தான்.

உரையாடல்கள் எப்படி வெளியாகின என்பது குறித்து விசாரணை ஆணையத்துக்கு எந்தத் தகவலும் தெரியவில்லை. இருட்டில் தேடிக் கொண்டிருந்தார்கள். விசாரணை ஆணையத்துக்கு ஒதுக்கப்பட்டிருந்த மூன்று மாதகால காலக்கெடுவும் முடியும் சூழல் ஏற்பட்டது. எவ்விதமான முன்னேற்றமும் ஏற்படவில்லை என்பதால், இயக்குநரின் மடிக்கணினியைக் கையாண்ட உதவி ஆய்வாளர் பிரபாகரனின் தலையில் உரையாடல் வெளியான குற்றச்சாட்டைக் கட்டலாம் என்ற முடிவுக்கு வந்தனர்.

உடல் ரீதியாகத் துன்புறுத்தப்படவில்லை என்றாலும், பிரபாகரன் மற்றும் ஹரிஹரசுதன் ஆகிய இருவரும் மனரீதியாகக் கடுமையான துன்புறுத்தலுக்கு ஆளாக்கப்பட்டனர். இருவரும் தினமும் காலையில் விசாரணை ஆணைய அலுவலகத்துக்கு வரவழைக்கப்படுவர். அங்கே போடப்பட்டிருந்த ஒரு மர பெஞ்சில் அமர வைக்கப்படுவர். யாரும் எதுவும் விசாரிக்கமாட்டார்கள். யாரும் பேச மாட்டார்கள். திடீரென்று இருவரும் தனித் தனியாக விசாரணை செய்யப்படுவார்கள். மற்ற நேரங்களில் எந்தக் கேள்வியும் கேட்கப்படாமல் தனியாக உட்கார வைக்கப்பட்டிருப்பார்கள். இப்படி காலை முதல் மாலை வரை எந்த வேலையும் கொடுக்காமல், எந்தக் கேள்வியும் கேட்காமல், வெறுமனே அமர வைத்து அவர்களுக்குக் கடுமையான மன உளைச்சலை ஏற்படுத்தினர் விசாரணை ஆணைய அதிகாரிகள்.

இந்த விசாரணை குறித்து காவலர் ஹரிஹரசுதனிடம் பேசினேன். எப்படியெல்லாம் கடுமையான மன உளைச்சல் உண்டாக்கப்படுகிறது என்பதை அவர் விளக்கிக் கூறினார். விசாரணை ஆணையத்தில் உள்ள சாதாரண காவலர்கள்கூட தங்களை மிரட்டுகிறார்கள் என்றார். இரவில் தூங்க முடியவில்லை என்றார். பிரபாகரன் எப்படி இருக்கிறார் என்று கேட்டேன். நான்கூட பரவாயில்லை. அவரை ரொம்பவும் கொடுமைப்படுத்துகிறார்கள் என்றார். 'குற்றச்சாட்டை ஒப்புக் கொள், இல்லாவிட்டால் கைது செய்வோம்' என்று அவர் தினமும் மிரட்டப் படுவதாகவும் தெரிவித்தார்.

பிரபாகரன் மற்றும் ஹரிஹரசுதன் ஆகிய இருவரிடமும் நான் தனித்தனியாகப் பேசினேன். 'எத்தனை அழுத்தங்கள் அளித்தாலும் பொய்யான குற்றச்சாட்டை ஒருபோதும் ஒப்புக்கொள்ளாதீர்கள்' என்றேன். எனக்கு வழக்கறிஞர்களைத் தெரியும் என்றும், என்ன உதவி வேண்டுமானாலும் செய்வதாகவும் கூறினேன். நெருக்கடி அதிகமானால் பத்திரிக்கைகளில் செய்தி வெளியிட வைப்பதாகவும் கூறினேன். எனது இரண்டாவது மொபைல் எண்ணை அளித்து, உதவி தேவையென்றால் இந்த செல்போனில் அழைக்குமாறும் கூறினேன்.

ஒரு சக ஊழியர், அப்பாவியான ஊழியர் ஒரு முக்கியமான வழக்கில் பலிகடா ஆக்கப்படப் போகிறார் என்பதுதான் எனக்கு ஆதங்கமாக இருந்தது. தொழிற்சங்க அனுபவம் இருந்ததால் இயல்பாகவே எனக்கு சக ஊழியர்களின் நலனில் அக்கறை உண்டு. ஆனால் எனது அந்த முயற்சி என் வாழ்வில் பெரும் புயலை உருவாக்கியது. காலையில் அலுவலகம், மாலையில் வீடு, வாரம் இரண்டு நாள் ஓய்வு, பதவி உயர்வு குறித்த கனவுகள் என்ற எனது இயல்பான வாழ்க்கைக்கு நான் திரும்பவே முடியாத வகையில் என் வாழ்க்கை மாறிப் போகும் என்பதை நான் அப்போது நினைத்துப் பார்க்கவில்லை. ஒரு சக ஊழியருக்கு நான் செய்த உதவி ஒரு திகில் கதையாக மாறி பல திடுக்கிடும் திருப்பங்களை என் வாழ்வில் ஏற்படுத்தின.

16

உரையாடல்கள் எப்படி வெளியாகின என்பது குறித்து ஒரு துளி தகவலும் வரவில்லை. விசாரணை ஆணையமும், அதற்காக நியமிக்கப் பட்ட புலனாய்வுக் குழுவும் விரக்தியடைந்தனர். ஆனால், குறிப்பிட்ட காலத்துக்குள் முடிக்கவேண்டும் என்ற காலக்கெடு நெருங்கி வந்தது. லஞ்ச ஒழிப்புத் துறை இயக்குநர் உபாத்யாய் மடிக்கணினி மற்றும் இதர கணினிகளைக் கையாண்ட உதவி ஆய்வாளர் பிரபாகரனின் மீது மொத்தக் குற்றச்சாட்டுகளையும் சுமத்தி, விசாரணையை முடிவு செய்யலாம் என்று அதிகாரிகள் முடிவெடுத்தனர்.

பிரபாகரன் அழைக்கப்பட்டார். புலனாய்வுக் குழுவின் தலைவர் கபில்கர் சரத்கர் சிந்துராவ் அவரிடம் விளக்கமாகப் பேசினார். 'நீதான் இயக்குநரின் மடிக்கணினியில் பழுது ஏற்பட்டபோதெல்லாம் வெளியே அதை எடுத்துச் சென்று சரி செய்திருக்கிறாய். உன்னைத் தவிர வேறு யாரும் இந்த உரையாடலை வெளியிட்டிருக்க முடியாது. நீயாக ஒப்புக்கொண்டால், உன்மீது துறை நடவடிக்கை எடுக்க பரிந்துரை செய்வோம். ஒப்புக்கொள்ள மறுத்தால், உனக்கு உண்மை கண்டறியும் சோதனை நடத்தப்படும். நீ கைது செய்யப்படுவாய். சிறையில் அடைக்கப்படுவாய். உண்மையை ஒப்புக்கொள்வதைத் தவிர உனக்கு வேறு வழியில்லை' என்று மிரட்டினார்.

பிரபாகரன் ஏறக்குறைய நிலைகுலைந்து போனார். சிறைக்கு அனுப்பப்படுவாய் என்ற வார்த்தை அவரைப் பதைபதைக்கச் செய்தது. சிறைக்குச் சென்றால் நாம் என்ன ஆவோம், நமது குடும்பம் என்ன ஆகும் என்றெல்லாம் யோசிக்கத் தொடங்கினார். தனது மனைவி வீட்டாருக்குத் தெரிந்தால் என்ன ஆகும் என்று பயந்தார். நீண்ட நேர யோசனைக்குப் பின், இறுதியாக முடிவெடுத்தார். ஒரு ஒப்புதல்

வாக்குமூலத்தைத் தயார் செய்தார். அந்த ஒப்புதல் வாக்குமூலத்தில், இயக்குநரின் மடிக்கணினியை பழுதுபார்க்க பல முறை வெளியில் எடுத்துச் சென்றதாகவும், அதிலிருந்து டேட்டாவை டிவிடிக்கு தானே பேக்கப் செய்ததாகவும், இதுபோல பலமுறை செய்திருப்பதாகவும், அப்படி ஒருமுறை பேக்கப் எடுக்கையில் அதில் இருந்த அதிகாரிகளுக்கு இடையே நடைபெற்ற உரையாடலைக் கேட்டதாகவும், அது அதிகாரிகள் சம்பந்தப்பட்ட உரையாடல் என்பதால் உடனடியாக அணைத்துவிட்டதாகவும், இது குறித்து வேறு யாரிடமும் சொல்லவில்லை என்றும் நீண்ட விளக்கத்தை எழுதினார். பிறகு, அலுவலகத்தில் உள்ள மிக ரகசியமான ஒரு மென்பொருளை சரி செய்வதற்காக தனது வீட்டில் உள்ள கணினியில் காப்பி செய்ததாகவும், அதற்கு யாருடைய அனுமதியையும் பெறவில்லை என்றும் எழுதினார்.

உதவி ஆய்வாளராக பணியில் சேர்ந்தது முதல் இது வரை எந்த இடத்திலும் லஞ்சம் வாங்கியது கிடையாது என்றும், தன்னை மன்னித்துவிடும்படியும் எழுதியிருந்தார். 16 பக்கத்துக்கு ஒரு நீண்ட விளக்கத்தை எழுதி விசாரணை ஆணைய புலனாய்வு அதிகாரி கபில்குமாரிடம் அளிக்கச் சென்றார். அப்போது, விசாரணை எப்படி நடைபெறுகிறது என்பதை மேற்பார்வை பார்ப்பதற்காக, உளவுத்துறை டிஐஜி சங்கர் ஜிவால் அங்கே வந்திருந்தார். பிரபாகரனைப் பார்த்த அவர், உடனடியாக அவரை ஓர் அறைக்கு அழைத்துச் சென்றார்.

பிரபாகரன் எழுதிய நீண்ட கடிதத்தை முழுமையாக படித்துப் பார்த்தார் சங்கர் ஜிவால். அவரும் கபில் குமாரும் விவாதித்தனர். அந்தக் கடிதத்தில் வழக்குக்கு உபயோகமாக எதுவுமே இல்லை என்பது அவர்களுக்கு புரிந்தது. இருப்பினும் பிரபாகரனிடம் விசாரணையைத் தொடர்ந்தனர். 'உங்களுக்கு வேற என்ன தெரியும் சொல்லுங்க' என்றதும் பிரபாகரன், 'எனக்கு தெரிஞ்சதையெல்லாம் எழுதிக் குடுத்துட்டேன் சார். வேற எதுவும் தெரியாது' என்றார். 'ஏதாவது இருக்கும் பிரபாகரன், நல்லா ஞாபகப்படுத்தி சொல்லுங்க' என்றார் கபில்குமார். பிரபாகரன் வேறு எதுவும் தெரியாது என்பதையே வலியுறுத்திக் கொண்டிருந்தார்.

காவல் துறை அதிகாரிகள் குற்றம் சாட்டப்பட்டவரை விசாரணை செய்கையில் மீண்டும் மீண்டும் ஒரே கேள்வியைக் கேட்பார்கள். அது எதற்காகவென்றால், ஏதாவது ஒருமுறை, சம்பந்தப்பட்டவர் மாற்றி பதில் சொன்னால் உண்மை வெளிவருமா என்று பார்ப்பதற்காகத்தான். அப்படித்தான் பிரபாகரனும் விசாரிக்கப்பட்டார்.

'நீங்க இதைப் பத்தி யாருக்கிட்டயாவது பேசியிருப்பீங்க. அவங்க என்ன சொன்னாங்க?'

'சார் நான் யாருக்கிட்டயும் இதைப் பத்தி டிஸ்கஸ் பண்ணவே இல்ல சார்.'

'அது எப்படி யாருகிட்டயுமே டிஸ்கஸ் பண்ணாம இருப்பீங்க. அட்வகேட் கிட்ட டிஸ்கஸ் பண்ணீங்களா? அட்வகேட் என்ன சொன்னாரு?'

'சார், நான் அட்வகேட்கிட்ட டிஸ்கஸ் பண்ணல. ஆனா ஒருத்தர் அட்வகேட்கிட்ட ஹெல்ப் வேணும்னா சொல்லுன்னு சொன்னாரு சார்' என்றதும் இரு அதிகாரிகளும் நிமிர்ந்து உட்கார்ந்தனர்.

அன்று மாலையே எனக்கு விசாரணை ஆணையத்தின் புலனாய்வுக் குழுவின் முன்பாக மறுநாள் ஆஜராக வேண்டும் என்று சம்மன் அனுப்பப்பட்டது. சம்மன் வந்ததுமே எனக்குப் பதற்றம் தொற்றிக் கொண்டது. எதற்காக என்னை அழைக்கிறார்கள் என்பது எனக்குத் துளியும் புரியவில்லை. உரையாடல் களவு போனது இயக்குநர் இருக்கும் கட்டடம் 21ல். நான் பணியாற்றுவதோ கட்டடம் 23ல். இயக்குநர் கட்டடத்துக்கும் எனக்கும் சம்பந்தமே இல்லை. எனக்கும் இதற்கும் என்ன சம்பந்தம் என்று விளங்கவேயில்லை. மறுநாள் காலை 9.30 மணிக்கு ஆஜரானேன். ஒரு பெஞ்சில் அமர வைக்கப்பட்டேன். உதவி ஆய்வாளர் பிரபாகரனும், காவலர் ஹரிஹரசுதனும் இருந்தார்கள். ஆனால் ஒருவரோடு ஒருவர் பேசிக்கொள்ளவில்லை.

ஒரு படிவத்தைக் கொடுத்து நிரப்பச் சொன்னார்கள். பெயர், பிறந்த தேதி, உடன் பிறந்தவர்கள் பெயர், தாய் தந்தை பெயர், தொலைபேசி எண், உறவினர்களின் தொலைபேசி எண் போன்ற அனைத்தையும் கேட்டார்கள். அனைத்தையும் எழுதித் தந்தேன். அந்தப் படிவம் அறை உள்ளே இருந்த அதிகாரி கபில்குமாரிடம் கொடுக்கப்பட்டது.

நுழைந்ததும் அமரச் சொன்னார்கள். எடுத்த எடுப்பிலேயே 'பென் ட்ரைவ் எங்கே?' என்று கேட்டார் கபில்குமார். 'என்ன பென் ட்ரைவ் சார்... என்னிடம் பென் ட்ரைவ் எதுவும் கிடையாது' என்றேன். 'லுக் மிஸ்டர். எங்ககிட்ட எல்லா டீடெயில்ஸும் இருக்கு. பொய் சொல்லி தப்பிச்சிடலாம்னு பாக்காதீங்க. வேர் ஈஸ் தி பென் ட்ரைவ்?' என்றார். 'சார். நான் பென் ட்ரைவ் பயன்படுத்தியிருக்கிறேன். ஆனால் எனக்குச் சொந்தமாக பென் ட்ரைவ் கிடையாது' என்றேன். 'மிஸ்டர், சுஜாதா பென் ட்ரைவ் உங்ககிட்டதான் இருக்குன்னு எங்களுக்குத் தெரியும். மரியாதையா எடுத்து வைச்சிடுங்க' என்றார்.

விசாரணை ஆணையத்தால் கைப்பற்றப்பட்ட அனைத்துக் கணினிகளும் தடய அறிவியல் சோதனைக்கு உட்படுத்தப்பட்டிருந்தன.

சோதனைக்கு அனுப்பப்பட்ட கணினிகளில் இரண்டு மிக முக்கிய மானவை. ஒன்று இயக்குநர் உபாத்யாயின் மடிக் கணினி. மற்றொன்று, சட்ட ஆலோசகரின் கணினி. லஞ்ச ஒழிப்புத் துறையில் சட்ட ஆலோசகர் என்று ஒரே ஒரு பதவி இருந்தது. அவரது பணி, லஞ்ச ஒழிப்புத் துறையின் அனைத்து வழக்குகளிலும், சட்ட ஆலோசனை வழங்குவது. கருத்து கூறுவது. அந்த இரண்டு கணினிகளும் சோதனைக்கு அனுப்பப்பட்டன.

அவற்றில், இயக்குநர் உபாத்யாயின் கணினியில் உரையாடல்கள் இருந்ததற்கான தடயங்களே இல்லை என்று அறிக்கை தரப்பட்டது. அவர் மடிக்கணினி பழுதானபோது, அதன் பேக்கப் இரண்டு டிவிடிக்கள் மற்றும் சட்ட ஆலோசகரின் கணினியில் சேமிக்கப் பட்டிருந்தது. இப்படி பேக்கப் இரண்டு இடங்களில் சேமிக்கப்பட்ட விபரம், உதவி ஆய்வாளர் பிரபாகரன் மற்றும், காவலர் ஹரிஹரசுதன் ஆகியோரைத் தவிர வேறு யாருக்கும் தெரியாது.

டெக்கான் க்ரானிக்கிள் நாளிதழில் வெளியான உரையாடல், 1 ஏப்ரல் 2008 அன்று, சட்ட ஆலோசகரின் கணினியில் இயக்கப்பட்டிருந்தது. இயக்கப்பட்டிருந்தது என்றால் அது 3 வினாடிகளுக்கும் குறைவாக இயக்கப்பட்டிருந்தது. அந்த 3 வினாடிகளில் அந்த உரையாடலை முழுமையாகக் கேட்டிருக்க வாய்ப்பில்லை. கணினியில் உள்ள ஒரு கோப்பை டபுள் க்ளிக் செய்தது போன்றதற்கான ஒரு தடயமே அது. அவ்வாறு அது இயக்கப்பட்ட நேரம் 11.01. அதற்கு 15 நிமிடங்கள் கழித்து ஒரு பென் ட்ரைவ் அந்த கணினியில் பயன்படுத்தப்பட்டிருந்தது என்பது தடய அறிவியல் சோதனையில் தெரிய வந்திருந்தது. அந்த பென் ட்ரைவ் சுஜாதா என்று பெயரிடப்பட்டிருந்தது. என் தங்கை பெயர் சுஜாதா என்பதால் அந்த அடிப்படையில் என்னிடம் பென் ட்ரைவை எடுத்து வை என்று கேட்டிருக்கிறார்கள்.

உடனடியாக எனது பாக்கெட்டில் இருந்த இரண்டு செல்போன்களும் பறிமுதல் செய்யப்பட்டன. அவை கைப்பற்றப்பட்டதற்கான படிவம் தயாரிக்கப்பட்டு எனது கையொப்பம் பெறப்பட்டது. பென் ட்ரைவை ஒப்படைக்குமாறு மற்றொரு சம்மன் வழங்கப்பட்டது. அதற்கு என்னிடம் பென் ட்ரைவ் இல்லை என்று பதில் எழுதினேன். கபில் குமார், எனது தங்கையின் செல்போன் எண்ணைப் பெற்று, அவருக்கு போன் செய்து, உடனடியாக வருமாறு கூறினார். எனது தங்கை ஸ்ரீபெரும்புதூரில் இருந்த ஒரு தனியார் நிறுவனத்தில் பணியாற்றிக் கொண்டிருந்தார். உடனடியாக அவர் வரவழைக்கப்பட்டார்.

எனக்குத் தனியாக இரண்டு ஆய்வாளர்கள் காவலுக்கு வைக்கப்பட்டு எங்கும் நகர முடியாதபடி பார்த்துக்கொள்ளப்பட்டேன். உச்ச

நீதிமன்றம் கைது என்றால் என்ன என்று வரையறுத்துள்ளது. ஒருவரை காவல்துறையினர் அழைத்துச் சென்று அவர்கள் கட்டுப்பாட்டில் வைத்தாலே அது கைது என்று உச்ச நீதிமன்றம் வரையறுக்கிறது. விசாரணை ஆணையங்களுக்கு ஒருவரையும் கைது செய்யும் அதிகாரம், விசாரணை ஆணைய சட்டத்தில் வழங்கப்படவில்லை. ஆனால், எந்தக் காவல்துறை இவற்றையெல்லாம் பின்பற்றுகிறது?

இரண்டு மணி நேரம் கழித்து என் தங்கை விசாரணை ஆணையத்துக்கு வந்தார். அவருக்கு நான் என்ன மாதிரியான சிக்கலில் சிக்கியிருக்கிறேன் என்பது சற்றும் தெரியவில்லை.. அவரை எஸ்.பி கபில்குமார் தனியாக விசாரித்தார். உங்களிடம் பென் ட்ரைவ் இருக்கிறதா என்று கேட்டார். 'என்னிடம் இரண்டு மூன்று பென் ட்ரைவ்கள் இருக்கின்றன. திரைப்படங்கள் காப்பி செய்வதற்காக நான் என் நண்பர்களோடு அவற்றை மாற்றிக்கொள்வேன்' என்றார். 'உங்கள் அண்ணனிடம் பென் ட்ரைவை கொடுத்திருக்கிறீர்களா?' என்று கேட்டதற்கு, 'அவனும் என் பென் ட்ரைவை பயன்படுத்தி பல திரைப்படங்களை காப்பி செய்து தந்திருக்கிறான். ஆனால் அந்த பென் ட்ரைவ் எங்கே இருக்கிறது, யாரிடம் அளித்தேன் என்பது நினைவில்லை' என்றார். என் தங்கைக்கும் பென் ட்ரைவுக்கு பெயரிடலாம் என்பது தெரியாது. அவளும் இயல்பாக பதில் சொல்லிக்கொண்டிருந்தாள். அவளிடம் ஒரு வாக்குமூலம் பெற்றுக்கொண்டு அவரை அனுப்பிவிட்டார்கள்.

அடுத்ததாக நான் மீண்டும் விசாரணைக்கு அழைக்கப்பட்டேன். பென் ட்ரைவை ஒப்படையுங்கள் என்று கூறினர். நான் என்னிடம் பென் ட்ரைவ் இல்லை என்றேன். உங்கள் தங்கை உங்களிடம் பல முறை பென் ட்ரைவ் கொடுத்துள்ளதாக வாக்குமூலம் அளித்துள்ளார். பென் ட்ரைவை உடனடியாக ஒப்படைத்து விடுங்கள் என்று கூறினர். என்னிடம் இல்லை என்பதை மீண்டும் கூறினேன். அவர்கள் அதை நம்பவே இல்லை.

சட்ட ஆலோசகரை அழைத்தார்கள். அவரையும் என்னையும் வைத்து ஒன்றாக விசாரணை செய்தார்கள். சங்கர் எப்போதெல்லாம் உங்கள் அறைக்கு வருவார் என்று கேட்டனர். கோப்புகளில் எனது கருத்தைப் பெறவேண்டுமென்றால் வருவார் என்றார் அவர். நீங்கள் இல்லாத போது எத்தனை முறை சங்கர் உங்கள் அறைக்கு வந்துள்ளார் என்றனர்.

நான் ஜான் க்ரிஷாம் எழுதிய நாவல்களை நிறைய படித்துள்ளேன். ஜான் க்ரிஷாம் அடிப்படையில் ஒரு வழக்கறிஞர். அவரது நாவல்கள் பெரும்பாலும் சட்டம், நீதிமன்றம், வழக்கறிஞர்கள் ஆகியவற்றின் அடிப்படையிலேயே இருக்கும். அவற்றைப் படித்ததனால் எனக்கு நீதிமன்ற வழக்கு மொழிகள் அத்துப்படி. நீதிமன்ற நடைமுறைகளின்

படி, அரசு வழக்கறிஞர் சாட்சிகளை விசாரிக்கையில், அவர்கள் வழக்குக்கு ஏற்றார்போல சாட்சியம் அளிக்கும் வகையில் கேள்விகள் எழுப்பக்கூடாது. ஆனால் அவர்கள் அப்படி எழுப்பினால், குற்றவாளி தரப்பு வழக்கறிஞர் அதற்கு ஆட்சேபணை தெரிவிக்கமுடியும். அதை லீடிங் கொஸ்டின் என்பார்கள். இது இந்திய நீதிமன்றங்களிலும் உள்ள ஒரு நடைமுறை.

சட்ட ஆலோசகரிடம் அடுத்து, 'சங்கர் உங்கள் அனுமதியில்லாமல் எத்தனைமுறை உங்கள் கணினியைப் பயன்படுத்தியுள்ளார்' என்று கேட்டனர். 'தட்ஸ் ய லீடிங் க்வெஸ்டின்' என்று எஸ்பி கபில்குமாரிடம் எனது எதிர்ப்பைத் தெரிவித்தேன். அவருக்குக் கடும் எரிச்சல் வந்தது. உடனே சட்ட ஆலோசகர் என்னைப் பார்த்து, 'சங்கர், காவல்துறை விசாரணையில் லீடிங் க்வெஸ்டின் கேட்கலாம். தவறில்லை' என்றார். அவர் சொன்னதும் உடனே கேட்டுக்கொண்டேன். சட்ட ஆலோசகரின் விசாரணையிலும் இவர்கள் எதிர்பார்த்ததுபோல தடயங்கள் ஏதும் கிடைக்கவில்லை. ஆனால் எஸ்பி கபில்குமார் விசாரணை செய்தபோது அவரைக் குறுக்கே கேள்வி கேட்டதால், அவருக்குக் கடுமையான கோபம் இருந்தது. விசாரணை முடிந்ததும், டிஎஸ்பியை அழைத்து, 'இவனை சோதனை செய்யுங்கள். பென் ட்ரைவை இவன்தான் வைத்திருக்கிறான்' என்றார். அவர்களும் சோதனை செய்தார்கள். எதுவும் கிடைக்கவில்லை.

இந்த விசாரணையில் ஒரு நகைச்சுவையான சம்பவமும் நடைபெற்றது. முன்பே குறிப்பிட்டதுபோல அண்ணா பல்கலைக்கழக முறைகேடுகள் தொடர்பாக தகவல் அறியும் உரிமைச் சட்டத்தின் கீழ் மனு அனுப்பியவன் என் நண்பர் ராஜேசேகர். 2008ல் அவன் விஏஓ பதவிக்கு தேர்வு எழுதி, விஏஓவாக பணியாற்றிக்கொண்டிருந்தான். செங்குன்றம் தாண்டி ஒரு கிராமத்தில் அவனுக்குப் பணி. அவன் பணியாற்றிய இடத்திலிருந்து 10 கிலோ மீட்டரில் ஆந்திர எல்லை. தமிழக எல்லையைக் கடந்து ஆந்திராவுக்குச் சென்றால், அருமையான பனங்கள் கிடைக்கும். நாங்கள் இருவரும் பலமுறை சென்றிருக்கிறோம். அவன் வேலை முடிந்ததும் சில சமயங்கள் தனியாகவும் சென்றிருக்கிறான். அப்படி தனியாகச் செல்கையில் கள் அருந்திவிட்டு எனக்கு போன் செய்வான். செய்து என்னை வேலை செய்ய விடாமல் கிண்டல் செய்வான். இதுபோல பலமுறை நடந்திருக்கிறது.

ஒரு முறை அவன் இதேபோல ஆந்திரா சென்று கள் அருந்திவிட்டு, என்னைத் தொலைபேசியில் அழைத்தான். நான் வேலையாக இருந்ததால் போனை எடுக்கவில்லை. உடனே 'ஐ யம் இன் ஆந்திரா' என்று எஸ்எம்எஸ் அனுப்பினான். அதன் பொருள், 'நான் கள் அருந்தியிருக்கிறேன். மரியாதையாக போனை எடு' என்பதே. அந்த

எஸ்எம்எஸ் வந்ததும் நான் போனை எடுத்து அவனிடம் பேசிவிட்டு வைத்துவிட்டேன். அது நடந்து இரண்டு நாட்களுக்குப் பிறகுதான் நான் விசாரணைக்கு அழைக்கப்பட்டேன்.

என்னிடம் பறிமுதல் செய்த இரண்டு தொலைபேசிகளையும் எஸ்பி கபில் குமார் ஆராய்ந்தார். இரண்டாவது தொலைபேசியில் அனைத்து எஸ்எம்எஸ்களையும் அழித்திருந்தேன். நான் எப்போதும் பயன்படுத்தும் தொலைபேசியில்தான் ராஜசேகர், 'ஐ யம் இன் ஆந்திரா' என்று அனுப்பிய அந்த எஸ்எம்எஸ் இருந்தது. எஸ்எம்எஸ்ஸை படித்துவிட்டு, எஸ்பி கபில் குமார், 'இது என்ன கோட் வேர்ட்?' என்று கேட்டார். 'இது கோட் வேர்டெல்லாம் இல்லை. என் நண்பன் அனுப்பியது' என்றேன். 'ஆந்திர நக்சலைட் இயக்கங்களோடு உனக்கு என்ன தொடர்பு?' என்றார். எனக்கு ஒரே சிரிப்பு. சரியான லூசுங்களா இருக்காங்களே என்று நினைத்துக்கொண்டேன். 'சார் எனக்கு நக்சலைட் இயக்கங்களோடெல்லாம் தொடர்பு கிடையாது. நானும் என் நண்பனும் ஆந்திராவுக்கு கள் குடிக்கச் செல்வோம். அது தொடர்பாக அனுப்பிய எஸ்எம்எஸ்தான் இது' என்றேன். ஆனால் அவருக்கு நம்பிக்கை ஏற்படவில்லை. ஆந்திராவில் பிடபிள்யுஜி (Peoples War Group) எனப்படும் மக்கள் யுத்தக் குழு இயக்கத்தோடு நான் நெருங்கிய தொடர்பில் இருந்ததாக அவர் நினைத்தார்.

எனது மற்றொரு நண்பனான ஸ்ரீராம் என்பவன் ஐசிஐசிஐ வங்கியில் அக்கவுன்ட் வைத்திருந்தான். அவனது அக்கவுன்டில் 25 ஆயிரம் பணம் இருந்தது. அதே ஐசிஐசிஐ அக்கவுன்டில் அவன் க்ரெடிட் கார்டும் வைத்திருந்தான். க்ரெடிட் கார்டுக்கான பணத்தை முழுமையாகச் செலுத்தவில்லை என்பதால், அவனது கணக்கில் இருந்த 25 ஆயிரம் பணம் முடக்கப்பட்டது. இதனால் அவன் அவனது வங்கிக் கணக்கில் இருந்து எனது பெயருக்கு 25 ஆயிரத்துக்கு செக் அளித்தான். வங்கிக் கணக்கில் பணம் இருப்பில் இருக்கையில் பணம் இல்லையென்று செக்கை திருப்ப முடியாது என்பதால் அவ்வாறு செய்தான். அவன் அளித்த செக்கை நான் எனது ஐசிஐசிஐ வங்கிக் கணக்கில் போட்டேன். ஐசிஐசிஐ வங்கி அந்த செக்கை கிளியர் செய்து, எனது வங்கிக் கணக்கில் பணம் போட்டால், அந்தப் பணத்தை நான் எடுத்து அவனிடம் கொடுத்து விடுவதாக திட்டம்.

ஆனால் வங்கி இது போன்ற பல தில்லாலங்கடிகளை பார்த்திருக்கும். எனது வங்கிக் கணக்கில் 25 ஆயிரத்தை வரவு வைத்து, அடுத்த வினாடியே அதை மீண்டும் எடுத்துக் கொண்டார்கள். இதனால் எனக்கு 25 ஆயிரம் எனது வங்கிக் கணக்கில் வரவு வைக்கப்பட்டதற்கும், 25

ஆயிரம் அடுத்த வினாடியே எடுக்கப்பட்டதற்கும் அடுத்தடுத்து இரண்டு எஸ்எம்எஸ்கள் வந்தன.

இந்த இரண்டு எஸ்எம்எஸ்களையும் பார்த்த எஸ்பி கபில்குமார், எனக்கு பல இடங்களில் இருந்து பணம் வந்திருப்பதாகவும், அது சந்தேகத்திற்கிடமான வகையில் இருப்பதாகவும் முடிவுக்கு வந்தார். இந்தக் குற்றத்தை நான்தான் செய்திருப்பேன் என்று அவர் பின்னாளில் அறிக்கை அளிப்பதற்கு இந்த எஸ்எம்எஸ்கள் அடிப்படை காரணங்களாக இருந்தன.

மீண்டும் வெளியே இருந்த பெஞ்சில் என்னை அமர வைத்தார்கள். மாலை 5 மணிக்கு நான்கு இன்ஸ்பெக்டர்கள் மற்றும் காவலர்களோடு என்னை வீட்டுக்கு அழைத்துச் சென்றார்கள். எனது வீட்டில் இருந்த கணினி கைப்பற்றப்பட்டது. என்னிடம் கைப்பற்றப்பட்டதற்கான படிவத்தில் கையெழுத்து பெற்றுக்கொண்டு, சென்றுவிட்டார்கள். மீண்டும் மறுநாள் அழைக்கப்பட்டேன்.

மறுநாள் நான் விசாரணைக்குச் செல்வதற்குள் எனது இரண்டு தொலைபேசி எண்களுக்கான கால் ரெக்கார்டுகள் அனைத்தையும் எடுத்துவிட்டார்கள். எனது இரண்டாவது தொலைபேசி எண், என் தங்கையின் கணவர் பெயரில் இருந்தது. என் தங்கையும் அவள் கணவரும் திருச்சியில் உள்ள தேசிய தொழில்நுட்பக் கல்லூரியில் ஒன்றாகப் படித்து, காதலித்துத் திருமணம் செய்துகொண்டவர்கள். என் தங்கையின் கணவர் சசிகாந்த் ஒரு செல்பேசியைப் புதிதாக வாங்கும்போது, ஒரு சிம் கார்டு இலவசமாக அளிக்கப்பட்டிருந்தது. அது தேவையில்லை என்பதால் அதை அவர் என்னிடம் அளித்தார்.

அந்த விபரங்கள் அனைத்தும் எடுக்கப்பட்டன. இரண்டாவது தொலைபேசியின் மூலம் நான் பத்திரிக்கையாளர்களிடம் பேசிய விபரங்கள் முழுமையாக எடுக்கப்பட்டிருந்தன. அண்ணா பல்கலைக்கழக முறைகேடு தொடர்பாக செய்தி வெளியான, டெக்கான் க்ரானிக்கிள் நிருபர் அருண், ஜூனியர் விகடன் இணை ஆசிரியர் வெங்கடேஷ், டெகல்கா நிருபர் வினோஜ் மற்றும் மக்கள் டிவியின் செய்தியாளர் ரவி ஆகியோரிடம் மட்டுமே நான் பேசியிருந்தேன். இவர்கள் நால்வருக்கும், விசாரணை ஆணையம் விசாரணை செய்யும் விவகாரத்துக்கும் எந்தத் தொடர்பும் இல்லை.

ஆனால் பத்திரிக்கையாளர்களோடு தொடர்பில் இருந்தேன் என்ற ஒரு காரணம் போதாதா வழக்கில் சிக்கவைக்க? அதுவும் எந்தத் தடயமும் கிடைக்காமல் இருட்டில் துழாவிக்கொண்டிருந்த விசாரணை ஆணையத்துக்கு, பத்திரிக்கையாளர்களோடு நான் தொடர்பில் இருந்தேன் என்ற ஒரே விஷயம், விசாரணையை முடிக்க போதுமானதாக இருந்தது.

விசாரணைக்கு வருவதற்கு முன்பாக, எனது இரண்டாவது செல்பேசியில் இருந்த எஸ்எம்எஸ் மற்றும் அழைப்பு விபரங்கள் அனைத்தையும் அழித்துவிட்டேன். செல்போன்கள் அப்போதெல்லாம் வந்து சில காலமே ஆகியிருந்தது. அதனால், அனைத்து அழைப்பு விபரங்களும் ஏர் டெல்லின் சர்வர்களில் பதிவாகி இருக்கும்; ஓர் ஆண்டுக்கு அந்த விபரங்கள் அனைத்தும் சேகரிக்கப்பட்டு இருக்கும் என்பது எனக்குத் தெரியவில்லை. என் செல்போனில் விபரங்களை அழித்துவிட்டால் யாருக்கும் தெரியாது என்று நினைத்துக்கொண்டேன்.

நான் பத்திரிக்கையாளர்களோடு பேசுவதற்காகவே இரண்டாவது செல்போன் வைத்திருந்ததற்குக் காரணம் இருக்கிறது. அரசியல் அமைப்புச் சட்டம் பேச்சுரிமையை அடிப்படை உரிமை என்று கூறுகிறது. ஆனால் இந்த உரிமை அரசு ஊழியர்களுக்குப் பொருந்தாது. அரசு ஊழியர் நடத்தை விதிகளின்படி ஓர் அரசு ஊழியர் பத்திரிக்கையாளர்களிடம் தொடர்பு வைத்துக்கொள்ளக்கூடாது. அது அரசாங்கத்தின் கடைநிலை ஊழியர்களுக்கும் பொருந்தும்.

தமிழக அரசு நடத்தை விதிகளில் காண்டாக்ட் வித் தி ப்ரெஸ் என்று ஒரு பிரிவு இருக்கிறது. அந்தப் பிரிவில் எந்த நேரத்தில் அரசு ஊழியர்கள் ஊடகங்களை தொடர்புகொள்ளலாம் என்று தெளிவாகக் குறிப்பிடப்பட்டுள்ளது. அறிவியல் மற்றும் இலக்கியம் தவிர்த்து எந்த அரசு ஊழியரும் பத்திரிக்கையில் எழுதக்கூடாது. ஒரு ப்யூனாக இருந்தாலும், உயர் அதிகாரியாக இருந்தாலும் அனைவருக்கும் இது பொருந்தும். அரசியல் அமைப்புச் சட்டம் அனைவருக்கும் அடிப்படை பேச்சுரிமையை வழங்கியுள்ள நிலையில் இது முரண்பாடாகத் தோன்றும். ஆனால் இதுதான் உண்மை.

அரசுப் பணி வேண்டும் என்று நினைக்கும் அனைத்து நபர்களும், தங்கள் அடிப்படை உரிமையை விட்டுத்தரத்தான் வேண்டும். எனக்கு அடிப்படை உரிமைதான் முக்கியம் என்று சொல்லும் நபர்களுக்கு அரசுப் பணியில் வேலையில்லை. அந்த அடிப்படை உரிமையை விட்டுத் தரும் நபர்களுக்கு மட்டுமே அரசுப் பணி கிடைக்கும். எனது பேச்சுரிமை, எழுத்துரிமை பறிக்கப்படுகிறது, நான் இதை எதிர்ப்பேன் என்று ஒரே ஓர் அரசு ஊழியர்கூட இதுவரை வெகுண்டெழுந்தது கிடையாது.

இப்படிப்பட்ட ஒரு சிஸ்டத்தை தொடர்ந்து அரசாங்கங்கள் பராமரிப்பதற்குக் காரணம் இருக்கிறது. அரசு நிர்வாகத்தில் எழுதப்படும் எழுத்துகள் ஒவ்வொன்றும் எப்படி இருக்க வேண்டும் என்று 150 ஆண்டுகளுக்கு முன்னால் ஆங்கிலேயர்களால் எழுதப் பட்டுள்ளது. ஒரு கோப்பை எப்படிப் பராமரிக்க வேண்டும், அந்த

கோப்பில் அதிகாரியின் கையைச் சேதப்படுத்தாமல் குண்டூசி எப்படிக் குத்தவேண்டும் என்பது உள்ளிட்ட அனைத்து நடைமுறைகளும் வெள்ளையர்களால் வகுக்கப்பட்டவை. அந்த நடைமுறையைத்தான் நாம் இன்றுவரை பின்பற்றிக் கொண்டிருக்கிறோம். இந்த நடைமுறையில் இதுவரை துளிக்கூட மாற்றமில்லை.

பிரிட்டிஷ் அரசாங்கத்தில் பணிபுரிபவர்கள் தகவல்களை வெளியிட்டால், அது சுதந்தரப் போராட்டத்தில் ஈடுபடுபவர்களுக்கு உதவி புரியும் என்பதாலேயே அரசு ஊழியர்களுக்கு கடும் கட்டுப்பாடுகளை விதித்திருந்தது பிரிட்டிஷ் அரசு. ஆனால் சுதந்தரம் அடைந்து இத்தனை ஆண்டுகாலம் ஆகியும் இன்றும் அதே நடைமுறைதான் கடைபிடிக்கப் பட்டு வருகிறது. அதன் காரணமாகத்தான் அரசு ஊழியர்கள் ஊடகங்களில் பேசக்கூடாது என்று இத்தனை கடுமையான கட்டுப்பாடுகள்.

இந்த நடைமுறை எனக்கு உவப்பாகவே இல்லை. உவப்பாக இல்லாத ஒரு நடைமுறையை உடைக்க நான் எடுத்த முயற்சிதான் எனக்குச் சிக்கலை உருவாக்கியது. பத்திரிக்கையாளர்களிடம் பேசினார் என்பதற்காகவே ஓர் அரசு ஊழியர்மீது ஒழுங்கு நடவடிக்கை எடுத்து அவரை பணியில் இருந்து நீக்கமுடியும். இன்றுவரை இதுதான் நடைமுறை.

நான் பணியில் இருந்தவரையில் ஃபேஸ்புக், ட்விட்டர் போன்ற சமூக வலைத்தளங்கள் கிடையாது. ஆனால் இன்று பல அரசு ஊழியர்கள் சமூக வலைத்தளங்களில் எளிதாகச் செயல்படுகிறார்கள். ஆனால் அப்படிச் செயல்படுபவர்கள் அனைவரும், சாதாரண விஷயங்கள் குறித்துதான் பதிவிடுகிறார்களே தவிர, அரசாங்கத்தில் நடைபெறும் ஊழல்கள் குறித்து எதுவும் பேசுவதில்லை என்பது குறிப்பிடத்தக்கது.

அரசாங்கத்தில் நடைபெறும் ஓர் ஊழலை அரசு ஊழியர்கள், அனாமதேயமாக ஃபேஸ்புக்கிலோ, ட்விட்டரிலோ எளிதாக ஆதாரங்களோடு அம்பலப்படுத்தலாம். இன்று அறிவியலும் தொழில் நுட்பமும் அபாரமாக வளர்ச்சி கண்டுள்ளன. இருந்தும் ஓர் ஊழியர் கூட அப்படி ஊழலை வெளிப்படுத்த வேண்டும் என்று முனைவதில்லை. அதுதான் இந்த சிஸ்டத்தில் பலவீனம். அதன் காரணமாகத்தான் அரசு இயந்திரத்தில் நடைபெறும் பல ஊழல்கள் முழுமையாக மறைக்கப் படுகின்றன. தகவல் அறியும் உரிமைச் சட்டம் என்ற ஒரு சட்டம் வந்தாலும் கூட, தகவல்களை வெளியிடாமல் அரசு ஊழியர்கள் இழுத்தடிப்பதன் பின்னணி இதுதான்.

இந்த அரசு இயந்திரத்தின் ஓர் உதிரிபாகமாக நானும் மற்றவர்கள் போல இருந்திருக்கலாம். ஆனால் என்னால் முடியவில்லை. இப்படிப்

பட்ட ஓர் ஊழல் கவிந்த ஓர் இயந்திரத்தின் இயக்கத்தை நிறுத்த வேண்டும் அல்லது, இடைமறிக்க வேண்டும் என்று விரும்பினேன். ஒரு சில நிமிடங்கள் என்னால் அந்த இயந்திரத்தின் இயக்கத்தை நிறுத்த முடிந்தது. ஆனால் அதற்கு பதிலடியாக அந்த இயந்திரம் என்னைக் கசக்கிப் பிழிந்து சக்கையாகத் தூக்கிப் போட்டது.

மறுநாள் நான் விசாரணை ஆணைய விசாரணைக்குச் செல்லும் போதே, நான் தொடர்பில் இருந்த பத்திரிக்கையாளர்கள் அனைவரும் வரவழைக்கப்பட்டிருந்தனர். அவர்களில் டெகல்கா பத்திரிக்கையின் வினோஜைத் தவிர இதர அனைவரையும் நான் பார்த்தது கிடையாது. அவர்களிடமும் நான் ரமேஷ் என்ற பெயரிலேயே பேசியிருந்தேன். வேறு அறிமுகம் கிடையாது. விசாரணை ஆணைய அதிகாரிகள் அந்தப் பத்திரிக்கையாளர்களிடம், சங்கரைத் தெரியுமா என்று கேட்டதற்கு, அவரை பார்த்ததே இல்லை என்று கூறினர். அவரோடு இத்தனை மணித்துளிகள் தொலைபேசியில் பேசியிருக்கிறீர்களே என்ற கேள்விக்கு, நாங்கள் பத்திரிக்கையாளர்கள். நூற்றுக் கணக்கானோரோடு பேசுவோம். அனைவரையும் நினைவு வைத்துக்கொள்ள முடியாது என்று கூறிவிட்டனர்.

என்னிடம் விசாரணை தொடர்ந்தது. பத்திரிக்கையாளர்களோடு எதற்குப் பேசினாய் என்று மீண்டும் மீண்டும் கேட்கப்பட்டேன். அரசு ஊழியனாக, அதுவும் ரகசியப் பிரிவில் பணியாற்றும் ஊழியனாக இருந்துகொண்டு, பத்திரிக்கையாளர்களோடு பேசிய குற்றம் ஒன்றே போதும் என்னைப் பணி நீக்கம் செய்ய. அதனால் என்னால் அதை ஒப்புக்கொள்ள முடியாத ஒரு நிலை. நான் அரசு ஊழியர் சங்கத்துக்குச் செல்வேன். அங்கே பலர் என் தொலைபேசியை வாங்கிப் பேசுவார்கள். அவர்களில் யாராவது பேசியிருக்கலாம். நான் பத்திரிக்கையாளர் களோடு பேசியதாக எனக்கு நினைவில்லை என்றேன். அது எனக்கே நம்பும்படியாக இல்லை. அவர்கள் எப்படி நம்புவார்கள்? ஆனால் நான் விடாப்பிடியாகத் தொடர்ந்து மறுத்தேன்.

அந்த சிம் கார்டு என் தங்கை கணவர் பெயரில் இருந்ததால், அவரையும் அழைத்து விசாரித்தார்கள். அவர், சிம் கார்டு வாங்கிய நாள் முதல் அதைப் பயன்படுத்தியதே இல்லை என்று கூறிவிட்டார். அவர் அப்போது ஐஏஎஸ் தேர்வுக்காக படித்துக்கொண்டிருந்தார்.

எனது வீட்டில் இருந்து பறிமுதல் செய்யப்பட்ட கணினியைச் சோதனை செய்ததில் இரு முக்கிய தடயங்கள் கிடைத்ததாக என்னிடம் மீண்டும் விசாரணை நடந்தது. முதல் தடயம், மக்கள் தொலைக்காட்சியில் எந்தெந்த நேரத்தில் செய்தி ஒளிபரப்பாகிறது என்ற நிகழ்ச்சி நிரலை என் கணினியில் வைத்திருந்தேன் என்பது.

மற்றொரு தடயம், விசாரணை ஆணைய சட்டத்தின் பிரிவுகளை பிடிஎப் பைலாக நான் தரவிறக்கம் செய்து வைத்திருந்தேன் என்பது. 'எதற்காக மக்கள் டிவி நிகழ்ச்சி நிரலைத் தரவிறக்கம் செய்து வைத்திருந்தாய்?' என்று கேட்டார்கள். 'எனக்கு மக்கள் டிவி பிடிக்கும். அதனால் வைத்திருந்தேன்' என்று கூறினேன். 'விசாரணை ஆணைய சட்டத்தை எதற்காகத் தரவிறக்கம் செய்து வைத்திருந்தாய்?' என்றார்கள். 'எனது சட்ட அறிவை விரிவாக்கம் செய்து கொள்வதற்காக அப்படிச் செய்திருந்தேன்' என்று கூறினேன். இந்தக் கேள்விகளுக்கு நான் அளித்த பதிலைப் பார்த்ததும், விசாரணை அதிகாரி கபில்குமார் கடும் கோபமடைந்தார். 'இவன்தான் இதைச் செய்திருக்கிறான். வேறு யாரும் செய்திருக்க முடியாது' என்றார். அன்று என்னைப் போகுமாறு கூறிவிட்டு, மீண்டும் மறுநாள் வரச் சொன்னார்கள்.

மறுநாள் காலை விசாரணை ஆணைய அதிகாரி கபில்குமார் என்னை அழைத்தார். அமரச் சொன்னார். 'உனது கணினியை நான் பரிசோதனை செய்தேன். அதில் உள்ள கோப்புகளையெல்லாம் பார்க்கையில் நீ ஒரு இன்டெலக்சுவல் என்று எனக்குத் தோன்றுகிறது. (என் கணினியில் எகனாமிக் அண்ட் பொலிட்டிக்கல் வீக்லி கட்டுரைகள் மற்றும் பல ஆங்கில கட்டுரைகளைச் சேமித்து வைத்திருந்தேன்). உன் வாழ்வை நாசமாக்குவதில் எனக்கு விருப்பமில்லை. நான்தான் செய்தேன் என்று ஒப்புக்கொள்' என்றார். 18 வருடங்களாக நான் காவல்துறையிலேயே வேலை பார்த்தவன். எப்படி எப்படியெல்லாம் தளுக்காகப் பேசுவார்கள் என்பது எனக்குத் தெரியாதா? விசாரணை ஆணையத்திடம் கிடைத்த தெல்லாம் சூழ்நிலை சாட்சிகள். நேரடியாக நான்தான் இதைச் செய்தேன் என்பதற்கான எந்த ஆதாரமும் கிடைக்கவில்லை. நான்தான் செய்தேன் என்று குற்றத்தை ஒப்புக்கொண்டால், ஒரு விசாரணையை முழுமையாக முடித்த திருப்தி அவர்களுக்கு இருக்கும். அதனால்தான் எனக்கு அந்த அல்வாவைத் தர முயற்சித்தனர்.

'சங்கர். நீங்களா ஒத்துக்கிட்டீங்கன்னா டிப்பார்ட்மென்டல் ஆக்ஷனோடு முடித்து விடுகிறேன். இல்லன்னா கோர்ட் கேசுன்னு அலைய வேண்டி இருக்கும். உங்க லைஃபே ஸ்பாயில் ஆயிடும்' என்றார்.

'உங்கள் ஆஃபருக்கு நன்றி சார். நான் வழக்கை நீதிமன்றத்தில் பார்த்துக்கொள்கிறேன்' என்று உறுதியாகக் கூறிவிட்டேன்.

17

ஒட்டுக்கேட்பு விவகாரத்தில் என்னைத்தான் பொறுப்பாளி ஆக்கப் போகிறார்கள் என்பது எனக்கு நன்றாகப் புரிந்தது. இனியும் இதைத் தனியாக சமாளிக்கமுடியாது என்பதும் புரிந்தது. உடனடியாக ஒரு நல்ல வழக்கறிஞரைப் பார்ப்பது என்று முடிவெடுத்தேன். நண்பர்களின் உதவியோடு, தம்புச் செட்டித் தெருவில் உள்ள விஜயக்குமார் என்ற வழக்கறிஞரைச் சென்று சந்தித்தேன். ‘சார், நான் உங்களை ஏற்கெனவே அண்ணா பல்கலைக்கழக முறைகேடு குறித்து பொதுநல வழக்கு தொடர்பாகச் சந்தித்துள்ளேன். தற்போது எனக்கு இது போன்ற தொரு சிக்கல் எழுந்துள்ளது’ என்று நிலைமையை விவரித்தேன்.

அவரோ, நான் அந்த உரையாடலை வெளியிடவில்லை என்று கூறியதைக் கவனத்திலேயே எடுத்துக்கொள்ளவில்லை. ‘சார், ஒரு மந்திரி பதவியைக் காலி பண்ணியிருக்கீங்க. இதைவிட வேறு என்ன சார் சாதனை பண்ணணும்? நீங்க ஜெயிலுக்குப் போக ரெடியா?’ என்றார். நான் தயார் என்றதும் என்னைக் கட்டிப்பிடித்துக் கொண்டார். ‘எல்லாவற்றையும் சமாளிக்கலாம். கவலைப் படாதீர்கள்’ என்றார். மந்திரி பதவியைக் காலி பண்ணியதற்கு நான் காரணம் இல்லை என்று வலியுறுத்தினால் வழக்கை எடுத்துக்கொள்ள மாட்டாரோ என்று அச்சம் எழுந்ததால் நான் எதுவும் பேசவில்லை. வழக்கறிஞர் விஜயக்குமார் அடிப்படையில் ஒரு கம்யூனிஸ்ட். வழக்கறிஞர் சங்கத்துக்குத் தலைவராக இருந்தவர். அவருக்கு என்னை மிகவும் பிடித்துப் போயிற்று.

விசாரணை ஆணையச் சட்டத்தின்படி நடைபெறும் விசாரணை ஆணையங்களின் பணி என்ன? கொடுக்கப்பட்டிருக்கும் விவகாரத்தை ஆராய்ந்து, அடுத்த கட்ட நடவடிக்கைக்காக அரசுக்கு பரிந்துரை

அளிப்பது. அதன் தலைவராக ஒரு ஓய்வுபெற்ற நீதிபதி இருப்பார். அவர் அந்தச் சட்டத்தின் கீழ் சந்தேகப்படும் நபர்களை விசாரணை செய்வார். அந்த நபர்களுக்கு சாட்சிகளைக் குறுக்கு விசாரணை செய்யும் அதிகாரம் உண்டு. சம்பந்தப்பட்ட நபர்கள் நேரடியாகவும் விசாரணை செய்யலாம். வழக்கறிஞர்கள் மூலமாகவும் விசாரணையை நடத்தலாம். இதுவரை நடந்தது விசாரணை ஆணையம் நியமித்த புலனாய்வுக் குழு நடத்திய விசாரணை. எஸ்பி கபில்குமார் தலைமையிலான அந்தக் குழு, தங்கள் விசாரணையை முடித்து அவர்கள் அறிக்கையை விசாரணை ஆணையத்திடம் அளித்தனர். அந்த அறிக்கையின் அடிப்படையில் யார் யாரெல்லாம் சந்தேகத்துக்கு இடமான வகையில் இருக்கிறார்களோ, அவர்கள் அனைவரும் ஒவ்வொருவராக விசாரணைக்கு அழைக்கப்படுவர்.

அந்த அடிப்படையில் நான், லஞ்ச ஒழிப்புத் துறை இயக்குநர் உபாத்யாய், உதவி ஆய்வாளர் பிரபாகரன், காவலர் ஹரிஹரசுதன், ஜெயா டிவியின் செய்தி ஆசிரியர் தில்லை, மக்கள் டிவியின் தலைமை ஆசிரியர் கோமல் அன்பரசன், செய்தியாளர் ரவி, ஜூனியர் விகடனின் வெங்கடேஷ், டெக்கான் க்ரானிக்கிள் நாளிதழின் நிருபர்கள் வி.பி.ரகு, மற்றும் அருண், டெகல்காவின் வினோஜ் மற்றும் லஞ்ச ஒழிப்புத் துறை ஊழியர் ஆகியோருக்கு சம்மன் அனுப்பப்பட்டது. விசாரணை ஒரு சுப நாளில் நீதிபதி சண்முகம் முன்னிலையில் தொடங்கியது.

அதுவரை நான் நீதிமன்றத்துக்குச் சென்றது கிடையாது. நீதிமன்ற நடைமுறைகள் எப்படி இருக்கும் என்பதும் தெரியாது. விசாரணை ஆணையத்தின் புலனாய்வுக் குழுவின் அறிக்கை பார்வைக்காக வைக்கப்பட்டது. அதன் நகலை குற்றம் சாட்டப்பட்டவர்களுக்கு வழங்க வேண்டும் என்ற கோரிக்கையை நீதிபதி சண்முகம் நிராகரித்தார். பார்வையிட மட்டும் அனுமதி வழங்கப்பட்டது. நானும் வழக்கறிஞரும் அந்த அறிக்கையை ஒரு நாள் முழுக்கப் படித்தோம்.

அந்த அறிக்கையில், இந்த உரையாடலை லஞ்ச ஒழிப்புத் துறையின் ஊழியர் சங்கர் மட்டுமே வெளியிட்டிருக்க முடியும் என்று கூறி அதற்கான காரணங்களைப் பட்டியலிடப்பட்டிருந்தது.

1) சங்கர் பென் ட்ரைவ் பயன்படுத்தியிருக்கிறார். அவரது பென் ட்ரைவை ஒப்படைக்குமாறு உத்தரவிட்டபோது ஒப்படைக்க மறுத்தார்.

2) அவரிடமிருந்து பறிமுதல் செய்யப்பட்ட செல்போனிலிருந்து பல பத்திரிகையாளர்களிடம் அவர் பேசியிருக்கிறார் என்பது தெரிகிறது. ஆனால் அதை ஒப்புக்கொள்ள மறுத்தார்.

3) சங்கர் அதிகமாகப் பேசியது டெகல்கா பத்திரிக்கையின் வினோஜ் என்பவரிடம். டெகல்கா பத்திரிகை ஸ்டிங் ஆபரேஷன்கள் செய்வதற்குப் பெயர் போனது. (டெகல்கா, இந்த தொலைபேசி உரையாடல் குறித்து எந்தச் செய்தியையும் அதுவரை வெளியிட வில்லை என்பது குறிப்பிடத்தக்கது).

4) சங்கருக்கு ஆந்திராவிலிருந்து சந்தேகத்துக்கு இடமான எஸ்எம்எஸ் வந்துள்ளது. (நண்பர் ராஜசேகரின் கள்ளூ மேட்டர்) அவருக்கு நக்சல் இயக்கங்களோடு தொடர்பு இருக்கக்கூடும்.

5) அவர் வங்கிக் கணக்கில் சந்தேகத்திற்கு இடமான பரிவர்த்தனை கள் நடந்துள்ளன. வங்கி ஸ்டேட்மென்டை அளிக்குமாறு கேட்டபோது அளிக்க மறுத்தார்.

6) உரையாடல் சட்ட ஆலோசகரின் கணினியிலிருந்து வெளியேறி யிருக்க வாய்ப்பு உள்ளது. அதில் சுஜாதா என்ற பெயரிட்ட ஒரு பென் ட்ரைவ் பயன்படுத்தப்பட்டுள்ளது. சங்கரின் தங்கை பெயர் சுஜாதா.

7) சங்கர் அளித்த பல பதில்கள் முரண்பட்டதாக இருந்தன.

இந்தக் காரணங்களால், சங்கர்மீது அரசு ரகசியத்தை வெளியிட்டது, திருட்டு, அரசு சொத்துக்கு சேதம் விளைவித்தது ஆகிய பிரிவுகளின் கீழ் வழக்கு பதிவு செய்ய வேண்டும். அவருக்கு உண்மை கண்டறியும் சோதனை நடத்தவேண்டும். இதைத் தவிர்த்து அவர்மீது துறை ரீதியான நடவடிக்கை எடுக்கவேண்டும் என்று பரிந்துரை செய்யப் பட்டிருந்தது. உண்மையை ஒப்புக் கொண்டு வாக்குமூலம் அளிக்க வேண்டும் என்று விசாரணை அதிகாரி கபில்குமார் கேட்டபோது அதை நான் மறுத்ததற்கு பழி வாங்கிவிட்டார் என்பது புரிந்தது.

மக்கள் டிவி, டெக்கான் க்ரானிக்கிள், டெகல்கா மற்றும் ஜூனியர் விகடனின் பத்திரிக்கையாளர்கள் மீது திருட்டுக்கு உடந்தையாக இருந்ததாகக் குற்றவழக்கு பதிவு செய்ய வேண்டும் என்றும் பரிந்துரை செய்யப்பட்டிருந்தது. இந்தப் பரிந்துரைகள் தவறு என்பதை வாதாடி, விசாரணை ஆணையத்தின் முன் நன்கு நிரூபிக்கவேண்டும்.

சாட்சிகள் ஒவ்வொருவராக விசாரிக்கப்படத் தொடங்கினர். உபாத்யாய் முதல் சாட்சியாக விசாரிக்கப்பட்டார். பத்திரிகையாளர்கள் ஒவ்வொருவரும் அவர்களுக்கென்று வழக்கறிஞர்களை வைத்திருந்தனர். நானும் என் வழக்கறிஞர் விஜயக்குமாருடன் விசாரணைக்கு ஆஜரானேன். விசாரணை ஆணையத்தின் தொழில்நுட்ப அதிகாரிகள் விசாரணை செய்யப்பட்டனர். அவர்கள் விசாரணை ஆணையத்தால் பறிமுதல்

செய்யப்பட்ட கணினிகள்மீது மேற்கொள்ளப்பட்ட ஆய்வுகள் குறித்துப் பேசினர். என் தரப்பில் சாட்சிகளைக் குறுக்கு விசாரணை செய்வதை இறுதியாகச் செய்து கொள்கிறோம் என்று என் வழக்கறிஞர் விஜயக்குமார் கூறியதை நீதிபதி சண்முகம் ஏற்றுக்கொண்டார்.

தடயவியல் அறிவியல் நிபுணர் எட்டியப்பன் என்பவர் சாட்சியம் அளித்தார். அவர் தனது சாட்சியத்தில் சட்ட ஆலோசகரின் கணினியில் ஊடகங்களில் வெளியான உரையாடல்கள் இருந்தன. அதில் ஒரு சில உரையாடல்கள் 1 ஏப்ரல் 2008 அன்று கையாளப்பட்டுள்ளன. அதே நேரத்தில் சுஜாதா என்று பெயரிடப்பட்ட ஒரு பென் ட்ரைவும் பயன்படுத்தப்பட்டுள்ளது என்றார். டெகல்கா பத்திரிக்கையின் நிருபர் வினோஜ், எட்டியப்பனை நோக்கி, 'அந்த சுஜாதா பென் ட்ரைவ்தான் இந்த உரையாடலை காப்பி செய்திருக்கிறது என்பதை உங்களால் உறுதியாகக் கூற முடியுமா?' என்று கேட்டார். அவர் அதற்கு 'அவ்வாறு உறுதியாகக் கூறமுடியாது' என்று பதிலளித்தார். டெகல்காவின் வினோஜ் கேட்ட இந்தக் கேள்வி, பின்னாளில் எனது வழக்கு விசாரணையில் முக்கிய பங்கு வகித்தது.

டெகல்கா சார்பில் மணிகண்டன் என்ற வழக்கறிஞர் ஆஜரானார். அவர் இந்த வழக்கில் சம்பந்தப்பட்ட உரையாடல்கள் தவிர, வேறு பல்வேறு உரையாடல்கள் சட்ட ஆலோசகரின் கணினியில் இருந்தன. அவற்றில் ஒரு உரையாடல்தான் அமைச்சர் பூங்கோதை பேசியது. இந்த விசாரணை ஆணையத்தின் முக்கியமான நோக்கம், உரையாடல்கள் எப்படி ஊடகத்துக்குச் சென்றன என்பதுதான். இதில் உள்ள ஓர் உரையாடலை ஜனதா கட்சியின் தலைவர் டாக்டர் சுப்ரமணியன் சுவாமி வெளியிட்டுள்ளார். அவருக்கு இந்த உரையாடல் எப்படிக் கிடைத்தது என்பதை விசாரித்தால்தான் உரையாடல்கள் ஊடகங்களுக்கு எப்படி சென்றடைந்தது என்பதைக் கண்டறிய முடியும். அதனால், விசாரணை ஆணையம் சுப்ரமணியன் சுவாமியை விசாரிக்க சம்மன் அனுப்பவேண்டும் என்று ஒரு மனுவைத் தாக்கல் செய்தார்.

மனுவைக் கண்ட நீதிபதி சண்முகம் கடும் கோபமடைந்தார். 'எப்படி இப்படியொரு மனுவை நீங்கள் தாக்கல் செய்யலாம். அவருக்கும் இந்த விசாரணை ஆணையத்துக்கும் எந்தச் சம்பந்தமும் இல்லை. அவரையெல்லாம் அழைக்க முடியாது' என்றார். உடனே மணிகண்டன், 'விசாரணை ஆணையத்தின் புலனாய்வுக் குழு பூங்கோதை உரையாடலை வெளியிட்ட டைம்ஸ் ஆஃப் இந்தியாவின் நிருபர்களை அழைத்து விசாரித்துள்ளது. சம்பந்தமே இல்லாமல் எதற்காக விசாரித்தீர்கள்? உங்கள் வசதிக்காக ஒருவரை விசாரிப்பீர்கள். உங்கள் வசதிக்காக ஒருவரை விசாரணை செய்ய மாட்டேன் என்று

உத்தரவிடுவதற்கு உங்களுக்கு அதிகாரம் இல்லை. இந்த விசாரணை ஆணையத்தின் நோக்கம் உண்மையைக் கண்டறிவதுதான். உண்மையைக் கண்டறிய சுப்ரமணியன் சுவாமியை விசாரிப்பது அவசியம். அவருக்கு சம்மன் அனுப்ப உத்தரவிடுங்கள்' என்றார்.

நீதிபதி சண்முகத்துக்குக் கடும் கோபம் வந்தது. 'எங்களுக்கு வேறு வேலை இல்லையா? நீங்கள் சொல்பவர்களையெல்லாம் அழைப்பது தான் வேலையா?' என்று உரத்த குரலில் கத்தினார். மணிகண்டன் அமைதியாக, 'இப்போது நீங்கள் சொன்னதை அப்படியே உத்தரவாகப் போடுங்கள். நான் உயர் நீதிமன்றம் சென்று உங்களுக்கு என்ன வேலை என்பதை முடிவு செய்து கொள்கிறேன்' என்றார்.

நீதிபதியிடம் ஒரு வழக்கறிஞர் இப்படியெல்லாம் பேச முடியுமா என்பது எனக்கு வியப்பாக இருந்தது. பார்ப்பதற்கு மணிகண்டன் பேசியது அடாவடியாகத்தான் தோன்றும். நீதிபதி சண்முகம் நினைத்திருந்தால் மணிகண்டன் மீது நடவடிக்கை எடுத்திருக்க முடியும். ஆனால் உண்மையை மறைக்கவே சண்முகம் முயற்சி செய்கிறார் என்பது அங்கே இருந்த அனைவருக்கும் தெரிந்தது. சண்முகத்தால் மேற்கொண்டு எதுவுமே பேச முடியவில்லை. உங்கள் மனுவின் மீது உத்தரவு பிறப்பிக்கிறேன் என்று மட்டுமே கூறினார். டெகல்கா நிறுவனம் மேற்கொண்டு இந்த வழக்கில் வழக்கறிஞர் பங்கு பெற வேண்டாம் என்று டெகல்கா முடிவெடுத்த காரணத்தால், சுப்ரமணியன் சுவாமியை அழைக்கக் கோரும் அந்த மனுவை உயர் நீதிமன்றத்துக்கு எடுத்துச் செல்ல முடியவில்லை.

பெரும்பான்மையான ஊடகங்கள் பரபரப்பான செய்திகள் வெளியிட விரும்புகின்றன. அப்படி செய்திகள் வெளியிடுவதால் பல பின்விளைவுகள் வரத்தான் செய்யும். அரசாங்க அலுவலகத்தில் நடைபெறும் ஓர் ஊழல் தொடர்பான ஆவணங்களை அந்த அதிகாரிகளே ஊடகத்திடம் அளிக்க மாட்டார்கள். அவற்றை ரகசியமாகத்தான் பெறமுடியும். இதன் காரணமாக, வழக்கு விசாரணை என்று பல சிக்கல்கள் உருவாகலாம். அதை எதிர்கொள்ள ஊடகங்கள் தயாராக இருக்கவேண்டும். ஆனால், இதற்கான பின் விளைவுகளைச் சந்திக்க ஊடக முதலாளிகள் தயாராக இருப்பதில்லை. ஒரு முக்கிய செய்தியை வெளியிட்டு அதனால் விசாரணையைச் சந்திக்கும் தனது சொந்த நிருபரைக் காப்பாற்று வதற்குக்கூட ஊடக மேலாண்மைகள் தயாராக இல்லை என்பது ஒரு வேதனையளிக்கும் உண்மை. சுப்ரமணியன் சுவாமிக்கு சம்மன் அனுப்ப வேண்டும் என்று சென்னை உயர் நீதிமன்றத்தில் உத்தரவு பெறப்பட்டு ஒருவேளை அவர் விசாரிக்கப்பட்டிருந்தால் இந்த வழக்கின் போக்கே திசை மாறிப் போயிருக்கக்கூடும்.

எங்கள் தரப்பு குறுக்கு விசாரணை தொடங்கியது. குறுக்கு விசாரணை தொடங்குவதற்கு முன்னதாக அதுவரை சாட்சியமளித்தவர்களின் வாக்குமூலங்கள் அனைத்தும் எங்களுக்கு நகல் தரப்பட வேண்டும். அவர்கள் அதற்கு முன் விசாரணையில் என்ன கூறியிருக்கிறார்கள் என்பதன் அடிப்படையிலேயே அவர்களை குறுக்கு விசாரணை செய்ய வேண்டும். ஆனால் ஒரு சாட்சியின் வாக்குமூலம்கூடத் தயாராக வில்லை. வாக்குமூலத்தின் நகல் கேட்டு நாங்கள் தாக்கல் செய்திருந்த மனு அப்படியே நிலுவையில் இருந்தது. எனது வழக்கறிஞர் விஜயகுமார் சாட்சிகளின் வாக்குமூலங்கள் இல்லாமல் எப்படி குறுக்கு விசாரணையை நடத்துவது என்று அந்த ஆணையத்தின் பதிவாளரைக் கேட்டார். அவர் கொஞ்சம் கூட விஜயக்குமாரை மதிக்காமல் தெனாவட்டாக, ‘எதுவும் ரெடியாகல சார். லேட்டாகும்’ என்று பதிலளித்தார். சரி, வாக்குமூலங்கள் தயாராகும் வரை, விசாரணையைத் தள்ளி வையுங்கள் என்று விடுத்த கோரிக்கையும் நிராகரிக்கப்பட்டது.

அதுவரை, விசாரணையில் நடந்த விபரங்களை நான் ஊடகங்களுக்கு தெரியப்படுத்துகிறேன் என்று வழக்கறிஞரிடம் கூறியபோதெல்லாம், இனிமேலும் பத்திரிகையாளர்களோடு பேசாதீர்கள். அவர்களோடு பேசியதால்தான் உங்களுக்கு இத்தனை பெரிய சிக்கல் வந்திருக்கிறது என்று முழுமையாக தடுத்து விடுவார். நானும் அவர் சொன்னதை அப்படியே கேட்டுக் கொண்டேன். இந்த விசாரணை ஆணையத்தின் விசாரணை ஒரு நாடகம், இது கருணாநிதி மற்றும் ஜாபர் சேட்டின் கைப்பாவையாகச் செயல்படும் ஓர் ஆணையம். இந்த ஆணையத்தில் நியாயம் கிடைக்காது. ஆனால் அதிகபட்சமாக இவர்களை ஊடகங்களில் செய்தி வெளியிடுவதன் மூலம் அம்பலப்படுத்தலாம் என்று நான் உறுதியாக நம்பினேன். ஆனால் வழக்கறிஞர் விஜயக்குமாரோ, என்னை எப்படியும் காப்பாற்றிவிடலாம் என்று உறுதியாக நம்பினார். இதனால் என்னை பத்திரிக்கையாளர்களைத் தொடர்புகொள்ளக் கூடாது என்று கண்டித்து வைத்திருந்தார்.

வாக்குமூலங்களின் நகல் வழங்காமல் குறுக்கு விசாரணையை நடத்துமாறு நீதிபதி கட்டாயப்படுத்தியதும் விஜயக்குமார் கடும் எரிச்சலடைந்தார். ‘உங்களுக்குத் தெரிந்த பத்திரிக்கையாளர்களிடம் இந்த விவரங்களைச் சொல்லுங்கள்’ என்றார். நான் மற்ற யாரையும் தொடர்புகொள்ளாமல், தினமணி ஆசிரியர் வைத்தியநாதனைத் தொடர்புகொண்டேன். விஷயத்தின் முக்கியத்துவத்தை அவர் புரிந்து கொண்டார். ‘அவசர கோலத்தில் தொலைபேசி ஒட்டுக் கேட்பு விசாரணை’ என்று தலைப்பிட்டு முதல் பக்கத்தில் செய்தி வெளியானது.

‘சாட்சிகளை குறுக்கு விசாரணை செய்வதற்கு வாக்குமூலங்கள் முன்னதாக வழங்கப்பட வேண்டும் என்பது அடிப்படை நடைமுறை.

ஆனால் இந்த விசாரணை ஆணையத்தில் ஒரு சாட்சியின் வாக்கு மூலம்கூட தயார் செய்யப்படவில்லை. நீதிமன்றத்தில் சாட்சிகள் வாக்குமூலம் அளிக்கையில் அவர்களின் வாக்குமூலம் தயார் செய்யப் பட்டு உடனடியாகக் கையொப்பம் பெறப்படும். ஏனென்றால், தாமதமானால் விசாரணையில் என்ன கூறினோம் என்பது சாட்சிகளுக்கு மறந்து போகக் கூடும். இதனால் நீதிமன்றங்களில் விசாரணை முடிந்த உடனேயே வாக்குமூலத்தில் கையெழுத்து பெறப்படும். ஆனால், நீதிபதி சண்முகம் விசாரணை ஆணையத்தில் இரண்டு மூன்று நாட்கள் ஆகியும் வாக்குமூலங்கள் தயார் செய்யப்படவில்லை. ஆனால், இந்த வழக்கில் குற்றம் சாட்டப்பட்ட லஞ்ச ஒழிப்புத் துறை ஊழியர் ஒருவரை, சாட்சிகளின் வாக்குமூலம் இல்லாமலேயே குறுக்கு விசாரணை செய்யுமாறு விசாரணை ஆணையம் கட்டாயப்படுத்துகிறது' என்று செய்தி தினமணியின் முதல் பக்கத்தில் வெளியிடப்பட்டது.

இந்தச் செய்தி வெளியானதும் அன்று விசாரணை ஆணையத்துக்கு வழக்கறிஞரோடு 10.30 மணிக்குச் சென்றோம். விசாரணை ஆணைய அதிகாரிகளின் தன்மையே மாறிப்போயிருந்தது. 'சார் ஒரு மணி நேரத்துல எல்லா ஸ்டேட்மென்டையும் குடுத்துடறோம் சார். வெயிட் பண்ணுங்க சார். ஜட்ஜ் அய்யா, என்கொயரியை ரெண்டு நாள் தள்ளி வைச்சு ஆர்டர் போட்டிருக்கார் சார்' என்றார்கள். ஊடகத்தின் வலிமை என்ன என்பது எனக்குப் புரிந்தது. விஜயக்குமாரும் புரிந்து கொண்டிருப்பார்.

வழக்கறிஞர் விஜயக்குமார் மற்றும் அவரது ஜூனியர்களோடு நானும் உட்கார்ந்து மணிக்கணக்காக ஆவணங்களைப் படித்தோம். அதன் அடிப்படையில் கேள்விகள் தயாரிக்கப்பட்டு குறுக்கு விசாரணை நடைபெற்றது. குறுக்கு விசாரணையில் பத்திரிகையாளர்கள் அத்தனை பேரும் சங்கரை எங்களுக்குத் தெரியாது. அவரைச் சந்தித்தது கிடையாது என்று கூறினர். தடய அறிவியல் நிபுணர் குறுக்கு விசாரணை செய்யப்பட்டார். இந்த வழக்கில் உரையாடலை எடுத்து வெளியிட்டது நான்தான் என்பதற்கு விசாரணை ஆணையம் பெரிதும் நம்பியிருந்த ஒரு தடயம் என்னவென்றால், உரையாடல் கையாளப் பட்ட அந்த நேரத்தில் சுஜாதா என்று பெயரிடப்பட்ட ஒரு பென் ட்ரைவ் சட்ட ஆலோசகரின் கணினியில் பயன்படுத்தப்பட்டிருந்தது. சங்கரின் தங்கையின் பெயர் சுஜாதா. ஆகையால் இவர்தான் இந்த உரையாடலை எடுத்திருக்க முடியும் என்பதே.

அப்படி நகல் எடுக்கப்பட்டதாகச் சொல்லப்பட்ட பென் ட்ரைவ் கைப்பற்றப்படவில்லை. உரையாடல் கையாளப்பட்டதாகச் சொன்ன நேரத்துக்கும் அந்தக் கணினியில் சுஜாதா பென் ட்ரைவ் பயன்படுத்தப் பட்ட நேரத்துக்கும் பல மணித்துளிகள் இடைவெளி இருந்தது. இது

மட்டுமல்லாமல், அந்தக் கணினியில் பெயரிடப்படாத பல பென் ட்ரைவ்கள் பயன்படுத்தப்பட்டதற்கான தடயங்களும் ஆய்வில் தெரிய வந்தது. ஊடகங்களில் வெளியான ஓரிரு உரையாடல்கள் தவிர அந்தக் கணினியில் பல உரையாடல்கள் இருந்தன. உரையாடல் கையாளப் பட்டதாக இவர்கள் குறிப்பிட்ட அந்த நேரத்தில் இதர உரையாடல்களும் கையாளப்பட்டிருந்தன. இது குறித்தெல்லாம் தடயவியல் அறிஞரிடம் கேட்கப்பட்ட கேள்விகளுக்கு அவர் நேரடியாக பதில் அளிக்காமல், பூசி மெழுகி உளறிக் கொட்டினார்.

வழக்கறிஞர் விஜயக்குமாரிடம், அமைச்சர் பூங்கோதை உரையாடலை வெளியிட்ட டாக்டர் சுப்ரமணியன் சுவாமியை விசாரணை செய்ய வேண்டிய அவசியத்தை வலியுறுத்தினேன். 'என் மீது நான்தான் உரையாடலை வெளியிட்டுள்ளேன் என்று குற்றம் சாட்டப் பட்டுள்ளது. நான் இதைச் செய்யவில்லை என்பது உங்களுக்குத் தெரியும். சுப்ரமணிய சுவாமிக்கு இதை யார் கொடுத்தது என்பது தெரிந்தால் மொத்த வழக்கும் வெளிச்சத்துக்கு வரும். விசாரணை ஆணையம் என்னைக் குற்றம் சாட்டவே முடியாது' என்றேன். அவரும் ஒப்புக்கொண்டார். சுப்ரமணியன் சுவாமியை சாட்சியாக விசாரிக்க வேண்டும் என்று என் சார்பில் மனு தாக்கல் செய்யப்பட்டது.

சுப்ரமணிய சுவாமியை விசாரிக்க வேண்டும் என்று டெகல்கா பத்திரிக்கை சார்பில் இதேபோல தாக்கல் செய்யப்பட்ட மனுவின் மீது நீதிபதி சண்முகம் எந்த உத்தரவும் பிறப்பிக்கவில்லை. அதைத் தள்ளுபடி செய்து, உயர் நீதிமன்றம் சென்றிருந்தால்கூட அது நிராகரிக்கப்பட்டிருக்கக் கூடும். ஏனென்றால், டெகல்கா பத்திரிக்கை உரையாடலை வெளியிட்டது என்று எந்தக் குற்றச்சாட்டும் இல்லை. ஆனால் நான்தான் உரையாடலை வெளியிட்டேன் என்று என்மீது நேரடியாகக் குற்றம் சுமத்தப்பட்டுள்ளது. இது பொய்க் குற்றச்சாட்டு என்பதை நிரூபிக்க சம்பந்தப்பட்டவர்களைச் சாட்சியாக அழைப்பது எனது உரிமை. நீதிபதி சண்முகம் இந்த மனுவைத் தள்ளுபடி செய்து, இதை எதிர்த்து உயர் நீதிமன்றம் சென்றால், சுப்ரமணியன் சுவாமிக்கு சம்மன் அனுப்பவேண்டும் என்று உயர்நீதிமன்றம் நிச்சயமாக உத்தரவிடும். இது நீதிபதி சண்முகத்துக்கும் தெரியும். இதன் காரணமாக அந்த மனுவின் மீது நீதிபதி சண்முகம் எந்த உத்தரவும் பிறப்பிக்க வில்லை.

டெக்கான் க்ரானிக்கிள் நாளிதழில் வெளியான உரையாடலில் பேசியது இரண்டு அதிகாரிகள். ஒருவர் லஞ்ச ஒழிப்புத் துறை இயக்குநர் உபாத்யாய். மற்றொருவர் தலைமைச் செயலாளர் திரிபாதி. உபாத்யாயை விசாரிக்க சம்மன் அனுப்பப்பட்டது. ஆனால் தலைமைச் செயலாளராக இருந்த திரிபாதியை விசாரிக்க சம்மன்

அனுப்பப்படவில்லை. இவருக்கும் சம்மன் அனுப்பவேண்டும் என்று என் சார்பில் மனு தாக்கல் செய்யப்பட்டது. இதன் மீதும் நீதிபதி சண்முகம் உத்தரவு பிறப்பிக்க வேண்டும்.

ஆனால் இந்த இரண்டு மனுக்கள் மீது உத்தரவு பிறப்பிக்க வேண்டிய நீதிபதி சண்முகம், என் வழக்கறிஞர் விஜயக்குமாரை பேச வேண்டும் என்று அவர் அறைக்கு அழைத்தார். 'விஜயக்குமார், சுப்ரமணிய சுவாமி அன்ட் திரிபாதியை விட்டுடுங்க. அவங்களை கூப்பிடனும்னு இன்சிஸ்ட் பண்ணாதீங்க. உங்க க்ளையன்டுக்கு என்ன பண்ணணுமோ நான் பண்ணிடறேன். சீரியஸா எதுவும் நடவடிக்கைக்கு ரெக்கமன்ட் பண்ண மாட்டேன். வெறும் டிப்பார்ட்மென்டல் ஆக்ஷன் மட்டும் ரெக்கமன்ட் பண்றேன். ப்ளீஸ் அன்டர்ஸ்டேன்ட்' என்றார்.

விஜயக்குமார் என்னிடம் இதைக் கூறினார். 'சார், அந்த ஆளு ஏமாத்தறாரு சார். அந்த ஆளு நேர்மையான ஆளு இல்லை சார். நீங்க ஒத்துக்காதீங்க சார்' என்றேன். ஆனால் விஜயக்குமாரோ, நீதிபதி சண்முகத்தை முழுமையாக நம்பினார். என்னைக் காப்பாற்ற வேண்டும் என்ற ஒரே நோக்கம்தான் அவரிடம் இருந்தது. நீதிபதி சண்முகம் கூறியபடி நான் காப்பாற்றப்படுவேன் என்று அவர் நம்பினார். சண்முகம் கூறியபடியே சுப்ரமணிய சுவாமி மற்றும் திரிபாதியை விசாரணைக்கு அழைக்கவேண்டும் என்ற மனுக்களின் மீது உத்தரவு பிறப்பிக்க வேண்டும் என்று விஜயக்குமார் வலியுறுத்தவில்லை.

விசாரணை நடைபெற்று வந்த நிலையில் ஒரு நாள் விஜயக்குமார் வரவில்லை. அவரது ஜூனியர் புகழேந்தி என்பவரை அனுப்பியிருந்தார். புகழேந்திக்கோ இந்த வழக்கு குறித்து அப்போது எதுவும் தெரியாது. வழக்கைக் கவனிக்கவேண்டுமே என்பதற்காக வந்திருந்தார். மதியம் 3 மணி. விசாரணை நடைபெற்றுக்கொண்டிருந்தது. விசாரணையில் என் தலை உருளும் என்பதால் நான் மிகக் கவனமாகப் பார்த்துக் கொண்டிருந்தேன். எனக்கு முன்னால் உள்ள நாற்காலியில் புகழேந்தி அமர்ந்திருந்தார். இது நீதிமன்றம் அல்ல விசாரணை ஆணையம் என்பதால், அது வீடுபோல இருந்த ஒரு ஹாலில் நடைபெற்றது. நீதிபதிக்கும் எங்களுக்கும் இடைவெளி 10 அடிதான். அவ்வளவு நெருக்கமாக அமர்ந்திருப்போம். சாட்சிகளிடம் கேள்வி கேட்கப்படும். அதற்கு சாட்சி அளிக்கும் பதிலை, நீதிபதி தட்டச்சரிடம் கூறுவார். அவர் அதை அப்படியே தட்டச்சு செய்வார். இப்படித்தான் விசாரணை நடைபெற்று வந்தது.

அன்று, ஒரு சாட்சியிடம் விசாரணை நடைபெறுகையில், அவர் வழக்குக்கு விரோதமாக, உண்மையைக் கூறினார். அதை அப்படியே தட்டச்சரிடம் சொல்லவேண்டிய நீதிபதி சண்முகம், சாட்சி

சொன்னதைச் சொல்லாமல், அரசுக்குச் சாதகமாக மாற்றிச் சொன்னார். மதியம் 3 மணிக்கு நடைபெற்ற விசாரணை என்பதால் முக்கிய மானவர்கள் யாரும் அந்த ஹாலில் இல்லை. எனக்கு முன்னால் அமர்ந்திருந்த வழக்கறிஞர் புகழேந்தி, கீழே குனிந்து உறங்கிக் கொண்டிருந்தார். நீதிபதி பித்தலாட்டம் செய்கிறார் என்பது எனக்குத் தெரிந்தது. உடனே என் முன்னால் இருந்த புகழேந்தியை முதுகில் தட்டி, 'சார் அப்ஜெக்ஷன் பண்ணுங்க சார்' என்று மட்டும்தான் கூறினேன். அவர் உறங்கிக்கொண்டிருந்தார் என்று நான் தவறாக நினைத்து இருந்திருக்கிறேன். அவர் சட்டென்று எழுந்து, 'அவரு என்ன சொல்றாரு? நீங்க என்ன டைப் பண்ண சொல்றீங்க'? என்றதும் நீதிபதி சண்முகம் பதறிப் போனார்.

'ஐ யாம் சாரி, ஐ யாம் சாரி' என்று கூறிவிட்டு, சாட்சி சொன்னதை அப்படியே பதிவு செய்தார். இந்தச் சம்பவமெல்லாம், விசாரணை எப்படி நடைபெற்றது என்பதையும் நீதிபதி சண்முகம் எப்படிப்பட்ட நியாயமற்ற நபர் என்பதையும் எனக்கு உணர்த்தியது. விசாரணை நியாயமாக நடக்காது என்ற என் நம்பிக்கை நாளுக்கு நாள் உறுதியடைந்தது.

லஞ்ச ஒழிப்புத்துறை இயக்குநர் உபாத்யாய் அடுத்ததாக விசாரிக்கப் பட்டார். திரிபாதி அவரோடு பேசியது அலுவல் ரீதியான உரையாடலா அல்லது தனிப்பட்ட உரையாடலா என்ற கேள்வி அவரிடம் எழுப்பப் பட்டது. அவர் கூறும் பதில் மிக மிக முக்கியமானது. அலுவல் ரீதியான உரையாடல் என்றால்தான் விசாரணை ஆணையம், வழக்கு எல்லாமே. தனிப்பட்ட உரையாடல் என்றால், அரசுக்கு அங்கு வேலையே இல்லை. ஏனென்றால், தனது தனிப்பட்ட உரையாடல் காணாமல் போனதற்காக உபாத்யாய்தான் புகார் அளிக்கவேண்டும். அவர் அப்படி புகார் ஏதும் அளிக்காமல் இருந்த நிலையில், அரசுக்கு அங்கு வேலையே இல்லை.

உபாத்யாய் இது அலுவல்ரீதியான உரையாடல் அல்ல என்று பதில் கூறினார். ஓர் உயர் அதிகாரி தனக்குக் கீழுள்ள அதிகாரிக்கு உத்தரவுகள் பிறப்பித்தால் அது எழுத்துபூர்வமாக மட்டுமே இருக்க வேண்டும். அப்படி வாய்மொழியாக உத்தரவு பிறப்பிக்க வேண்டிய சூழல் ஏற்பட்டால், அடுத்த நாளே, வாய்மொழியாகப் பிறப்பித்த உத்தரவினை வலியுறுத்தி எழுத்துபூர்வமாகக் கடிதம் எழுதவேண்டும். இந்தச் சம்பவத்தில் அப்படியொரு கடிதம் எழுதப்படவேயில்லை என்று அவர் பதிலளித்தார்.

இந்தப் பதில் மட்டுமே விசாரணை ஆணைத்தின் பணியை முடித்து வைத்திருக்க வேண்டும். அடுத்ததாக அவரிடம், திரிபாதி தலைமைச்

செயலாளர் என்ற முறையில் உங்களுக்கு உயர் அதிகாரியா என்று கேட்கப்பட்டது. அதற்கு அவர், லஞ்ச ஒழிப்புத் துறை இயக்குநர் என்ற முறையில் தலைமைச் செயலாளர் எனக்கு உயர் அதிகாரி கிடையாது. குற்றவியல் நடைமுறைச் சட்டத்தின்படி, ஒரு வழக்கின் விசாரணையை எப்படி நடத்தவேண்டும் என்று எனக்கு அறிவுரை வழங்கவோ, உத்தரவிடவோ, திரிபாதிக்கு அதிகாரம் இல்லை என்றும் தெரிவித்தார்.

இந்த வழக்கில் அரசுக்கு நெருக்கடி கொடுக்க வேண்டுமென்றால், அந்த உரையாடலில் பேசப்பட்ட விஷயம் குறித்து கேள்வி எழுப்ப வேண்டும் என்று நான் என் வழக்கறிஞர் விஜயக்குமாரிடம் தெரிவித்திருந்தேன். அவரும் ஒப்புக் கொண்டு உபாத்யாயிடம், அந்த உரையாடலில் இடம் பெற்றிருந்த விஷயங்களைப் பற்றிக் கேட்கத் தொடங்கினார். கொடநாடு எஸ்டேட்டில் ஜெயலலிதா முதலீடு செய்துள்ளார் என்று விஜயக்குமார் தொடங்கியதுமே நீதிபதி சண்முகம் குறுக்கிட்டார். 'விஜயக்குமார் ப்ளீஸ். உங்க க்ளையன்ட் சம்பந்தமா மட்டும் கேளுங்க' என்றார்.

விசாரணை ஆணையத்தில் இந்தக் கேள்விதான் கேட்க வேண்டும், இதைக் கேட்கக் கூடாது என்று எந்தக் கட்டுப்பாடும் கிடையாது. ஜெயலலிதாவின் கொடநாடு எஸ்டேட் பற்றி கேள்வி எழுப்பினால் தான் இது அலுவல் ரீதியான உரையாடலா அல்லது தனிப்பட்ட உரையாடலா என்பதைத் தெளிவாக நிரூபிக்க முடியும். ஆனால் அந்தக் கேள்விகள் சர்ச்சையை ஏற்படுத்தும் என்பதை சண்முகம் நன்றாகவே உணர்ந்திருந்தார். அதனால்தான் என் வழக்கறிஞரை கேள்வி கேட்க விடாமல் தடுத்தார். என் வழக்கறிஞரும், நீதிபதி சண்முகம் என்னைக் காப்பாற்றுவார் என்று அப்பாவியாக நம்பிக்கொண்டு, மேற்கொண்டு அந்தக் கேள்விகளைக் கேட்கவில்லை.

2008 ஜூலை மாதம் இரண்டாவது வாரத்தில் விசாரணை ஒரு வழியாக நிறைவு பெற்றது. இனி நீதிபதி சண்முகம் அரசுக்கு அறிக்கை அளிப்பது ஒன்றுதான் பாக்கி. இந்த நிலையில் நான் லஞ்ச ஒழிப்புத் துறை தலைமை அலுவலகத்தில் பணியாற்றக்கூடாது என்று சென்னையின் வேறு ஒரு பிரிவுக்கு மாற்றினார்கள். தலைமை அலுவலகத்துக்குள் நுழையவே கூடாது என்று உத்தரவு பிறப்பிக்கப்பட்டது.

விசாரணை அறிக்கையில் என்ன இருக்கும் என்று பல அதிகாரிகளுக்கு ஆவலாக இருந்தது. ஆனால் எனக்கு அந்த அறிக்கையில் என்ன இருக்கும் என்பது விசாரணை நடந்த விதத்திலேயே புரிந்திருந்தது. இருந்தாலும் நானும் காத்திருந்தேன்.

18

விசாரணை முடிந்ததும் நான் உடனடியாக லஞ்ச ஒழிப்புத் துறையின் சென்னை நகரப் பிரிவுக்கு மாற்றப்பட்டேன். இது நான் இருந்த பதவியைவிட இரண்டு நிலைகள் கீழான ஒரு பதவி. இளநிலை உதவியாளரின் பணி. இந்தப் பதவிக்கு நியமிக்கப்பட்டாலும் என் ஊதியம் குறையாது. டிஎஸ்பி ஒருவருக்கு உதவியாளராக நியமிக்கப் பட்டேன். அந்த டிஎஸ்பியின் பெயர் அலி பாஷா. நீண்ட நாள் உளவுத்துறையில் பணியாற்றிய அனுபவம் மிக்கவர். அவருக்கு என் நிலைமை நன்றாகப் புரிந்தது. 'சார் உங்களுக்கு இங்க பெருசா எந்த வேலையும் இல்ல. ஏதாவது வேலை இருந்தா சொல்றேன். உங்களுக்கு அட்டென்டன்ஸ் போடச் சொல்லியிருக்காங்க. டெய்லி கையெழுத்து போட்டுடுங்க. வேற ஏதாவது வேலை இருந்துதுன்னா கையெழுத்து போட்டுட்டு போயி பாருங்க. உங்களுக்காக அல்லா கிட்ட ப்ரே பண்றேன்' என்றார்.

எனக்கும் வேலை எதுவும் இல்லாததால் போர் அடித்தது. அங்கிருந்த காவலர்கள் என்னை ஒரு பூதம்போல பார்த்தார்கள். பெரிய வில்லத்தனத்தைச் செய்த ஒரு வில்லன் போலத்தான் அணுகினார்கள். ஆனால் சில நாட்களில் அவர்களோடு சகஜமாக பழகத் தொடங்கினேன். என்னுடைய செல்போன்கள் பறிமுதல் செய்யப்பட்டதால், புதிதாக இரண்டு செல்போன்கள் வாங்கினேன். மீண்டும் இரண்டாவதாக ஒரு சிம் கார்டை வாங்கி, தொடர்ந்து பத்திரிக்கையாளர்களோடு தொடர்பில் இருந்தேன்.

அந்தக் காலகட்டத்தில்தான் முதலாவது ஐக்கிய முற்போக்குக் கூட்டணி அரசுக்கு அளித்து வந்த ஆதரவை இடதுசாரிகள் விலக்கிக் கொண்டிருந்தனர். மன்மோகன் அரசு தப்புமா தப்பாதா என்று ஒரே

பரபரப்பு. அரசுக்கு ஆதரவான எம்பிக்களுக்கு முகேஷ் அம்பானியும், எதிரான எம்பிக்களுக்கு அனில் அம்பானியும் கோடிக்கணக்கில் பணம் கொடுத்துக் கொண்டிருந்தார்கள் என்று பரபரப்பான பேச்சு. விரைவில் வாக்கெடுப்பு நடக்க இருந்தது. அப்போது மதிமுகவின் எம்பியாக செஞ்சி ராமச்சந்திரன் இருந்தார். அவரது இரண்டாவது மனைவியும் அவர் உறவினரும் சேர்ந்து, அதிக பணம் கொடுக்கும் தரப்புக்கு செஞ்சி ராமச்சந்திரன் ஆதரவு அளிக்க உள்ளதாகத் தெரிவித்து, பணம் வழங்கும் புரோக்கர்களை வலை வீசித் தேடிக்கொண்டிருந்தனர்.

இந்தத் தகவல் எனக்குக் கிடைத்ததும், டெகல்கா உள்ளிட்ட தேசிய ஊடகங்களின் நிருபர்களைத் தொடர்புகொண்டு ஸ்டிங் ஆபரேஷன் செய்யமுடியுமா என்று முயற்சி செய்துகொண்டிருந்தேன். இந்தத் தொடர்புகளுக்கும் எனது இரண்டாவது தொலைபேசியை பயன்படுத்திக் கொண்டிருந்தேன்.

நீதிபதி சண்முகம் தன் அறிக்கையை முதல்வர் கருணாநிதியிடம் அளித்த தகவல் ஊடகங்களில் செய்தியாக வந்தது. அதில் என்ன இருக்கும், அடுத்த கட்ட நடவடிக்கை என்ன என்பது பற்றி எனக்குத் தெரியவில்லை. அறிக்கை அளிக்கப்பட்ட மறு நாள் மதியம் உணவருந்தி விட்டு, அலுவலகத்தில் புத்தகம் படித்துக்கொண்டிருந்தேன். அப்போது லஞ்ச ஒழிப்புத் துறையில் பணியாற்றிவிட்டு, தற்போது சிபி. சிஐடியில் பணியாற்றும் பரணிக் குமார் என்ற டிஎஸ்பி வந்தார். அவர் வந்ததும், டிஎஸ்பி அலி பாஷா அவர்களைத்தான் பார்க்க வந்திருக்கிறார் என்று நினைத்து, 'டிஎஸ்பி மாடியில் இருக்கிறார் சார்' என்று கூறினேன். அவர் என்னிடம் எதுவும் பேசாமல், என்னைப் பார்த்து கையைக் காட்டினார்.

அதற்குள் அவர் பின்னாலிருந்து 15 பேர் வந்தார்கள். அனைவரும் காவல்துறை அதிகாரிகள். என் கையைப் பிடித்து, அழைத்துச் சென்றார்கள். புத்தகங்கள் வைத்திருந்த என் பையை, மற்றொரு அதிகாரி எடுத்துக் கொண்டார். கீழே இறக்கி அழைத்து வந்தனர். வெளியில் வந்து பார்த்தால் 10 டாடா சுமோ ஜீப்புகள் நின்றன. என்னை மாதிரி ஒரு புள்ளைப் பூச்சியை புடிக்கிறதுக்கு எதுக்கு இவ்வளவு ஜீப்புகள் என்று நினைத்துக்கொண்டேன். டிஎஸ்பி பரணிக் குமார் இருந்த வாகனத்தில் ஏற்றப்பட்டேன். முன்புறம் அவர் அமர்ந்திருந்தார். நான் கைது செய்யப்பட்டு விட்டேன் என்பது எனக்கு நன்றாகத் தெரியும். ஆனால் மீண்டும் பத்திரிக்கையாளர்களிடம் பேசிய இரண்டாவது செல்போன் அவர்களிடம் சிக்கக் கூடாது என்பதுதான் என் பெரிய கவலையாக இருந்தது. முதல் செல்போன் சட்டை பாக்கெட்டில் இருந்தது. இரண்டாவது செல்போன் பேண்ட் பாக்கெட்டில் இருந்தது.

எப்படியாவது அந்த செல்போனை தூக்கி எரியலாம் என்று பார்த்தால் சுற்றிலும் போலீசார் இருந்தனர்.

முன்னால் அமர்ந்திருந்த பரணி குமார் டிஎஸ்பியிடம் பேச்சு கொடுத்தேன். ‘சார் என்னை அரெஸ்ட் பண்ணிட்டீங்களா, சொல்லுங்க சார்’ என்றேன். ‘அதெல்லாம் ஒண்ணும் இல்ல சங்கர். ஜஸ்ட் ஒரு ஃபார்மாலிட்டி. நத்திங்’ என்றார். அவரிடம் பேச்சுக் கொடுத்துக்கொண்டே, பேண்ட் பாக்கெட்டில் இருந்த நோக்கியா போனின் பின்புற கவரை கழற்றினேன். கழற்றி, அதில் பேட்டரியையும் கழற்றினேன். கையை வைத்தே, அதில் இருந்த சிம் கார்டை தனியாக எடுத்தேன். இதையெல்லாம் செய்து கொண்டிருந்த போது, தொடர்ந்து பரணி குமாரிடம் பேச்சுக் கொடுத்துக்கொண்டே வந்தேன். அவர் தொடர்ந்து தொலைபேசியில் ஒவ்வொரு உயர் அதிகாரியாக அழைத்து அக்யூஸ்ட் செக்யூர்ட் மேடம் / சார் என்று தகவல் சொல்லிக்கொண்டே வந்தார். ஆனால் என்னிடம், ‘அரெஸ்டெல்லாம் இல்ல சங்கர். பதட்டப்படாதீங்க’ என்று ஆறுதலும் சொல்லிக்கொண்டே வந்தார். இதற்குள் நான் சிம் கார்டை எடுத்து, அதை உடைந்து எனது ஷூவுக்குள் வைத்துவிட்டேன்.

கிண்டியில் சிபி. சிஐடி அலுவலகம் அமைந்திருந்தது. உள்ளே அழைத்துச் செல்லப்பட்டேன். சைபர் கிரைம் பிரிவுக்குள் அழைத்துச் சென்றார்கள். என்னை ஒப்படைத்துவிட்டு பரணி குமார் கிளம்பிச் சென்றுவிட்டார். டிஎஸ்பி பாலு ஒரு நாற்காலியில் அமர்ந்திருந்தார். வேல்முருகன் என்ற ஆய்வாளர் என் மீதான முதல் தகவல் அறிக்கையை லேப்டாப்பில் டைப் அடித்துக்கொண்டிருந்தார்.

ஒரு வழக்கில் முதல் நடவடிக்கை முதல் தகவல் அறிக்கை பதிவு செய்வது. அதன் பிறகு அந்த அறிக்கை உடனடியாக சம்பந்தப்பட்ட நீதிமன்றத்துக்கு அனுப்பப்படவேண்டும். அதன் பிறகு விசாரணை அதிகாரி பூர்வாங்க விசாரணை மேற்கொள்ள வேண்டும். வழக்கில் எதிரி யார், அவர் எப்படிப்பட்டவர், வழக்கில் அவருக்குத் தொடர்பு என்ன, விசாரணைக்கு ஒத்துழைக்கிறாரா இல்லையா, கைது நடவடிக்கை அவசியமா, கைது செய்து அவரிடமிருந்து பெற வேண்டிய உண்மைகள் இருக்கின்றனவா என்பது போன்றவற்றை ஆராயவேண்டும். இதற்குப் பிறகுதான் கைது நடவடிக்கையே இருக்க வேண்டும்.

ஆனால் என் வழக்கில் என்னைக் கைதுசெய்த பிறகுதான் முதல் தகவல் அறிக்கையே தயார் செய்யப்பட்டது. அதுவும் என் கண் முன்னால்தான் தயார் செய்யப்பட்டது. ஆனால் இப்படி நடைமுறைகள் தலைகீழாக பின்பற்றப்படுகின்றன என்பது யாருக்குத் தெரியும்? நானோ கைது

செய்யப்பட்டிருக்கிறேன். நான் சிறையிலிருந்து வெளியே வந்து நீதிமன்றத்தில் சொன்னாலும் அதை அப்படியே காவல்துறையினர் மறுக்கப் போகிறார்கள். இது போலத்தான் பல வழக்குகளில் நடக்கிறது. நபரை முதலில் பிடித்துவிட்டு, இரண்டு நாட்கள் சட்டவிரோதக் காவலில் வைத்துவிட்டு, பிறகுதான் எஃப்ஐஆரே போடுவார்கள்.

டிஎஸ்பி பாலு, 'நீ இங்கிலீஷ்ல ட்ராஃப்டிங்லாம் பிரமாதமா பண்ணுவியாமே, ஐஜியே சொல்றார். அவ்வளவு பெரிய ஆளா நீ?' என்றார். நான் 'அப்படியெல்லாம் இல்லை சார்' என்றேன். 'இவனை விசாரிங்க' என்று அருகில் இருந்த ஆய்வாளரிடம் கூறினார். அந்த ஆய்வாளர் என்னை அடுத்த அறைக்கு அழைத்துச் சென்றார். என்னை அமர வைத்து, பெயர், தாய் தந்தை பெயர், குடும்ப உறுப்பினர்கள் பெயர், பணியில் சேர்ந்த தேதி, போன்ற விபரங்கள் கேட்கப்பட்டன. காலில் ஷுவுக்குள் இருந்த உடைந்த சிம் கார்டை எப்படியாவது அழிக்க வேண்டும் என்பதே என் மனதுக்குள் ஓடிக் கொண்டிருந்தது. 'சார் பாத்ரூம் போக வேண்டும்' என்றேன். வழக்கம் போல பாத்ரூம் இருக்கும். உள்ளே சென்று சிம் கார்டை கழிவறையில் போட்டு விடலாம் என்று நினைத்தேன். பார்த்தால் சினிமா தியேட்டரில் இருப்பது போல வரிசையாக சிறுநீர் கழிக்கும் இடம். அந்த ஆய்வாளரோ என் பின்னாலேயே நின்று கொண்டிருந்தார். சிம் கார்டை எடுத்துப்போட முடியவில்லை.

பிறகு மீண்டும் விசாரணை தொடர்ந்தது. தொடர்ச்சியாக என்னைப் பற்றிய விபரங்களே கேட்கப்பட்டன. என்னைச் சோதனை செய்து என் பாக்கெட்டில் இருந்த பொருட்கள் அனைத்தையும் எடுத்தார்கள். அப்போது பேன்ட் பாக்கெட்டில் இருந்த செல்போன் பேட்டரி கழன்ற நிலையில் இருந்தது. 'இது எதுக்குடா?' என்றார் பாலு. 'சார் அந்த போன்ல சார்ஜ் போயிடுச்சுன்னா இந்த பேட்டரியை போட்டுக்குவேன்' என்றேன். அவர்களுக்குத் துளியும் சந்தேகம் வரவில்லை. அப்படியா என்று சிம்கார்டு இல்லாத ஒரு செல்போன் கைப்பற்றப்பட்டதாக எழுதிக்கொண்டனர். அந்த சிம் கார்டு என் காலில் ஷுவுக்குள்ளே இன்னும் இருந்தது.

அந்த விசாரணை முடிந்து, மாலை 6 மணியளவில் ஒரு பெண் ஆய்வாளர் உள்ளிட்ட ஒரு டீமோடு என்னை அழைத்துக்கொண்டு என் வீட்டுக்குக் கிளம்பினார்கள். சிம் கார்டு உள்ள அந்த ஷுவோடு நானும் கிளம்பினேன். வரும் வழியிலெல்லாம் டிஎஸ்பி பாலு என்னைத் தொடர்ந்து விசாரித்துக்கொண்டே வந்தார். 'பத்திரிக்கையாளர் களோடு ஏன் பேசினாய்?' என்றார். நான் விசாரணை ஆணையத்தில் சொன்ன அதே பதிலை மீண்டும் மீண்டும் சொன்னேன். நான் பேசவில்லை, அரசு ஊழியர் சங்கத்துக்குச் செல்கையில் அவர்கள்

வாங்கிப் பேசியுள்ளனர். நான் பேசியதேயில்லை என்று மீண்டும் மீண்டும் சொல்லிக்கொண்டிருந்தேன். வீடு வந்தது.

எனது அறை எது என்று காட்டச் சொன்னார்கள். உடன் வந்த பெண் ஆய்வாளரை என் தாயாரோடு அமரச் செய்து அவரை நகர விடாமல் பார்த்துக்கொள்ளும்படி உத்தரவிடப்பட்டது. என் அறைக்குள் அழைத்துச் செல்லப்பட்டு தேடுதலைத் தொடங்கினார்கள். 'எங்கே அந்த பென் ட்ரைவ்?' என்று கேட்டார்கள். 'சார் என்னிடம் பென் ட்ரைவே கிடையாது' என்று சொன்னேன். 'மரியாதையா எடுத்துக் கொடு' என்றார்கள். 'சார் என்னிடம் உண்மையிலேயே கிடையாது' என்று கூறினேன். பீரோவிலிருந்து உடைகளையெல்லாம் தூக்கி எறிந்தார்கள். ஷெல்பில் இருந்த புத்தகங்களையெல்லாம் சரித்து விட்டார்கள். மேசை டிராயர்களை தலைகீழாகப் புரட்டினார்கள். அவர்கள் கேட்ட அந்த பென் ட்ரைவ் கிடைக்கவேயில்லை. இன்டெர்நெட்டிலிருந்து பல திரைப்படங்களை டவுன்லோட் செய்து டிவிடிக்களில் பதிவு செய்து வைத்திருந்தேன். அவை அனைத்தையும் அள்ளிக்கொண்டார்கள். திரும்பத் திரும்ப பென் ட்ரைவை பற்றி டிஎஸ்பி பாலு கேட்டுக்கொண்டிருந்தார். நான் மீண்டும் மீண்டும் இல்லை என்பதையே கூறிக்கொண்டிருந்தேன்.

ஒரு கட்டத்தில், 'சார் எத்தனை வாட்டி சார் இல்லைன்னு சொல்றது' என்று அழுத்தமாகச் சொன்னேன். பொளேர் என்று கன்னத்தில் அறை விழுந்தது. நான் அதை எதிர்பார்க்கவேயில்லை. காவல்துறையிலேயே 18 வருடங்களாக பணியாற்றிப் பழக்கமான எனக்கு, காவல்துறையின் மறுபக்கம் குறித்து வாய்மொழியாக மட்டுமே தெரியும். முதன்முறையாக நேரில் அனுபவித்தபோது, நம்பமுடியவில்லை. 'இவன் துணியை அவுருய்யா' என்று இன்ஸ்பெக்டர்களுக்கு உத்தர விட்டார். இன்ஸ்பெக்டர்கள் சரவணகுமாரும், வேல்முருகனும் என் சட்டையை அவிழ்த்தனர். பேன்ட்டையும் அவிழ்க்கச் சொன்னார்கள். நான் தயங்கியதும் மீண்டும் அறை விழுந்தது. அவிழ்த்தேன்.

'அந்தத். ..... பையனை மிதிய்யா. ஒழுங்கா கேட்டா சொல்ல மாட்டான்' என்றதும் இரண்டு ஆய்வாளர்களும் மாறி மாறி முதுகில் அடித்தனர். 'இவன் காலை விறிய்யா' என்று பாலு உத்தரவிட்டார். 'ஜட்டியை அவுருய்யா' என்றார். அவர்கள் அடிக்கக் கையை ஓங்கியதும் ஜட்டியை அவிழ்த்தேன். என் சட்டையை எடுத்து என் கைகளைப் பின்புறம் கட்டினார்கள். சுவற்றோரம் என்னை சாய வைத்தார்கள். இரண்டு ஆய்வாளர்களும் என் காலை விரித்துப் பிடித்துக்கொண்டார்கள். கால்கள் முழுமையாக விரிக்கப்பட்டதால் வலி உயிர் போனது. ஆனால் ஹாலில் அம்மா இருக்கிறார்கள் அவருக்குத் தெரியக்கூடாது என்பதால் நான் கத்தவேயில்லை.

வலியைப் பொறுத்துக்கொண்டேன். விரிக்கப்பட்ட என் தொடைகளில் ஷூ காலால் பாலு மிதித்தார். ‘சார், கதவைச் சாத்துங்க சார்’ என்று கேட்டுக்கொண்டேன். ஹாலில் இருக்கும் என் அம்மாவுக்கு இது எதுவும் தெரியக்கூடாது என்று நினைத்துக்கொண்டேன்.

அடி தொடர்ந்தது. அவர்கள் மீண்டும் மீண்டும் பென் ட்ரைவை எங்கே வைத்திருக்கிறாய் என்று கேட்டுக்கொண்டே அடித்தார்கள். இவர்களுக்கு இந்த வழக்கு பற்றி எதுவுமே தெரியாது என்பது நன்றாகப் புரிந்தது. பென் ட்ரைவை கைப்பற்றினால் வழக்கே முடிந்து விட்டது என்று நினைத்துக்கொண்டிருக்கிறார்கள். இல்லாத பென் ட்ரைவை நான் எங்கிருந்து எடுத்துக் கொடுப்பது? நான் அண்ணா பல்கலைக்கழகத்துக்கு தகவல் அறியும் விண்ணப்பம் அனுப்பியது, ஐபிஎஸ் அதிகாரிகள் ஊழல் பற்றி செய்தி வெளியிட நடவடிக்கை எடுத்தது என்று எதுவுமே இவர்களுக்குத் தெரியவில்லை என்பது மட்டும் எனக்கு நன்றாகப் புரிந்தது.

ஒட்டுமொத்த வீட்டையும் கலைத்து அலங்கோலமாக்கினார்கள். ‘இங்கதான் எங்கயோ பென் ட்ரைவை ஒளித்து வைச்சிருக்கான். இன்னும் நல்லா உரிச்சா சொல்லிடுவான்’ என்று பாலு சொன்னதும் இரண்டு ஆய்வாளர்களும் முதுகில் குத்தத் தொடங்கினார்கள். நான் வலியைப் பொறுத்துக்கொண்டு கத்தாமல் இருந்தேன்.

ஒருவேளை நான்தான் அந்த உரையாடலை பென் ட்ரைவ் மூலம் எடுத்துள்ளேன் என்று வைத்துக்கொண்டாலும், விசாரணை ஆணையத்தின் விசாரணையில் கலந்துகொண்ட பிறகு, அந்த பென் ட்ரைவை வீட்டிலேயே வைத்திருக்கும் அளவுக்கு நான் அவ்வளவு லூசா என்ன? ஆனால் அதைப் பற்றியெல்லாம் அவர்கள் கவலைப்பட்டது போலவே தெரியவில்லை. ஒரு முக்கியமான தடயத்தைக் கைப்பற்றப் போகிறேன் என்று தீர்மானமாகத் தேடிக்கொண்டிருந்தார்கள்.

கைகள் பின்புறம் கட்டப்பட்ட நிலையில் சுவரோடு சாய்ந்து நான் உட்கார்ந்திருந்தேன். அவர்கள் தேடிக்கொண்டிருந்தபோது, எச்பி பிரிண்டர் வாங்கியதற்கான அட்டை இருந்தது. எங்கே ப்ரிண்டர் என்று கேட்டார்கள். அதை என் நண்பர் சரவணன் என்ற இன்ஸ்பெக்டர் கடன் வாங்கிச் சென்றிருக்கிறார் என்றேன். நண்பரின் பெயர் விபரங்களைக் குறித்துக்கொண்டார்கள்.

பென் ட்ரைவை தேடிக் களைத்துவிட்டார்கள். டிஎஸ்பி பாலு ‘டேய். மரியாதையா பென் ட்ரைவை எடுத்து குடுத்துடு. இல்லன்னா இப்படியே உன்னை முண்டக்கட்டையா உங்க அம்மா முன்னாடி கூட்டிட்டுப் போவேன். அப்படியே ஃப்ளாட்டுல எல்லாரும் பாக்கற மாதிரி இழுத்துட்டுப் போவேன்’ என்றார். இது போன்ற பேச்சுகளும்

நடவடிக்கைகளும் ஒரு மனிதரைச் சிறுமைப்படுத்தி கூனிக் குறுகச் செய்பவை. அவமானத்தில் உடைந்து போகச் செய்யும் தந்திரம். ஒருவன் எப்படிப்பட்ட குற்றத்தைச் செய்திருந்தாலும் அவனை மனிதனாக நடத்தவேண்டும் என்ற அடிப்படை விதிகளைக் காவல்துறையினர் இன்றுவரை கடைபிடிப்பதேயில்லை. இந்த வழக்கு பிக்பாக்கெட் வழக்கோ, கஞ்சா கடத்திய வழக்கோ அல்ல. ஓர் உரையாடலை ஊடகங்களில் வெளியிட்ட வழக்கு. ஆனால் இப்படியொரு வழக்கில் நான் இப்படித்தான் நடத்தப்பட்டேன்.

திடீரென்று இன்ஸ்பெக்டர் வேல்முருகன் 'சார், பென் ட்ரைவ் கிடைச்சிடுச்சு சார்' என்றார். எனக்கும் வியப்பு. அவர் கையில் பென் ட்ரைவ் போன்ற ஒன்றை உயர்த்தி பெருமையாகக் காட்டினார். டிஎஸ்பி பாலு, 'பென் ட்ரைவே இல்லைன்னு சொன்ன?' என்று என்னை நக்கலாகப் பார்த்தார். 'சார். அது ப்ளூ டூத் டாங்கிள்' என்றதும் அனைவரின் சுரத்தும் குறைந்தது. ப்ளூ டூத் டாங்கிளுக்கும், பென் ட்ரைவுக்கும் வேறுபாடு தெரியாத விஞ்ஞானிகள்தான் சைபர் கிரைமில் வேலை பார்க்கிறார்கள் என்பதை நினைத்து உள்ளுக்குள்ளேயே சிரித்துக்கொண்டேன்.

அடுத்த கட்ட மிரட்டலைத் தொடங்கினார்கள். 'டேய். வண்டியில வெப்பன்ஸ் வச்சிருக்கோம். மரியாதையா உண்மையைச் சொல்லலைன்னா, போகும்போதே எஸ்கேப் ஆக முயற்சி பண்ணன்னு போட்டுத் தள்ளிடுவோம். ஒழுங்கா ஒத்துக்கோ' என்றார் இன்ஸ்பெக்டர் வேல்முருகன். சாதாரணமாக சட்டம் ஒழுங்கு பிரிவில் பணியாற்றும் காவல்துறையினர்கூட துப்பாக்கிகளை எடுத்துவர மாட்டார்கள். ஏதாவது ஒரு பெரிய குற்றவாளியை, ரவுடியை பிடிக்கச் செல்லும் சமயத்தில் மட்டும்தான் துப்பாக்கிகளை எடுத்துச் செல்வார்கள். அப்படி இருக்கையில் சைபர் கிரைம் பிரிவு காவல்துறையினர் துப்பாக்கியை எதற்கு எடுத்து வரப் போகிறார்கள். அதைக் கேட்டவுடன்தான் எனக்கு இவர்கள் நம்மை முழுமையாகவே முட்டாள் என்று முடிவு செய்துவிட்டார்கள் என்பது தெரிந்தது.

திரைப்பட சிடிக்கள், டிவிடிக்கள், மென்பொருள் டிவிடிக்கள், ப்ளூ டூத் டாங்கிள், வங்கி ஸ்டேட்மென்டுகள், க்ரெடிட் கார்டு ஸ்டேட்மென்டுகள், சில புகைப்பட ஆல்பங்கள் உள்ளிட்ட அனைத்தையும் ஒரு மூட்டையில் எடுத்துக்கொண்டார்கள். ஓர் இடத்தில் சோதனை நடத்தினால் அதில் கைப்பற்றப்பட்ட பொருள்கள் அனைத்தையும் பட்டியலிட்டு ஒரு மகஜர் தயாரித்து அவற்றில் சம்பந்தப்பட்டவர்களிடம் கையொப்பம் பெறவேண்டும். இந்த நடைமுறையை வருமான வரித் துறை, சிபிஐ, போன்ற அமைப்புகள் முழுமையாகப் பின்பற்றுகின்றன.

ஆனால் தமிழக காவல்துறைக்கு அது பற்றியெல்லாம் கவலையே இல்லை. சோதனை முடிந்ததாகத் தெரிந்ததும், என்னிடம் ஆடைகளை அணிந்துகொள்ளச் சொன்னார்கள்.

ஹாலுக்கு அழைத்து வரப்பட்டேன். என் அம்மாவுக்கு நடந்தது எதுவுமே தெரியவில்லை. நான் கைது செய்ததாக படிவம் தயார் செய்யப்பட்டு, என் அம்மாவிடம் கையொப்பம் பெறப்பட்டது. நான் அலுவலகத்திலிருந்து மாலை 3.45 மணிக்கு கைது செய்யப்பட்டேன். ஆனால் இரவு 7.30 மணிக்கு கைது செய்யப்பட்டதாக படிவம் தயார் செய்யப்பட்டிருந்தது. கிளம்பும்போது, பத்திரிக்கையாளர்களோடு பேசிய அந்த உடைந்த சிம்கார்டு உள்ள ஷூவை விட்டு விட்டு, சாதாரண செருப்பை அணிந்துகொண்டேன். வந்தவர்கள் யாரும் அதைக் கவனிக்கவில்லை. பின்னாளில் வழக்கறிஞர்கள் என்னைப் பார்க்க வந்தபோது, இந்த சிம் கார்டு விவகாரத்தைச் சொல்லி, என் ஷூவினுள் இருந்து எடுத்து முழுமையாக அழிக்கச்சொல்லி கேட்டுக்கொண்டேன்.

மீண்டும் ஜீப்பில் ஏற்றப்பட்டேன். இரவு 9.30 மணியாகியிருந்து. வடபழனி அருகே 100 அடி சாலையில் இரவு உணவுக்காக வண்டி நிறுத்தப்பட்டது. என்னை ஜீப்பிலேயே அமரச் சொன்னார்கள். தோசை வாங்கிக் கொடுத்தார்கள். ஜீப்பிலேயே அமர்ந்து சாப்பிட்டேன். எனக்கு ஒரு காவலர் அந்தத் தோசையை எடுத்து வந்து தந்தார். அதிகாரிகள் மிரட்டி விட்டார்கள். அவர் பங்குக்கு மிரட்ட வேண்டுமல்லவா? ‘காலை கீழ எடுத்து வைச்ச... காலை முறிச்சிடுவேன்’ என்றார். நான் சரி என்று கேட்டுக்கொண்டேன்.

உணவு முடிந்ததும், டிஎஸ்பி பாலு என்னருகே வந்தார். ‘என்னடா.. உண்மையை சொல்றியா, நடு ரோட்டுல ஓட வச்சி சுடட்டா’ என்றார். ‘சார் எல்லா உண்மையையும் சொல்லிட்டேன் சார்’ என்றேன். ‘யோவ். இவன் சரிப்பட்டு வர மாட்டான். இவன வண்டியில இருந்து இறக்கி ஓட விடுங்க. நடு ரோட்டுல சுட்டுக் கொன்னாத்தான் இவனுக்கு நாம யாருன்னு தெரியும்’ என்றார். வேண்டுமென்றால் அருகில் இருந்த அந்த ஹோட்டலுக்குச் சென்று தோசை வேண்டுமானால் சுட முடியும். ஆளைச் சுட இவர்களிடம் எந்த ஆயுதமும் இல்லை என்பது எனக்கு நன்றாகத் தெரியும். ஆனால் மிகவும் பயந்ததுபோல ‘சார். என்னை சுட்டுடாதீங்க சார்’ என்றேன். என்னைக் கடுமையாக பயமுறுத்திய திருப்தி அவர்களிடம் தெரிந்தது. சுடும் திட்டத்தை ரத்து செய்துவிட்டு, மீண்டும் வண்டி சிபி.சிஐடி ஆபீசுக்கு கிளம்பியது.

நான் தினமும் மாலை அல்லது இரவு தொலைபேசியில் அழைக்க வில்லை என்றால், நான் கைது செய்யப்பட்டுவிட்டதாக அர்த்தம். உடனடியாக பத்திரிக்கையாளர்களுக்கு தகவல் சொல்லவும் என்று என் நண்பரிடம் கூறி வைத்திருந்தேன். என்னைச் சுட்டுவிடுவார்கள்

என்று நினைக்கவில்லை. ஆனால் கைது செய்த விவரத்தையே வெளியில் தெரிவிக்காமல் நாள் கணக்கில் சட்டவிரோதக் காவலில் வைத்திருப்பார்கள் என்று கருதினேன். அதனால் நண்பரிடம் அவ்வாறு கூறி வைத்திருந்தேன். நண்பர் அதேபோல பத்திரிகையாளர் களுக்குத் தகவல் தெரிவித்திருந்தார். தொலைக்காட்சி மற்றும் அச்சு ஊடகங்களில் இருந்து செய்தியாளர்கள் வந்திருந்தனர். சிபி.சிஐடி அலுவலக வாயிலில் காத்துக்கொண்டிருந்தனர்.

பத்திரிகையாளர்கள் இருந்ததால் என்னை முன் வாசல் வழியாக அழைத்துச் செல்லாமல் பின்புறம் சென்று ஜீப்பிலேயே அமர வைத்திருந்தார்கள். இரவு 11 மணியானதால், பத்திரிகையாளர்கள் சில மணி நேரம் காத்திருந்துவிட்டுச் சென்றுவிட்டார்கள். அதன் பிறகும், பின் வாசல் வழியாக இருட்டான படிக்கட்டில் அழைத்துச் சென்றார்கள். டார்க் ரூம் என்று அழைக்கப்பட்ட ஓர் அறைக்குள் நான் அழைத்துச் செல்லப்பட்டேன். தரையில் அமருமாறு கூறியதும் அமர்ந்தேன். வீட்டோடு அடி முடிந்துவிட்டது என்றுதான் நினைத்துக் கொண்டிருந்தேன். என்னோடு ஆய்வாளர் சரவணகுமார் இருந்தார்.

இரவு 12 மணியளவில் டிஎஸ்பி பாலு வந்தார். ‘அதுக்குள்ள எவன்யா சொன்னது ப்ரெஸ்ஸுக்கு. எல்லா ..... பயலுங்களும் வந்து நிக்கிறானுங்க’ என்று கத்தினார். இன்ஸ்பெக்டர் அமைதியாக இருந்தார். என்னைச் சட்டவிரோத காவலில் சில நாட்கள் வைப்பதுதான் அவர்கள் திட்டம் என்பது எனக்குப் புரிந்தது. ஊடகங்களுக்கு கைது செய்தி கசிந்ததனால் இனி அதைச் செய்ய முடியாது என்ற அவர்களின் எரிச்சலும் புரிந்தது.

‘என்னய்யா சொல்றான் இந்த ...... பையன்’ என்றார். ‘சார் ஒண்ணும் சொல்ல மாட்றான் சார்’ என்று இன்ஸ்பெக்டர் பதில் கூறியதும் ‘இழுத்துட்டு வாய்யா அவனை’ என்று கூறினார். நான் இழுத்துச் செல்லப்பட்டதும் என் தலைமுடியைப் பிடித்து குனிய வைத்தார். குனிய வைத்து முதுகில் முழங்கையால் குத்தினார். நான் அசையாமல் இருக்கும்படி பிடித்துக்கொண்டார் இன்ஸ்பெக்டர். தொடர்ந்து சில நிமிடங்கள் குத்தினார்கள். பின்னர் தலையை நிமிர்த்தி பொளேர் பொளேரென்று கன்னத்தில் அறை. பின்னர் முடியைப் பிடித்து ஆட்டி ‘சொல்லுடா.. .....க்கு பொறந்தவனே. சொல்லு. சொல்லலன்னா இங்கயே செத்துடுவடா. வெளிய போகவே மாட்ட’ என்று மீண்டும் அறையத் தொடங்கினார். அப்படி அறை வாங்கிய நேரத்திலும் எனக்குப் பத்திரிக்கையாளர்களுக்கு தகவல் தெரிந்துவிட்டதால் 24 மணி நேரத்துக்குள் நீதிபதி முன் ஆஜர்படுத்தித்தான் தீர வேண்டும் என்பது தெரிந்தது.

என் முடியைப் பிடித்து அந்த அறைக்கு வெளியே இழுத்துச் சென்றார் பாலு. 'இவனை என்கவுன்டர்ல சுட்டாத்தான் அடங்குவான்' என்றவாறே அழைத்துச் சென்றார். அறைக்கு வெளியே துப்பாக்கி ஏந்திய ஆயுதப்படை காவலர் காவலுக்கு நின்று கொண்டிருந்தார். பாலு அவரிடம் 'யோவ். இவன் வெளியில வருவான். வந்ததும் யோசிக்காம சுட்டுடு' என்றார்.

அரசு அலுவலகங்கள், ரிசர்வ் வங்கி, நீதிபதிகளின் வீடுகள், அமைச்சர்களின் வீடுகள் போன்ற இடங்களில் காவலுக்காக ஆயுதப்படை காவலர்கள் துப்பாக்கியோடு பாதுகாப்புக்காக நியமிக்கப்படுவார்கள். காவல் துறை அலுவலகங்களில் நிறுத்தப்படும் இது போன்ற காவலர் களின் பணி, உயர் அதிகாரிகள் வருகையில் துப்பாக்கியை உயர்த்திப் பிடித்து, அதைத் தட்டி வணக்கம் செலுத்துவார்கள். இதற்காகத்தான் இவர்களுக்கு துப்பாக்கியே. இப்படி பாதுகாப்புப் பணியில் ஈடுபடும் ஒரு காவலரின் துப்பாக்கியில்கூட குண்டு போடப்பட்டிருக்காது. குண்டை லோட் செய்து வைத்திருந்தால், தவறுதலாக வெடித்து சிக்கலை உண்டாக்கிவிடப் போகிறதே என்ற பயமே.

சிறு வயதில் அண்ணா சாலை லஞ்ச ஒழிப்புத் துறை அலுவலகத்தில் பணியாற்றியபோது, அந்தக் காவலர்களின் அறைக்கு பலமுறை சென்றிருக்கிறேன். அவர்களுக்கான பணி முடிந்து அடுத்த காவலர் பணியேற்க வருகையில் துப்பாக்கியைப் புதிதாக வரும் காவலரிடம் பழைய காவலர் ஒப்படைப்பார். அப்போது துப்பாக்கியைத் தனியாகவும், துப்பாக்கி குண்டுகளை தனியாகவும் ஒப்படைப்பதை நான் பார்த்திருக்கிறேன். துப்பாக்கி குண்டுகளை ஓர் இரும்புப் பெட்டியில் போட்டு பூட்டி வைத்திருப்பார்கள். ட்யூட்டி மாற்றுகையில் அந்தப் பெட்டியைத் திறந்து துப்பாக்கி குண்டை எடுத்துக் காட்டி, மீண்டும் பூட்டி சாவியை ஒப்படைப்பார்கள். இதைப் பலமுறை நான் பார்த்திருக்கிறேன்.

சிபி.சிஐடி வாசலில் பாரா ட்யூட்டி பார்க்கும் காவலர் துப்பாக்கியில் மட்டும் குண்டுகள் இருக்குமா என்ன? அந்த வலியிலும், டிஎஸ்பி பாலு பாரா காவலரிடம் இவனை சுடு என்று கூறியபோது இவனுங்க லூசுங்களா என்ற நினைவுதான் வந்தது. அது மட்டுமல்லாமல், வீட்டிலும், வடபழனியில் உணவு அருந்துகையிலும், ஓட விட்டுச் சுடுவோம், வாகனத்தில் துப்பாக்கி இருக்கிறது என்றார்கள். அந்தத் துப்பாக்கியை எடுத்து மிரட்டாமல் பாரா காவலரிடம் ஏன் சுடும்படிக் கூறுகிறான் என்ற கேள்விகூட எனக்குத் தோன்றாதா? ஆனால் அவர்கள் என்னை ஒரு சாதாரண தெரு ரவுடி என்றே நினைத்து இந்த மிரட்டல்களைச் செய்துகொண்டிருந்தார்கள். மீண்டும் அறையினுள்ளே அழைத்து வரப்பட்டேன்.

‘இவன் காலை விரிய்யா. இவன் எப்படி உண்மையை சொல்லாம இருப்பான்னு பாத்துடுவோம்’ என்றார். அவர் கூறியதும் வேல்முருகன் மற்றும் சரவணக்குமார் ஆகிய இருவரும் என்னை சுவற்றோரம் உக்கார வைக்கச் சென்றார்கள். ‘யோவ். துணியை அவுருய்யா. எல்லா மயிரையும் உனக்குச் சொல்லணுமா’ என்றார். அவர்கள் அடிக்கக் கையை ஓங்கியதும் நானாகவே உடைகளைக் களைந்தேன். ஜட்டியோடு இருந்தேன். ‘அவுர்றா ஜட்டியை’ என்றார் பாலு. ஜட்டியையும் அவிழ்த்தேன். என் சட்டையை வைத்து என் கைகள் பின்புறம் கட்டப்பட்டன. மீண்டும் கால்கள் விரிக்கப்பட்டன. கால்களை விரிக்க விரிக்க வலி உயிர் போனது. தாங்க முடியாமல் அலறினேன். ‘எனக்கு எதுவும் தெரியாது சார்’ என்று கத்தினேன்.

ஷூ கால்களோடு என் தொடைகளில் ஏறிக் குதித்தார் டிஎஸ்பி பாலு. வலி தலைக்கு ஏறி என் கண்களில் நீர் கொட்டியது. ஆனால் அவர்கள் தாக்குதலை நிறுத்தவில்லை. ‘டேய் இதை நீதான் பண்ணுனன்னு தெரியும். உன் பின்னாடி எந்தெந்த ஆபிசர்ஸ் இருக்காங்கன்னு சொல்லு. அவங்க பேரைச் சொல்லு. உன்னை விட்டுறோம்’ என்றபடியே ஷூ கால்களால் என் தொடையை நெறித்தார். வீட்டிலிருந்து என்னை சிபி.சிஐடி அலுவலகத்துக்கு அழைத்துவந்தபிறகு பாலு அரை மணி நேரம் தாமதமாக வந்தார். அந்த அரை மணி நேரத்துக்குள் என்னிடம் என்ன விசாரிக்க வேண்டுமென்று அவருக்கு உத்தரவு பிறப்பிக்கப் பட்டிருக்கிறது என்பது புரிந்தது. அதுவரை பென் ட்ரைவ் எங்கே என்று கேட்டுக் கொண்டிருந்தவர்கள் திடீரென்று அதிகாரிகள் பெயரை சொல் என்று புதிய விசாரணையைத் தொடங்கினார்கள்.

அவர்களுக்கு வேண்டியது நான் எந்தெந்த உயர் அதிகாரிகளோடு தொடர்பில் இருந்தேன் என்பதுதான். என் தொடை மீது ஏறி சிறிது நேரம் குதித்ததும் பாலு களைப்பானார். இறங்கி சில நிமிடங்கள் ஓய்வெடுத்துக் கொண்டார்.

‘சொல்லுடா. எந்தெந்த ஆபிசர் இதுக்கு பின்னாடி இருக்காங்க’ என்று கேட்கத் தொடங்கினார். எனக்கே இந்த விவகாரத்தில் தொடர்பு இல்லை. இதில் வேறு உயர் அதிகாரிகளுக்கு இருக்கும் தொடர்பை கூறு என்றால் நான் யார் பெயரை கூறுவது? களைப்பாகிவிட்டது பாலுவுக்கு.

என் மீது ஏன் இப்படி தாக்குதல் என்பது எனக்குப் புரியவில்லை. சிபி.சிஐடி போலீசார் இன்றுதான் எப்ஐஆர் போட்டிருக்கிறார்கள். இவர்களிடம் எந்த ஆவணமும் வந்து சேரவில்லை. என்ன வழக்கு என்பதுகூடப் புரியாது. பிறகு எதற்காக இந்த தாக்குதல் என்பதே புரியவில்லை. அப்போதுதான் திடீரென்று ஞாபகம் வந்தது. என்னை

அலுவலகத்தில் வைத்து கைது செய்தபோது என்னுடைய பை கைப்பற்றப்பட்டது. அந்தப் பையில், அண்ணா பல்கலைக்கழக சீட் ஒதுக்கீடு தொடர்பாக தகவல் அறியும் சட்டம் மூலமாக அதுவரை பெற்றிருந்த அனைத்து ஆவணங்களையும் முழுமையாக வைத்திருந்தேன். பொதுநல வழக்கு போடுவதற்காக அலைந்து கொண்டிருந்ததால், எப்போது வேண்டுமானாலும் வழக்கறிஞர்கள் அழைப்பார்கள் என்பதால் அதை கையிலேயே வைத்திருந்தேன். என் பையை பறிமுதல் செய்து, அந்த ஆவணங்களைப் பார்த்ததும்தான் இந்தத் தகவல்களைக் கேட்ட ராஜசேகர் யார் என்பதே புரியாமல் இருந்தவர்களுக்கு இதன் பின்னணியில் நான் இருக்கிறேன். நான்தான் இதற்கு முழுமையான காரணம் என்பது தெரியவந்தது. அந்த விபரங்கள் உயர் அதிகாரிகளுக்கு தெரியப்படுத்தப்பட்ட பின்னர்தான் இந்த அடி என்பதும் இப்போது புரிந்தது.

பாலு, 'யோவ். இவனுக்கு லீடிங் செயின் போடுங்கய்யா' என்று கூறிவிட்டு வெளியே சென்றுவிட்டார். 'சார் ஜட்டி மட்டும் போட்டுக்கறேன்' என்று கேட்டதும் அனுமதிக்கப்பட்டேன். இடது காலில் ஒரு சங்கிலியைக் கட்டி பூட்டினார்கள். இரண்டு கைகளிலும் ஒரு விலங்கைப் போட்டார்கள். லத்தியை எடுத்து பின்புறத்தில் தாக்கத் தொடங்கினார்கள் இரு இன்ஸ்பெக்டர்களும்.

டிஎஸ்பி பாலுவுக்காவது ஏதாவதொரு தகவல் வந்து, இவனிடம் இதை விசாரி என்று உத்தரவு வந்திருக்கும். ஆனால் அவர் சென்றதும் மீதம் இருந்த சரவணகுமாருக்கும், வேல் முருகனுக்கும் என்னிடம் என்ன தகவலைப் பெறவேண்டும் என்பதே தெரியாது. இருந்தாலும், சும்மாவே லத்தியில் பின்புறம் அடிக்கத் தொடங்கினார்கள். நான் வலியில் கத்தினேன். அடி தாங்காமல் முன்புறம் நகர்ந்துகொண்டே சென்றேன். என் கையில் இருந்த விலங்கில் ஒரு புறம் அவிழ்த்து அருகில் இருந்த மேசையின் காலில் இணைத்தார்கள். மேஜை காலில் ஒரு கை இணைக்கப்பட்டதால் என்னால் ஓட முடியவில்லை. மீண்டும் லத்தி அடி தொடர்ந்தது. இருவருக்கும் களைப்பானது தெரிந்தது. 'டேய். ஏன்டா வீணா அடி வாங்கிச் சாகற? அய்யாகிட்ட உண்மையைச் சொல்லிடு. அடியாவது மிச்சமாகும்' என்று புதிய கனிவோடு பேசினர். 'சார் தெரிஞ்சதையெல்லாம் சொல்லிட்டேன் சார். புதுசா எதுவுமே இல்ல சார்' என்றேன். அவர்களும் அருகில் இருந்த நாற்காலிகளில் அமர்ந்தனர். அமர்ந்துகொண்டே, உண்மையைச் சொல்லி விடுமாறும், தப்பிக்க முடியாது என்பதையும் வேறு வேறு வார்த்தைகளில் சொல்லி வந்தனர்.

அந்த அறையின் கதவைத் திறக்கும் சத்தம் கேட்டதும் இருவரும் லத்தியைக் கையில் எடுத்துக்கொண்டனர். டிஎஸ்பி பாலு வந்தார்.

'என்னய்யா சொன்னானா?' என்றார். 'இல்ல சார். கல்லுளி மங்கன் மாதிரி இருக்கான் சார்' என்று பதில் கேட்டதும், கையில் லத்தியை வாங்கி அவர் பங்குக்கு அடி வெளுக்க ஆரம்பித்தார். அடிக்கையில் உடலில் எந்த இடத்திலும் காயம் படாதவாறு பார்த்துக்கொண்டனர். மணி விடியற்காலை மூன்று இருக்கும் என்று தோன்றியது. 'போலீஸ் டிப்பார்ட்மென்டுலயே பழகி இந்த ..... பையனுக்கு போலீஸ்னா பயமே இல்லாம போயிடுச்சுய்யா' என்று கடும் எரிச்சலோடு கூறியவாறே லத்தியைத் தூர அடித்தார் பாலு. 'இவனை கன்டினியூவா விசாரிங்கய்யா' என்று கூறிவிட்டுச் சென்றுவிட்டார். இனி அவர் திரும்ப வர மாட்டார் என்று தோன்றியது.

அவர் செல்லும்வரை காத்திருந்ததுபோல, இரண்டு ஆய்வாளர்களும் ஒரு பத்து நிமிடம் கழித்துக் கிளம்ப ஆயத்தமானார்கள். அந்த அறையில் கால் முழங்கால் அளவில் ஒரு ஜன்னல் ஏசி இயந்திரம் இயங்கிக்கொண்டிருந்தது. கையிலும் காலிலும் விலங்கிட்டு மேஜையோடு பிணைக்கப்பட்டு, அந்த ஏசி இயந்திரத்தின் நேர் கீழே படுக்க வைக்கப்பட்டேன். தொடக்கத்தில் வாங்கிய அடிக்கும் எரிச்சலுக்கும் அந்த ஏசி குளிர் இதமாக இருந்தது. நேரம் ஆக ஆக குளிர் தாங்க முடியவில்லை. வெறும் ஜட்டியோடு எந்தப் பக்கமும் புரள முடியாமல் அப்படியே படுத்திருந்தேன். உறக்கமும், மயக்கமும் கலந்ததுபோல இருந்தது. கண்கள் சொருகும்போது, குளிரால் விழிப்பு வந்துவிடும். இப்படியே நேரம் போனது. ஒரு சில மணி நேரங்கள்தான் ஆகியிருக்கும். விடிந்திருந்தது தெரிந்தது. இரவில் காவலுக்கு இருந்த அனைவரும் சென்றுவிட்டிருந்தனர்.

புதிதாக ஒருவர் காவலுக்கு வந்திருந்தார். அவர் 'கக்கூஸ் போகணுமாடா' என்று கேட்டார். தலையாட்டியதும் கால் விலங்கை மட்டும் கழற்றி, கை விலங்கை அப்படியே வைத்து 'எந்திரி' என்றார். எழுந்தபோது, உடலெங்கும் புண்ணானது போன்ற வலியை உணர முடிந்தது. அந்த அறையிலேயே தடுப்பு போடப்பட்டிருந்தது. தடுப்பை தாண்டியதும் லுங்கியோடு இரண்டு பேர் கால்களில் சங்கிலி பிணைக்கப்பட்டு படுத்திருந்தனர்.

எம்ஜிஆர் உறவினர் விஜயனின் கொலை வழக்கில் அப்போது துப்பு துலங்கவில்லை. அந்த வழக்கு தொடர்பாக அந்த இருவரும் இருபது நாட்களுக்குமேல் சட்டவிரோதக் காவலில் வைக்கப்பட்டுள்ளனர் என்பது தெரிந்தது. ஒரு நாளைக்கே நமக்கு இவ்வளவு அடி. இருபது நாளைக்கு இவர்களை என்ன பாடுபடுத்தியிருப்பார்கள் என்று தோன்றியது. நான் அரசு ஊழியன். நண்பர்கள், சக ஊழியர்கள் என்று

தொடர்பு அதிகம். குடும்பம் இருக்கிறது. ஒருநாள் இல்லையென்றால் மறு நாளாவது என்னை வெளியில் எடுத்துவிடுவார்கள். ஆனால் பெற்றோர், உறவினர், நண்பர் யாரும் இல்லாதவர்கள் காவல்துறை விசாரணையில் சிக்கினால்? அதோகதிதான். விடிவே கிடையாது.

காலைக்கடன் முடிந்ததும் புதிதாக பணிக்கு வந்திருந்தவர், ‘என்ன கேஸுடா?’ என்று கேட்டார். சண்முகம் கமிஷன், தொலைபேசி ஒட்டுக் கேட்பு என்றதும் அவருக்கு சுத்தமாகப் புரியவில்லை என்பது எனக்குப் புரிந்தது. இருந்தாலும் அவர் ‘டேய். அய்யாவுக்கு எல்லாம் தெரியும். உண்மையை ஒத்துக்க’ என்றார். என்ன கேசுன்னே தெரியாம என்னிடமே என்ன கேஸ் என்று கேட்டவர், அய்யாவுக்கு எல்லாம் தெரியும் என்று சொன்னது எனக்கு சிரிப்பைத்தான் ஏற்படுத்தியது. ஆனால் அந்த இடத்தில் சிரிக்க முடியுமா? ‘சார் எல்லாத்தையும் சொல்லிட்டேன் சார்’ என்றேன். ‘நீயா ஒத்துக்கிட்டன்னா சீக்கிரம் வெளியில வந்துடலாம்’ என்று அவர் தொடர்ந்து பேசினார். அந்த நபரிடம் பேசுவது எரிச்சலையே ஏற்படுத்தியது. அமைதியாக அவர் சொன்னதற்கு தலையாட்டிக்கொண்டேன். சில நிமிடங்களில் அவர் வெளியேறினார்.

புதிதாக ஒருவர் காலை உணவு வாங்கி வந்தார். அவர் வந்து அமர்ந்து ‘என்ன கேஸுடா?’ என்றார். சொன்னேன். அவருக்கும் புரியவில்லை. ‘அய்யாகிட்ட அடி வாங்கிச் சாகாத. உண்மையை ஒத்துக்க’ என்று அவரும் கொஞ்சமும் சளைக்காமல் கூறினார். இதில் இன்னொரு வேடிக்கை என்னவென்றால், சிபி.சிஐடியில் சைபர் க்ரைம் என்பது ஒரு பிரிவு. அந்தப் பிரிவில் ஊழியர் எண்ணிக்கையும் குறைவு. எனக்குக் காவலுக்கு இருக்க வந்தவர்கள் அத்தனை பேரும் வேறு வேறு பிரிவுகளைச் சேர்ந்தவர்கள். வந்தவர்களில் ஒருவருக்குக் கூட எதற்கு கைது, என்ன வழக்கு என்பது சுத்தமாகத் தெரியாது. ஆனால் காவல்துறை தோரணையைக் காட்ட வேண்டுமல்லவா? அந்தத் தோரணைதான் ‘அய்யாவுக்கு எல்லாம் தெரியும். உண்மையை ஒத்துக்க’ என்பது. இவர்களைப்போல, மதியம்வரை, ஒவ்வொரு வராக வந்து விசாரித்துக்கொண்டே இருந்தனர். பெயர், பிறந்த ஊர், உடன் பிறந்தவர்கள் போன்ற விபரங்களை மட்டும் 15 முறைக்கும் மேல் சொல்லியிருப்பேன். தனித்தனியாக வந்து குறித்துக் கொண்டார்கள். இதற்குள் உடைகளை அணிந்துகொள்ள அனுமதிக்கப்பட்டேன்.

மதியம் 1.30 மணிக்கு மதிய உணவு வழங்கப்பட்டது. மதியம் 2 மணிக்கு டிஎஸ்பி பாலு வந்தார். ‘இவன் என்ன பெரிய அக்யூஸ்டா… இவனுக்கு எதுக்குய்யா லீடிங் செயின்லாம் போட்டிருக்கீங்க. அவுத்து

உடுங்கய்யா' என்றார். என்ன இந்த ஆளுக்கு திடீர் கரிசனம் என்று எனக்கு வியப்பாக இருந்தது. சற்று நேரத்தில் புரிந்தது.

புகழேந்தி உள்ளிட்ட நான்கு வழக்கறிஞர்கள் பார்க்க வந்திருந்தார்கள். அவர்கள் அனைவருக்கும் எனக்கு வேளா வேளைக்கு உணவு கொடுத்தார்களா என்பதுதான் கவலை. 'சாப்பாடு வாங்கிக் கொடுத்தாங்களா?' என்று கேட்டார் புகழேந்தி. டிஎஸ்பி பாலு பக்கத்திலேயே அமர்ந்து நான் என்ன பேசுகிறேன் என்பதைப் பார்த்துக் கொண்டேயிருந்தார். 'சாப்பாட்டை விடுங்க தோழர். நைட் பூரா அடி பின்னிட்டாங்க' என்றதும் அனைவர் முகத்திலும் அதிர்ச்சி தெரிந்தது. ஓர் அரசு ஊழியரையா இப்படி அடிப்பார்கள் என்று அவர்களால் நம்ப முடியவில்லை. 'அதெல்லாம் ஒன்னும் இல்லங்க. இவனை போயி யாரு அடிப்பா' என்றார் பாலு. புகழேந்தி, 'பயப்படாம, மறக்காம எல்லாத்தையும் ஜட்ஜ¬கிட்ட சொல்லுங்க. பயப்படாதீங்க' என்றார். நானும் தலையாட்டினேன். சிறிது நேரத்தில் வழக்கறிஞர்கள் கிளம்பிச் சென்று விட்டார்கள்.

என்னை ஓர் உதவி ஆய்வாளர் 'எழுந்திரு' என்று அழைத்தார். மீண்டும் கைகளில் விலங்குகள் பூட்டப்பட்டன. இரண்டு காவலர்கள் பாதுகாப் போடு ஜீப்பில் ஏற்றப்பட்டேன். வாகனம் நேராக சைதாப்பேட்டை வளைவு அருகில் உள்ள அரசு மருத்துவமனைக்குக் கொண்டு செல்லப் பட்டது. ஓர் இளம் பெண் மருத்துவர் இருந்தார். அவரிடம் சென்றதும், நான் 'மேடம் கடுமையா அடிச்சாங்க மேடம். உடம்பு பூரா வீங்கியிருக்கு' என்றேன். அவர் நான் சொன்னதை காதிலேயே வாங்காமல் உடன் வந்த சப் இன்ஸ்பெக்டரை பார்த்தார். 'மேடம், எஸ்கேப் ஆக ட்ரை பண்ணான் மேடம். லைட்டா ஃபோர்ஸ் யூஸ் பண்ணோம்' என்றார். அந்த மருத்துவர் எதையுமே பரிசோதிக்காமல், எவ்வித வெளிக்காயமும் இல்லை என்று மருத்துவச் சான்று வழங்கினார். மீண்டும் சிபி.சிஐடி அலுவலகம்.

அரசு மருத்துவர்கள் 99 சதவிகிதம் பேர் இப்படித்தான். நியாயமாக அந்த மருத்துவர் என்னைப் பரிசோதித்து, என் உடம்பில் வீக்கங்கள் இருக்கிறதா என்பதையும் பரிசோதித்து சான்றளித்திருக்க வேண்டும். ஆனால் மருத்துவ பரிசோதனை என்ற விதிமுறைகள் அனைத்தும் காகிதத்தில் மட்டுமே இருக்கின்றன. தப்பிக்க முயன்றான், அடித்தோம் என்பதை காவல்துறையினரே வெளிப்படையாகச் சொல்லியும் அந்த மருத்துவர் என்னைப் பரிசோதிக்க எந்த முயற்சியும் எடுக்கவில்லை.

சிபி.சிஐடி அலுவலகம் வந்ததுமே உடனடியாக என்னை நீதிமன்றத்தில் ஆஜர்படுத்த அழைத்துச் செல்ல ஆயத்தமானார்கள். கிளம்ப இருக்கும் சமயத்தில் டிஎஸ்பி பாலு வந்தார். 'இந்தாடா, உன் புக்ஸ். ஜெயில்ல

படிக்க யூஸ்புல்லா இருக்கும். நடந்ததையெல்லாம் மனசுல வச்சிக்காத' என்றார். எனது மனதில் ஆத்திரம் கனன்று கொண்டிருந்தது. ஆனாலும் என்ன செய்துவிட முடியும்? மீண்டும் வாகனத்தில் ஏற்றப்பட்டேன்.

தமிழக காவல்துறையின் விசாரணை முறை என்பது இதுதான். எவன் கையில் சிக்குகிறானோ அவனை அடித்துத் துவைத்து தொங்கவிடுவது மட்டுமே இவர்களுக்குத் தெரிந்த சைன்டிபிக் இன்வஸ்டிகேஷன். தமிழக காவல்துறையில் ஒரு கதை உண்டு. காட்டில் புலியைக் கண்டு பிடிக்கவேண்டும் என்று இந்தியா முழுமைக்கும் உள்ள காவல்துறைக்கு போட்டி நடத்தப்பட்டது. முதலில் காட்டுக்குள் கேரள காவல்துறை சென்றது. இரண்டு நாட்களில் திரும்ப வந்து கண்டுபிடிக்க முடியவில்லை என்றது. அடுத்ததாக கர்நாடக காவல்துறை சென்றது. அவர்கள் நான்கு நாட்களில் திரும்ப வந்து தோல்வியை ஒப்புக்கொண்டனர். அடுத்ததாக தமிழக காவல்துறை. இவர்கள் காட்டுக்குச் சென்று எட்டு நாட்களாகியும் திரும்பவில்லை. இதனால் போட்டிக் குழுவினர், தமிழக காவல்துறையைத் தேடி வனத்துக்குள் சென்றனர். அங்கே பார்த்தால், நான்கைந்து தமிழக காவல்துறையினர் ஒரு கரடியைக் கட்டிப் போட்டு அடித்துக்கொண்டிருந்தார்கள். என்னய்யா பண்றீங்கன்னு கேட்டதற்கு, 'சார். இவன்தான் சார் புலி. ஒரு வாரமா அடிக்கிறோம். ஒத்துக்க மாட்றான் சார். ஒரு ரெண்டு நாள் டைம் குடுங்க ஒத்துக்க வைச்சிட்டு கூட்டிட்டு வந்துட்றோம்' என்றார்களாம்.

இந்த முறையைத்தான் இன்னமும் தமிழக காவல்துறை நம்பிக் கொண்டிருக்கிறது என்பது வருந்தத்தக்க உண்மை. இந்தச் சித்திரவதைமுறையை நமக்குக் கற்றுக் கொடுத்த பிரிட்டிஷ் காவல்துறை இன்று அவர்களின் புலனாய்வு முறையை உலகமே மெச்சத்தக்க அளவுக்கு எடுத்துச் சென்றுவிட்டார்கள். ஆனால் இந்தியாவில் எந்த மாற்றமும் ஏற்படாமல் அதே முறைதான் தொடர்கிறது.

வாகனத்தில் ஏறியதும், ஆய்வாளர் சரவணக்குமார், 'டிஎஸ்பி அடிச்சாருன்னு ஜட்ஜுகிட்ட சொல்லக் கூடாது புரிஞ்சுதா. ஒரு கெட்ட கனவா நெனச்சி மறந்துடணும்' என்றார். 'கண்டிப்பா சார். நான் ஏன் சார் சொல்லப்போறேன்' என்றேன். பழைய எழும்பூர் நீதிமன்றம் எதிரே உள்ள மற்றொரு நீதிமன்றத்துக்குள் வாகனம் நுழைந்தது. உள்ளே 100க்கும் மேற்பட்ட பத்திரிக்கையாளர்கள் குவிக்கப்பட்டிருந்தனர். பேராசிரியர் கல்யாணி வந்திருந்தார். வழக்கறிஞர் புகழேந்தி என்னுடன் வந்தார். கேமராக்களின் ப்ளாஷ்கள் மின்னின. டிவி கேமராக்கள் போட்டி போட்டுக் கொண்டு படமெடுத்தன. நீதிபதி அறைக்கு அழைத்துச் செல்லப்பட்டேன். சரோஜினி தேவி என்ற நீதித்துறை நடுவர் இருந்தார். 15 நாள் நீதிமன்றக் காவல் என்று

கூறியவர் 'எனி கம்ப்ளெயின்ட்ஸ்?' என்றார். இரவு முழுவதும் அடித்துத் துன்புறுத்தப்பட்டேன். உடல் முழுவதும் வீக்கம் உள்ளது என்றேன். நீதிபதி என் புகாரைப் பதிவு செய்துகொண்டார். மருத்துவ சிகிச்சை வழங்கவும் என்று உத்தரவிட்டார்.

காவல்துறையால் கைது செய்யப்படும் 90 சதவிகிதமான கைதிகள் நிச்சயம் சித்திரவதைக்கு உள்ளாக்கப்படுவார்கள். அதில் சந்தேகமே வேண்டாம். அப்படி சித்திரவதைக்கு உள்ளாக்கப்படும் நபர்கள் அனைவரையும், என்னிடம் சொன்னதுபோலவே நீதிபதியிடம் முறையிடக்கூடாது என்று காவல்துறையினர் மிரட்டுவார்கள். பெரும் பாலான கைதிகள் அதை அப்படியே ஒப்புக்கொண்டு நீதிபதியிடம் எந்தப் புகாரும் தெரிவிக்க மாட்டார்கள். கால் கை உடைந்து எலும்பு முறிவோடு வரும் கைதிகளும், நீதிபதியிடம் கீழே விழுந்துவிட்டேன் என்றுதான் கூறுவார்களே ஒழிய புகார் செய்யமாட்டார்கள்.

என்ன காரணமென்றால், நீதிபதி 15 நாட்கள் சிறை என்று உத்தரவிட்ட பிறகு, அந்தக் கைதியை சிறை வரை எடுத்துச் செல்பவர்கள் அதே காவல்துறையினர்தான். சிறைக்கு எடுத்துச் செல்வதைத் தாமதப்படுத்தி மீண்டும் வாகனத்திலேயே வைத்துத் தாக்கப்படும் ஆபத்தும் இருக்கிறது. இது தவிர, புகார் சொன்ன கைதியை நினைவில் வைத்து, சிறையிலிருந்து வெளியேறியதும், புதிய வழக்குகளில் கைது செய்து உள்ளே தள்ளுவதும் எப்போதும் நடக்கும் ஒரு விஷயம். இதனால் பெரும்பாலான கைதிகள் நீதிபதிகளிடம் எந்தப் புகாரும் சொல்வது கிடையாது.

நீதிபதி அறையிலிருந்து வெளியே வந்ததும், பத்திரிகையாளர்கள் என் முன்னால் மைக்கை நீட்டினர். பின்னால் இருந்த வழக்கறிஞர் புகழேந்தி 'சங்கர் பேசுங்க' என்றார். 'காவல்துறையால் நான் கடுமையாகத் தாக்கப்பட்டேன். இந்தச் சித்திரவதைகள் அனைத்துக்கும் காரணம் தமிழக உளவுத்துறைதான். உளவுத்துறையின் உத்தரவுப்படிதான் நான் தாக்கப்பட்டேன்' என்று கூறினேன். அவசர அவசரமாக என்னை ஜீப்பில் திணித்துத் தள்ளினார்கள். ஜீப் கிளம்பியதும் இன்ஸ்பெக்டர் சரவணக்குமார், 'உங்களை சாதாரண ஆளுன்னு நெனைச்சிட்டேன். இவ்வளவு பெரிய ஆளுன்னு தெரியாம போயிடுச்சு' என்றார். தெரிந்திருந்தால் இன்னும் கொஞ்சம் சேத்து அடிச்சிருப்பீங்க என்று மனதில் நினைத்துக் கொண்டேன்.

நீதிபதியின் உத்தரவுப்படி, என்னை நேராக கீழ்ப்பாக்கம் அரசு மருத்துவமனைக்கு அழைத்துச் சென்றனர். அந்த மருத்துவரிடமும் உடல் முழுக்கக் காயம் என்பதைத் தெரியப்படுத்தினேன். அவர் வலிக்கு சில மாத்திரைகளைத் தந்ததோடு நிறுத்திக்கொண்டார்.

நீதிபதி முன்பாக காவல்துறையின் சித்திரவதைகள் குறித்து நான் அளித்த புகார், இது குறித்து வழக்கறிஞர் மற்றும் எனது தாயார் மனித உரிமை ஆணையம், டிஜிபி உள்ளிட்டோருக்கு அளித்த புகார் ஆகிய எவற்றின்மீதும் எந்த நடவடிக்கையும் இறுதிவரை எடுக்கப்படவில்லை. சிபி.சிஐடியின் கூடுதல் டிஜிபியாக இருந்த அர்ச்சனா ராமசுந்தரம் நான் பத்திரிகையாளர்களிடம் கூறிய புகாருக்கு மறுப்பு தெரிவித்தார். உரிய மருத்துவ சிகிச்சை அளிக்கப்பட்டதாகவும், எவ்வித சித்திர வதைக்கும் நான் ஆளாக்கப்படவில்லை என்றும் கூறியிருந்தார். உச்ச நீதிமன்றமே பல முறை உத்தரவிட்டும், காவல்துறை சீர்திருத்தங்களுக்கு எந்த மாநிலங்களும் தயாராகாமல் இருப்பதன் நோக்கமே இப்படிப்பட்ட குற்றச்சாட்டுகளில் இருந்து தப்பித்துக்கொள்ளத்தான்.

வழியில் வாகனத்தை நிறுத்தி எனக்கு பல் விளக்க ப்ரஷ், பேஸ்ட், இரவு உணவுக்கு ப்ரெட் ஆகியவற்றை வாங்கிக் கொடுத்தார்கள். வாகனம் புழல் மத்திய சிறையைச் சென்றடைந்தது.

19

புழல் சிறையின் பரந்து விரிந்த வாசலில் நான் காவலர்களுடன் நின்றுகொண்டிருந்தேன். சிறை என்பதைத் திரைப்படங்கள் மற்றும் கதைகளில் மட்டுமே பார்த்திருந்த அனுபவம் எனக்கு. எந்தக் காரணத்துக்காகவும், சிறைக்குச் செல்லவேண்டிய அவசியமே ஏற்பட்டதில்லை. ஒரு போராட்டத்தில் கலந்துகொண்டதற்காக தெரிந்த டாக்டர் ஒருவர் சிறைக்குச் சென்றபோதுகூட அவரைப் பார்க்க சிறைக்குச் செல்லவில்லை. நடுத்தர வர்க்கத்தினரைப் பொறுத்தவரை சிறை என்பது ஒரு வேற்றுக்கிரகம் போலத்தான். அப்படி இருக்கையில் நான் எதற்காக சிறையைப்பற்றி யோசித்திருப்பேன்? ஆனால் இன்று, கொலைகாரர்கள் உள்ளிட்ட கொடும் குற்றவாளி களோடு நான் சிறையில் இருக்கப்போகிறேன் என்ற எண்ணமே மிகுந்த பயத்தை உருவாக்கியது.

என்னை நீதிமன்றத்தில் ஆஜர்படுத்தப் போகிறார்கள் என்பதால், அம்மாவை நீதிமன்றத்துக்கு வரவேண்டாம் என்று வழக்கறிஞர்கள் கூறிவிட்டார்கள். நான் சிறை வாயிலில் காத்திருந்த அந்த நேரத்தில், அம்மா என்ன செய்துகொண்டிருப்பார், தங்கை என்ன செய்து கொண்டிருப்பார் என்ற யோசனையும் ஓடிக்கொண்டிருந்தது. என்னை நீதிமன்றத்தில் ஆஜர்படுத்தி சிறைக்கு அனுப்பிய செய்தி தொலைக்காட்சிகளில் பரபரப்பாக ஒளிபரப்பப்பட்டிருந்தது.

என் உறவினர்களும் நண்பர்களும் இதைப் பார்த்து என்ன நினைப்பார்கள் என்று நினைத்துக்கொண்டேன். அவர்களில் யாராவது மீண்டும் பேசுவார்களா, அல்லது அனைவரின் உறவுகளும் முற்றிலுமாகத் துண்டிக்கப்படுமா என்ற எண்ணமும் வந்தது.

அப்போது மாலை 5.30 மணி கடந்திருந்தது. சென்னை மற்றும் புறநகரின் அனைத்துப் பகுதிகளில் உள்ள அனைத்து காவல் நிலையங்கள் மற்றும் இதர துறைகளினால் கைது செய்யப்பட்ட அனைத்து கைதிகளும் சிறையில் அடைக்கப்படுவதற்காக அழைத்து வரப்பட்டிருந்தனர். காவல் துறையால் கைது செய்யப்பட்டாலும் சரி, கஸ்டம்ஸ் அதிகாரிகளால் கடத்தல் தொடர்பாக கைது செய்யப்பட்டிருந்தாலும் சரி, ரயில்வே காவல்துறையினரால் திருட்டு தொடர்பாக கைது செய்யப்பட்டிருந்தாலும் சரி, அனைவருக்கும் சிறை ஒன்றுதான்.

சீருடையில் காவல்துறை அதிகாரிகளும், சீருடை இல்லாமலும், வெள்ளை சீருடை அணிந்த கஸ்டம்ஸ் அதிகாரிகளும் தங்கள் கைதிகளோடு காத்துக் கிடந்தனர். மாலை 4 மணிக்கு முன்னதாக கைதிகள் அழைத்து வரப்பட்டிருந்தால் உடனடியாக சிறைக்குள் எடுத்துக்கொள்ளப்படுவார்கள். அதன் பிறகு என்றால், அன்றைய தினத்தின் கணக்கெடுப்பு முடிந்த பிறகே புதிய கைதிகள் அனுமதிக்கப் படுவார்கள். கணக்கெடுப்பு என்பது, மாலை 6 மணிக்கு, அந்தந்த ப்ளாக்குகளில் இருக்கும் கைதிகளின் எண்ணிக்கையைச் சரி பார்ப்பது. புதிதாக வந்த கைதிகள், ஜாமீனில் வெளியே சென்ற கைதிகள், வேறு நீதிமன்றத்துக்கு விசாரணைக்காகச் சென்ற கைதிகள், வெளி மருத்துவமனைக்கு விசாரணைக்காகச் சென்ற கைதிகள் போன்றவர் களின் எண்ணிக்கையைக் குறைத்து, ஒவ்வொரு ப்ளாக்குகளில் இருந்தும் எண்ணிக்கை மைக் மூலம் ஓர் இடத்துக்குச் சொல்லப்படும்.

அந்த இடத்திலிருந்து ஜெயிலருக்குச் சொல்லப்படும். ஜெயிலர் அலுவலகத்தில் அது சரிபார்க்கப்பட்ட பிறகு கண்காணிப்பாளர் அலுவலகத்துக்குச் சொல்லப்படும். அங்கிருந்து சிறைத்துறை டிஐஜி அலுவலகம் மற்றும் சிறைத் துறை தலைவர் அலுவலகத்துக்குச் சொல்லப்படும். இந்தக் கணக்கு முதல் நாள் கணக்கோடு சரியாக உள்ளது என்பதை சிறைத் துறை தலைவர் அலுவலகம் ஒப்புதல் அளித்தால் மட்டுமே அன்றைய கணக்கு முடிந்ததாக பொருள்.

கைதிகள் யாரும் தப்பித் தவறிக்கூட தப்பித்து விடக்கூடாது என்பதற்காக வெள்ளையர் காலத்தில் உருவாக்கப்பட்ட இந்த நடைமுறை சற்றும் பிசகாமல் கடைபிடிக்கப்படுகிறது. அந்தந்த நாளின் கணக்கு மாலை 6 மணிக்கே முடிந்துவிடும் என்பதால், அன்றைய இரவு உணவுக்கு புதிதாக வரும் கைதிகள் கணக்கில் கொள்ளப்பட மாட்டார்கள். அதனால்தான் வருகையில் புதிதாக வரும் கைதிகள் ப்ரெட் பழங்கள் போன்றவற்றைக் கொண்டுவருகிறார்கள்.

சிறையில் உணவு மிகவும் மோசமாக இருக்கும் என்பதைக் கேள்விப் பட்டிருக்கிறேன். ஜாமீன் உடனடியாகக் கிடைக்காது என்பதெல்லாம்

எனக்குப் புரிந்திருந்தது. எப்படி இந்தச் சிறைவாசத்தை எதிர்கொள்ளப் போகிறேன் என்ற அச்சம் மேலிட்டது. என்னோடு காத்திருந்த இதர கைதிகள் அவர்களை அழைத்து வந்த போலீசாருடன் சகஜமாகப் பேசிக்கொண்டிருந்தனர். ஆனால் எனக்கு என்னுடைய பயத்தை என்னை அழைத்து வந்த காவல்துறையினரிடம் காட்டிக் கொள்ளக் கூடாது என்ற எண்ணமே அதிகமாக இருந்தது. என்னோடு வந்திருந்த சிபி.சிஐடி போலீசாருக்கு, எவ்வளவு சீக்கிரமாக இவனை உள்ளே தள்ளிவிட்டுப் போவோம் என்ற கவலைதான் அதிகமாக இருந்தது. அவர்களும் என்னிடம் எதுவும் பேசவில்லை.

சிறையினுள் கைதிகளை அனுமதிக்கப்படுகையில் அவர்கள் உடலில் காயங்கள் இருக்கிறதா என்பது பதிவு செய்யப்படும். அவை பதிவு செய்யப்படாவிட்டால், சிறையினுள் அந்தக் காயங்கள் ஏற்பட்டதாகக் கருதப்பட்டு பின்னால் சிக்கல் ஏற்படும் என்பதால், வரும் கைதிகள் அனைவரின் உடலிலும் காயங்கள் இருக்கிறதா என்பதைக் கேட்டு பதிவு செய்து கொள்வார்கள்.

அப்படி கணக்கெல்லாம் முடித்து உள்ளே அனுமதிப்பதற்கு இரவு ஏழு மணியாகி விட்டது. 20 அடிக்கும் உயரமாக உள்ள பெரிய இரும்பு கேட் வரவேற்கும். அந்த கேட்டில் ஒரு ஆள் நுழையும் அளவுக்குச் சின்ன கேட் இருக்கும். அது திறக்கப்பட்டு ஒவ்வொருவராக உள்ளே அனுமதிக்கப்படுவார்கள். அந்த கேட்டுக்குள் நுழைந்ததுமே பயம் என்னை ஆக்கிரமித்துக்கொண்டது. 20 அடிக்கும் அதிகமான உயரமான கூரையோடு இருந்த அந்த ஹால் பயமுறுத்தியது. வரிசையாக ஒவ்வொரு கைதியாக அனுமதிக்கப்பட்டார்கள். முன்னே செல்லும் ஒவ்வொரு கைதியும் சட்டை மற்றும் பனியனைக் கழற்றிக் கையில் வைத்துக்கொள்ள வேண்டும். பரிசோதிக்க உங்கள் முறை வருகையில் சட்டையைக் கழற்றாமல் இருந்தால் அந்த இடத்திலேயே அடி விழும்.

எனக்கு முன்னால் இருந்தவர்களைப் பார்த்து நானும் சட்டை மற்றும் பனியனைக் கழற்றிக் கையில் வைத்துக்கொண்டேன். ஒவ்வொரு கைதியிடமும் என்ன வழக்கு என்று கேட்டுக்கொண்டே பரிசோதிப்பார்கள். பிக்பாக்கெட், அடிதடி, திருட்டு போன்ற வழக்குகளில் உள்ளே வருபவர்களை உள்ளாடைகளையும் அவிழ்க்கச் சொல்வார்கள். தலைமுடியினுள் கை வைத்து சோதிப்பார்கள்.

என்னிடம் என்ன வழக்கு என்று கேள்வி கேட்கப்பட்டதும் தொலைபேசி ஒட்டுக் கேட்பு வழக்கு என்று கூறினேன். என்னைப் பரிசோதித்த காவலருக்கு அது என்ன வழக்கு என்பது புரியவில்லை. ஆனால் சாதாரண ரவுடி வழக்கு அல்ல என்பது புரிந்தது. என்னை உள்ளாடையை அவிழ்க்கச் சொல்லவில்லை. அருகே உதவி ஜெயிலர்

இருப்பார். அவரிடம் சென்று பெயர் மற்றும் இதர விபரங்களைத் தர வேண்டும் என்றார்கள். தந்தேன். பின்னால் வரிசையாகச் சென்று அமரச் சொன்னார்கள். இதர கைதிகளோடு சென்று அமர்ந்தேன்.

ஒரு நான்கடி முன்பாக உதவி ஜெயிலர் அமர்ந்திருந்தார். என் அருகே அமர்ந்திருந்த கைதி, ஏற்கெனவே உள்ளே இருந்தவன். நீதிமன்றத்துக்காக வெளியே சென்றுவிட்டுத் திரும்ப வந்திருக்கிறான். 'என்ன கேஸ்?' என்றான். சொன்னேன். 'நீங்கள் என்ன கேஸ்?' என்று கேட்டேன். 'போன மாசம் அம்பத்தூர்ல ஒரு கவுன்சிலரை போட்டுத் தள்ளுனாங்கன்னு பேப்பர்ல படிச்சியா?' என்றான். 'இல்லை' என்றேன். 'அந்த கேஸ்லதான் வந்திருக்கேன்' என்றான். சிறை உள்ளே இருக்கிறோமே, கொலை கேஸில் உள்ளே வந்திருக்கிறோமே என்பதெல்லாம் குறித்து அவனுக்கு சற்றும் கவலையிருப்பதாகத் தெரியவில்லை. உதவி ஜெயிலர் பக்கத்தில் முன்னால் இருக்கிறாரே என்பது குறித்து சற்றும் கவலைப்படாமல் ஒரு பீடியை எடுத்துப் பற்றவைத்தான். காவல்துறை கட்டுப்பாட்டில் வாங்கிய அடி எனக்கு அப்படியொரு பயத்தை ஏற்படுத்தியிருந்தது. அவன் சிறை அதிகாரியிடமிருந்து நாலு அடி தூரத்திலிருந்துகூட இல்லாமல் பீடியை கவலையேயில்லாமல் பற்றவைத்தான். 'உனக்கு வேணுமா?' என்றான். 'ஆமாம்' என்றதும் இரண்டு பீடிகளை எடுத்துக் கொடுத்தான்.

அந்தக் காரியத்தின் மதிப்பு அப்போது எனக்குப் புரியவில்லை. வெளியில் நாம் ரூபாய் நோட்டுக்களைப் பயன்படுத்துவதைப்போல சிறையில் பீடிதான் கரன்சி என்பது எனக்கு அப்போது தெரியாது. சிறையைப் பார்த்து நான் பயந்து போயிருப்பதை அவன் உணர்ந்திருந்தான். 'எதுவும் கவலைப்படாத. எதுனா வேணும்னா அஞ்சாம் ப்ளாக்கு வந்துடு. உன்னை எந்த ப்ளாக்குல போடப் போறாங்கன்னு தெரியல. நேரா அஞ்சாம் ப்ளாக் வந்து என் பேரைச் சொல்லு. நான் பாத்துக்கறேன்' என்றான். நான் அவனை ஆமோதிப்பதுபோலத் தலையாட்டினேன். என்னிடம் இருந்த ப்ரெட் பாக்கெட் வேணுமா என்றேன். வேண்டாம் என்று மறுத்துவிட்டான்.

பதிவுகள், சோதனைகள் முடிந்ததும் வரிசையாக புதிய கைதிகள் அனைவரையும் அழைத்துச் சென்றனர். அனைவரையும் முதலில் க்வாரன்டைன் என்ற ப்ளாக்கில்தான் வைப்பார்கள். பிரிட்டிஷ் ஆட்சி காலத்தில், மனிதர்களிடையே பல்வேறு தொற்று நோய்கள் பரவிக் கொண்டிருந்தன. அந்தத் தொற்று நோய்களுக்கெல்லாம் அப்போது போதுமான மருந்துகள் கிடையாது. ஆகையால் தொற்று நோயால் பாதிக்கப்பட்டவர்களை ஒதுக்கித் தனியாக வைப்பார்கள். அப்படி வைப்பதற்குப் பெயர்தான் க்வாரன்டைன். சிறையிலும் ஒரு கைதியின் தொற்று நோய் மற்ற கைதிகளுக்கு பரவாமல் தடுப்பதற்காக

க்வாரன்டைன் என்ற ப்ளாக் உருவாக்கப்பட்டு இருந்தது. நோய் உள்ள கைதிகள் அனைவரும் அந்த க்வாரன்டைன் ப்ளாக்கில் இதர கைதிகளோடு சேர்க்கப்படாமல் தனியாக வைக்கப்பட்டிருப்பர். தொற்று நோய் உள்ள கைதிகள் தற்போது வருவதில்லை என்றாலும் க்வாரன்டைன் என்ற பெயர் அப்படியே நிலைத்து நிற்கிறது. இது வெறும் வாய்மொழியிலான பெயர் அல்ல. அந்த ப்ளாக்கில் க்வாரன்டைன் ப்ளாக் என்று எழுத்துபூர்வமாகவே பதிக்கப்பட்டு உள்ளது.

க்வாரன்டைன் ப்ளாக் என்பது முதல் மாடியில் அமைந்திருக்கும். தரைத் தளத்தில், ஒருவர், இருவர் அல்லது மூவர் தங்குவதுபோல அறைகள் கட்டப்பட்டு இருக்கும். முதல் தளத்தில் கல்யாண மண்டபம் போல பெரிய ஹால் இருக்கும். அந்த ஹாலில்தான் தங்க வைக்கப் பட்டேன். வரும் கைதிகள் அனைவருக்கும் ஒரு பெட்ஷீட் மற்றும் தட்டு மற்றும் குவளை வழங்கப்படும். அவர்கள் அந்த ப்ளாக்கில் இருக்கும்வரை அதை உபயோகப்படுத்திவிட்டு, வெளியே செல்கையில் கொடுத்துவிட்டுச் செல்லவேண்டும்.

க்வாரன்டைன் ப்ளாக்கில் முதல் தளத்துக்கு அழைத்துச் செல்லப்பட்டேன். என்னையும், புதிதாக வந்த கைதிகளையும் முதல் தளத்தில் உள்ள ஒரு பெரிய ஹாலுக்குள் அனுப்பினர். அது ஒரு பெரிய திருமண மண்டபத்தைப் போலத்தான் இருந்தது. திருமண மண்டபத்தில் காலை முகூர்த்தத்துக்கு முன்னதாக குட்டித் தூக்கம் போடுபவர்களைப்போல் பலர் படுத்திருந்தனர். அது ஒரு சிறைபோலத் தோற்றமளிக்கவில்லை. அந்த ஹாலில் நுழைந்தபோது பெரும்பாலானோர் உறங்கிக் கொண்டிருந்தனர் சிலர் விழித்துக் கொண்டிருந்தனர். எந்த இடத்தில் படுப்பது? இரவு உறங்கும்போது யாராவது நம்மைத் தாக்குவார்களோ என்ற அச்சமும் இருந்தது. ஒரு வழியாக ஓரிடத்தைத் தேர்ந்தெடுத்துப் படுத்தேன். மின்விசிறிகள் இருக்கும் இடத்துக்குக் கீழே ஏற்கெனவே பலரும் படுத்திருந்தார்கள். மின்விசிறி இல்லாத இடம் காலியாக இருந்தது. அப்படியொரு இடத்தைத் தேர்ந்தெடுத்தேன். படுத்ததும் சிறையில் இருக்கிறோம் என்ற எண்ணமே வரவில்லை. முதல் நாள் இரவு வாங்கிய அடி உடலெங்கும் பின்னியது. அடுத்த வினாடியே உறங்கிவிட்டேன்.

சிறையில் ஒவ்வொரு ப்ளாக்குக்கும் நீண்ட நாட்களாக சிறையில் இருக்கும் ஒரு கைதி பொறுப்பாக நியமிக்கப்படுவார். அந்தக் கைதியின் பணி, புதிதாக வரும் கைதிகளுக்கு பெட்ஷீட் தட்டு போன்றவற்றை வழங்குவது, மாற்றல் ஆகிச் செல்கையில் அவற்றை வாங்கி வைப்பது. காலை மற்றும் மாலை கணக்கெடுக்கையில் சிறைக் காவலர்களுக்கு உதவி செய்வது, இதர வேலைகளைச் செய்வது. இப்படிச் செய்வதனால் இவர்களுக்கு என்ன பலன் என்ற கேள்வி

எழும். ஏற்கெனவே குறிப்பிட்டதுபோல சிறையில் கரன்சி பீடிதான். பீடி இருந்தால் ஜெயிலையே விலைக்கு வாங்கலாம் என்பது சிறையில் உலவும் ஒரு வழக்கு. பீடி பழக்கம் உள்ளவர்களால் சிறைக்குள் பீடி வாங்கமுடியாது. சாதாரணமான வழக்குகளில் உள்ளே வருபவர்களை அவர்கள் உறவினர்களும், நண்பர்களும் பார்க்க வருவார்கள். அப்போது அவர்களிடம் பீடி வாங்கி வருமாறு சொல்லியனுப்பி வாங்கிக் கொள்ளலாம்.

ஆனால் குண்டர்கள் சட்டம் அல்லது அடிக்கடி சிறைக்கு வரும் நபர்களைப் பார்க்க உறவினர்கள் யாரும் வரமாட்டார்கள். அவர்களுக்குத் தேவையான பீடிகளைச் சிறை நிர்வாகம் வழங்கும். சிறை நிர்வாகத்துக்கு ஏது பீடி என்று கேள்வி எழும். கைதிகளைப் பார்க்க வரும் உறவினர்கள் கொண்டுவரும் பொருள்கள் அனைத்தும் கடுமையாகப் பரிசோதிக்கப்படும். ப்ரெட் பாக்கெட், பழங்கள், பிஸ்கட்டுகள், க்ளுகோஸ், ஊறுகாய் போன்றவை அனுமதிக்கப்பட்ட பொருள்கள். இவை அனைத்தும் கடுமையான சோதனைக்குப் பிறகே அனுமதிக்கப்படும். இவற்றோடு அனுமதியில்லாத பீடியை கைதிகளுக்கு வழங்கலாம். ஒரு கைதிக்கு அவர் உறவினர் நான்கு கட்டு பீடிகள் எடுத்து வருகிறார் என்றால் சோதனைக்குப் பிறகு இரண்டு கட்டுகள் மட்டுமே வழங்கப்படும். மீதம் உள்ள இரண்டு கட்டு பீடிகளை சிறை நிர்வாகம், சிறைக்குள் பணி செய்யும் கைதிகளுக்கு ஊதியம்போல வழங்கும். அவர்களும் அந்த பீடிக் கட்டுக்களை உயிர் போல நினைத்து வேலை செய்வார்கள். கணக்கெடுக்கும் வேலை மட்டுமல்லாமல், சிறை வளாகத்துக்குள், தோட்ட பராமரிப்பு, புல் வெட்டுதல், தண்ணீர் தொட்டிகளைச் சுத்தப்படுத்துதல், வெள்ளை யடித்தல், முடி திருத்துதல், துணி துவைத்தல் போன்ற அனைத்துப் பணிகளுக்கும் இது போன்ற கைதிகள்தான் பயன்படுத்தப்பட்டு வருகிறார்கள். அவர்கள் அனைவருக்கும் ஊதியம் இந்தப் பீடிதான். பீடி தடை செய்யப்பட்ட பொருளாக இருந்தாலும், பீடி இல்லை என்றால் சிறையை நடத்தவே முடியாது.

காலை ஆறு மணிக்குக் கதவு திறக்கப்பட்டது. தூக்கம் கலைந்து எழுந்து சுற்றிலும் பார்த்தேன். அந்த ஹாலில் இருந்த பெரும்பாலானோர் புதிய கைதிகள் ஆகையால் யாரும் ஒருவரோடு ஒருவர் பேசவில்லை. ஒவ்வொருவரும் ஒருவர் முகத்தை ஒருவர் பார்த்தபடி அமைதியாக இருந்தனர். எழுந்தபோது எனது தொடைகள் இரண்டிலும் கடுமை யான வலி ஏற்பட்டது. அந்த வலி என் முகத்தில் தென்பட்டதைக் கண்ட அருகில் இருந்த கைதி ஒருவர், 'கஸ்டடியில அடிச்சாங்களா?' என்றார். தலையாட்டினேன். 'காலை விரிச்சாங்களா?' என்றார். 'ஆமாம்' என்றேன். 'வலி போறதுக்கு ஒரு வாரம் ஆவும். நல்லா

தூக்கம் வரும். நல்லா தூங்குங்க' என்றார். சரி என்று தலையாட்டினேன்.

கழிப்பிடம் வெளியே அமைக்கப்பட்டிருந்தது. ஒரு பெரிய தொட்டியில் நீர் இருக்கும். கழிப்பிடத்தில் பக்கெட்டுகளும் இருக்கும். கழிப்பிடம் பெரும்பாலும் சுத்தமாகவே இருந்தது. அந்தக் கழிப்பிடங் களை சுத்தம் செய்பவர்களும் கைதிகளே. அவர்களுக்கும் ஊதியம் பீடிதான். காலை உணவு பொங்கல் என்றார்கள். பொங்கல் என்றதும் சரவண பவனில் தரப்படும் நெய் வழியும் பொங்கல் என்று நினைத்து விடாதீர்கள். பொங்கல் வெள்ளையாக இருந்தது. சோற்றைக் குழைத்து வடித்தால் எப்படி இருக்குமோ அப்படி இருந்தது. உப்பும் இல்லை. சுவையும் இல்லை. மேலே சட்டினி என்ற பெயரில் ஆரஞ்சு கலரில் ஒரு திரவம் ஊற்றப்பட்டிருந்தது. ஒரு வாய் எடுத்து வைத்தேன். குமட்டியது. அப்படியே கீழே கொட்டி விட்டு, ப்ரெட்டை எடுத்துச் சாப்பிட்டேன்.

மதியம் கீழே உள்ள அறைகளைச் சென்று சுற்றிப் பார்த்தேன். ஓர் அறையில் ஒரு குடும்பத்தைச் சேர்ந்த தந்தை மகன் இருந்தனர். அவர்களுக்கு வெளியில் இருந்து மினரல் வாட்டர் கேன் வந்தது ஆச்சர்யத்தை ஏற்படுத்தியது. சிறைக்குள் மினரல் வாட்டரா என்று ஆச்சர்யமாக பார்த்துக்கொண்டே இருந்தேன். அந்த அறையில் இருந்தவர் என்னை அழைத்தார். 'என்ன வழக்கு?' என்றார். சொன்னேன். 'பேப்பர்ல பாத்தேன். நீங்கதானா அது. இந்தாங்க' என்று சில பிஸ்கட்டுகளை எடுத்துக் கொடுத்தார். வாங்கிக்கொண்டேன். 2008 பிப்ரவரியில் கோயம்பேடு காய்கறி மார்க்கெட்டைச் சேர்ந்த ஒருவரின் மகள் தாழ்த்தப்பட்ட சாதியைச் சேர்ந்த ஒருவருடன் திருமணம் செய்து கொண்டதால், அவளை வெட்டிக் கொலை செய்துவிட்டு, தந்தையும் மகனும் சிறை வந்திருந்தனர். அவரும் வழக்கைப் பற்றி எதுவும் பேசவில்லை. நானும் பேசும் நிலையில் இல்லை.

ஒரு கௌரவக் கொலையைச் செய்துவிட்டு எவ்வளவு பெருமையாக சிறைவாசத்தை அனுபவிக்கிறார்கள் என்பது எனக்கு வியப்பாக இருந்தது. நானாவது ஓர் ஊழலை வெளியிட்டு அதனால் சிறை வந்திருக்கிறேன். அதனால் சிறைவாசம் குறித்து கவலைப்படாமல் இருப்பதில் ஒரு பொருள் இருக்கிறது. ஆனால் சாதிக்காக ஒரு கொலையைச் செய்துவிட்டு பெருமையாக சிறையில் இருக்கிறார்களே என்பது எனக்கு வியப்பை ஏற்படுத்தியது.

அங்கே நின்று கொண்டிருந்தபோது, 35 மதிக்கத்தக்க ஒரு நபர் வந்தார். 'என்ன கேசு?' என்றார். சொன்னேன். 'உங்களை வேற ப்ளாக்குக்கு மாத்தாம நான் பாத்துக்கறேன். இங்கேயே இருக்கலாம். நியூஸ்

பேப்பர், மினரல் வாட்டர், தனி ஃபுட் எல்லாம் கிடைக்கும்' என்றார். அவர் எதற்கு அடி போடுகிறார் என்பது தெரிந்தது. 'எவ்வளவு சார் ஆகும்' என்றேன். 'மாசம் 30 ஆயிரம் ஆகும். ஒரு பிரச்னையும் இல்லாம இருக்கலாம். செல்போன்கூட பேசிக்கலாம்' என்றார். 'என்னால் அவ்வளவு செலவு பண்ண முடியாது' என்றேன். 'அப்போ கக்கூஸ் கழுவ உடுவானுங்க. போயி கழுவு' என்று கூறிவிட்டு நகர்ந்து விட்டார். அந்த நபர் அப்படிக் கூறியதும் உடனடியாக பயம் ஏற்பட்டது. ஆனாலும் சில வசதிகளுக்காக லஞ்சம் கொடுப்பதா என்ற கேள்வியும் எழுந்தது. என்ன ஆனாலும் சரி. இவ்வளவு நடந்துவிட்டது. இதையும் சமாளிப்போம் என்றே நினைத்தேன்.

என்னிடம் பேசிய நபர், போதை மருந்து கடத்தல் வழக்கில் சிறை வந்தவர். சிறையின் பாஷையில் அந்த வழக்குக்குப் பெயர் பவுடர் கேசு. கொலை வழக்கு உள்ளிட்ட பெரும்பாலான வழக்குகளில் மூன்று மாதம் அல்லது ஆறு மாதத்தில் ஜாமீன் கிடைத்துவிடும். ஆனால் போதை மருந்து கடத்தல் வழக்குகளில் சிக்கியவர்களுக்கு ஜாமீன் என்பதே கிடையாது. பெரும்பாலும் வழக்கை முடித்த பிறகே சிறையைவிட்டு வெளியே செல்வார்கள். தொடக்கத்தில் வந்து பார்க்கும் உறவினர்களும் நண்பர்களும் சில மாதங்களில் வருவதை நிறுத்திவிடுவார்கள். பிறகு சிறையில் அவர்கள் காலத்தை ஓட்டுவது மிகவும் கடினம்.

போதைப் பொருள் கடத்துபவர்கள், குறிப்பாக ப்ரவுன் சுகர், ஹெராயின், கெட்டமைன் போன்றவற்றைக் கடத்துபவர்களில் பெரும்பாலானோர் சாதாரண கிரிமினல்கள் அல்ல. பெரும்பாலானவர்கள் படித்தவர்கள். திடீர் பணக்காரனாக வேண்டும் என்று ஆசைப்பட்டு சிக்கிக் கொண்டவர்களே அதிகம். ஐந்து ஆறு ஆண்டுகள் சிறையில் தொடர்ந்து இருக்கவேண்டும். இவர்களுக்கு பழங்களோ, பிஸ்கட்டுகளோ அல்லது பீடியோ தருவதற்கு யாரும் இருக்க மாட்டார்கள். இதனால் இவர்கள் ஊழலில் திளைக்கும் சிறை அதிகாரிகளுக்கு புரோக்கர்களாக மாறிப் போகிறார்கள். க்வாரன்டைன் ப்ளாக்குக்கு புதிதாக வரும் கைதிகளிடம் பேசி, அவர்களில் வசதியான கைதிகளைப் பார்த்து, சிறையில் வசதிகள் செய்து தருவதாகச் சொல்லி அவர்களிடம் மாதந்தோறும் ஒரு பெரும் தொகையை வசூல் செய்து அதில் கமிஷன் பெற்றுக் கொள்வதை வைத்துத்தான் அந்தக் கால கட்டத்தில் சிறையில் இவர்கள் வாழ்க்கை நடைபெற்றுக்கொண்டிருந்தது.

ஓர் ஊழலை அம்பலப்படுத்தியதற்காக சிறை வந்திருந்த எனக்கு, சிறைக்குள்ளேயே இப்படிப்பட்ட முறைப்படுத்தப்பட்ட ஓர் ஊழல் நடைபெற்றுக்கொண்டிருந்தது அதிர்ச்சியாக இருந்தது. 'கக்கூஸ் கழுவ விடுவானுங்க' என்று அந்த நபர் சொல்லியதும் பயத்தை

ஏற்படுத்தியிருந்தது. இருந்தாலும் மாதம் 30 ஆயிரம் செலவழித்து சொகுசு வாழ்க்கை வாழ்வதில் உடன்பாடு இல்லை. என்ன ஆனாலும் சரி. இந்த ஊழலுக்குத் துணை போகக் கூடாது என்று உறுதி பூண்டேன். மதியமும் சிறை உணவு அருந்தாமல் மீதம் இருந்த ப்ரெட்டைச் சாப்பிட்டேன். மாலை 5 மணிக்கு புதிதாக வந்த கைதிகள் அனைவரும் வரிசையாக நிற்க வேண்டும் என்று சொன்னார்கள். ஒரு பெரிய பதிவேட்டோடு உதவி ஜெயிலர் அமர்ந்திருந்தார். ஒவ்வொருவராக அழைத்து என்ன வழக்கு என்பதைக் கேட்டு, ஒவ்வொருவரையும் ஒவ்வொரு ப்ளாக்குக்கு பிரித்து அனுப்பினார்கள். என்னை உயர் பாதுகாப்பு பிரிவு இரண்டுக்குச் செல்ல வேண்டும் என்று பணித்தார்கள்.

என்னோடு பாதுகாப்புக்கு ஒரு காவலரைப் போட்டு, என் உடைமைகளை எடுத்துக்கொள்ளச் சொல்லி, உயர் பாதுகாப்புப் பிரிவுக்கு அழைத்துச் சென்றார்கள். உயர் பாதுகாப்புப் பிரிவு என்பது சிறைக்குள்ளேயே ஒரு சிறை. புழல் சிறையில் இதர பிரிவுகளில் உள்ளவர்கள் காலை 6 மணி முதல் மாலை 6 மணி வரை, ஒன்று முதல் ஆறு வரை உள்ள இதர ப்ளாக்குகளுக்கோ நூலகத்துக்கோ செல்வதில் எந்தத் தடையும் இல்லை. ஆனால் உயர் பாதுகாப்புப் பிரிவில் உள்ளவர்கள் அந்த ப்ளாக்கை விட்டு வேறு எங்கும் செல்ல முடியாது. வெளியே எங்கே செல்வதாக இருந்தாலும், உடன் துணைக்கு ஒரு சிறைக் காவலரை அழைத்துக்கொண்டு மட்டுமே செல்லமுடியும்.

மாலை சரியாக 5.50 மணிக்கு உயர் பாதுகாப்புப் பிரிவுக்கு அழைத்துச் செல்லப்பட்டேன். சிறை கதவுகளை அடைக்கும் நேரம். உயர் பாதுகாப்புப் பிரிவில் ஒவ்வொரு அறையிலும் இரண்டு அல்லது மூன்று பேர் தங்கக்கூடிய அளவில் வடிவமைக்கப்பட்டிருக்கும். உள்ளேயே கழிப்பறை வசதி உண்டு. மாலை இருட்டத் தொடங்கியிருந்தது. அந்தப் பிரிவில் உள்ள ஒரு செல்லில் என்னை அடைப்பதற்காக அழைத்துச் சென்றபோது, அதில் உள்ளே இருந்த இருவர், 'சார், இங்க இடம் இல்ல, வேற செல்லுல போடுங்க சார்' என்றதும் வேறு செல்லுக்கு அழைத்துச் சென்றனர். அந்தப் பிரிவின் கடைசியில் இருந்த ஒரு செல்லுக்கு அழைத்துச் சென்றனர். அதன் உள்ளே, தோள்பட்டை வரை முடி வைத்துக்கொண்டு, மிகவும் கருப்பாக தாடியோடு ஒரு நபர் வெறித்துப் பார்த்துக்கொண்டிருந்தார். அவருடன் ஒல்லியாக மற்றொரு நபர் இருந்தார். இருவரையும் பார்த்ததும் எனக்கு அடிவயிற்றிலிருந்து பயம் கிளம்பியது. என்னை அழைத்து வந்த காவலரிடம், 'சார், என்னை வேற செல்லுல போடுங்க சார்' என்று கேட்டேன். 'எல்லாத்தையும் காலையில பாத்துக்கலாம்

போடா' என்று என்னை உள்ளே தள்ளி கதவை அடைத்தார். எனக்கோ பயமென்றால் அப்படி ஒரு பயம். முதல் முறையாக சிறையைப் பார்த்து பயந்தேன். அவர்கள் இருவரும் என்னை இரவு ஏதாவது செய்து விடுவார்கள் என்று உறுதியாக நம்பினேன்.

மிகவும் பயந்து பயந்து, ஒரு மூலையில் சென்று அமர்ந்துகொண்டேன். அவர்கள் இருவரும் ஏதோ தீவிரமாக விவாதித்துக் கொண்டிருந்தார்கள். எனக்கென்று உணவு எடுத்து வைக்கப்படவில்லை. மாலை ஆறு மணிக்குக் கதவு அடைக்கப்படும் என்பதால் உணவு 5.30 மணிக்கே வழங்கப்பட்டுவிடும். என்னைத் தாமதமாகவே அடைத்தார்கள் என்பதால் இரவு உணவு எடுத்து வைக்கப்படவில்லை. ப்ரெட்டும் தீர்ந்துவிட்டது. முரட்டுத்தனமாகத் தோற்றமளிக்கும் இவர்களோடு பேச்சுக் கொடுப்பது தேவையில்லாத சிக்கலை ஏற்படுத்தும் என்று தோன்றியது. அமைதியாக இருந்தேன். 'என்ன கேஸ்?' என்று முடி நீளமாக வைத்திருந்தவன் கேட்டான். சொல்லலாமா வேண்டாமா என்று ரொம்ப நேரம் யோசித்தேன். சொல்லாவிட்டால் என்ன சொல்வார்களோ என்ற பயத்தின் காரணமாக, தொலைபேசி ஒட்டுக் கேட்பு வழக்கு என்பதை சுருக்கமாக விளக்கினேன்.

'சார் நாங்கதான் படிக்காதவங்க. திருடுறோம். போலீஸ்ல மாட்டிக்கிறோம். நீயெல்லாம் படிச்சவன் சார். உனக்கு ஏன் சார் அடுத்தவன் போனை ஒட்டுக் கேக்குற வேலை' என்றான். இவனுக்கு என் வழக்கை என்னவென்று சொல்லிப் புரிய வைப்பது என்பது விளங்கவில்லை. அமைதியாக இருந்தேன். 'எனக்கும் மிஸா போட்டுட்டாங்க. இவனுக்கும் மிஸா' என்றான். மிஸா என்று அவர்கள் சொல்வது குண்டர் தடுப்புச் சட்டத்தை. மெதுவாக 'உங்களுக்கு என்ன கேஸ்?' என்று கேட்டேன். இருவரும் கத்தியைக் காட்டி மிரட்டி பணம் பறித்திருக்கிறார்கள். அவர்கள் பெரிய ரவுடிகள் அல்ல. சின்னச் சின்னக் குற்றங்களில் ஈடுபடுபவர்கள். ஆனால் மீண்டும் மீண்டும் குற்றச் செயல்களில் ஈடுபட்டதால் குண்டர் தடுப்புச் சட்டத்தின் கீழ் சிறையில் அடைக்கப்பட்டுள்ளார்கள். அவர்களுக்கு சிறைக்கு வந்தது குறித்து பெரிய அளவில் வருத்தங்கள் ஏதும் இருப்பதாகத் தெரியவில்லை.

தொடர்ந்து குற்றச் செயல்களில் ஈடுபட்டு அடிக்கடி சிறை சென்றதால் அவர்களைக் குடும்பத்தினர் கைகழுவி விட்டார்கள். அவர்களுக்கும் அது பழகியிருக்கும். ஆனால் என் அம்மா, தன் கணவர் இறந்து, அவரது வேலை இளம் வயதிலேயே எனக்குக் கிடைத்த நிலையிலும், அதைச் சரிவரப் பயன்படுத்திக்கொண்டு வாழ்வில் முன்னேறாமல், சிறைக்கு வந்தது குறித்து என்ன நினைப்பார்களோ? அதை நினைக்கும் போதுதான் வருத்தமாக இருந்தது. ஊழல் எதிர்ப்பு, போராட்டம் போன்றவை எனக்குப் புரியும். இதற்கான விளக்கங்களை என்னால்

சொல்லமுடியும். ஆனால் அம்மாவுக்கு இதெல்லாம் புரியுமா? வழிப்பறி செய்து சிறை செல்பவனுக்கும், ஊழலை வெளிக்கொணர்ந்து சிறை செல்பவனுக்கும் என்ன பெரிய வேறுபாடு? இருவரும் ஒரே சிறையில்தானே அடைக்கப்பட்டுள்ளோம்? சிறையில் போராளிகள், பிக்பாக்கெட்டுகள் என்று தனி பாகுபாடு இருக்கிறதா என்ன?

முடி நீளமாக வைத்திருந்தவன் என்னைச் சாப்பிட வருமாறு அழைத்தான். வேண்டாம் எனக்கு பசியில்லை என்று மறுத்தேன். 'சார். மூணு வேளையும் சாப்புட்டாத்தான் சார் ஜெயிலை ஓட்ட முடியும். இல்லாட்டி காலம் தள்ள முடியாது. வா சார்' என்றான். என்ன சொல்வதென்றே தெரியவில்லை. கூடுதலாக ஒரு தட்டு வைத்திருந்தனர். ஒரு குவளையில் சாம்பார் இருந்தது. கருப்பாக ஒரு சாம்பாரை அப்போதுதான் முதல் முறையாகப் பார்த்தேன். துவரம் பருப்பை கடைசி தரத்தில் பருப்பு வாங்கினால் தோலோடு கருப்பாக இருக்கும். நாம் கடைகளில் வாங்குவது முதல் தரமான பருப்பு என்பதால் தோல் எல்லாம் எடுக்கப்பட்டு பளபளவென்று இருக்கும். காய்கறிகளும், கோயம்பேட்டில் ஒதுக்கப்பட்டவைதான். நல்ல தரமான காய்கறிகளை எதிர்பார்க்கமுடியாது. இதற்கு சிறை நிர்வாகத்தை மட்டும் குறை சொல்லிப் பயனில்லை. ஒரு கைதிக்கு வழங்கப்படும் உணவுக்கான தொகை மிக மிகக் குறைவு. அந்தக் குறைவான தொகையில்தான் அனைத்துக் கைதிகளுக்கும் உணவு வழங்கப்பட வேண்டும்.

குழைந்த சாதத்தை ஒரு குவளையில் அடைத்து, கவிழ்த்து வைத்தது போல சாதம் இருந்தது. அந்தச் சாம்பாரை ஊற்றி இரவு உணவை உண்டு முடித்தேன். சிறு சிறு வசதிகளுக்காக ஊழலுக்குத் துணை போகக் கூடாது என்பதில் தீர்மானமாக இருந்ததால் அந்த உணவு என்னைப் பெரிதாகச் சிரமப்படுத்தவில்லை. சாப்பிட்டதும் உறக்கம் வந்தது. ஒல்லியாக இருந்தவன் பீடி வேண்டுமா என்று கேட்டு ஒரு பீடியை எடுத்துக் கொடுத்தான்.

அந்தப் பீடியைப் பற்றவைத்து சுவற்றில் சாய்ந்தேன். நாம் சிறைக்கு வந்துள்ளோம். இன்னும் பல நாட்களையோ அல்லது வாரங்களையோ இங்கே கழிக்கவேண்டும் என்பது எனக்கு உறைத்தது. எனக்குக் கொடுக்கப்பட்ட பெட்ஷீட்டை எடுத்து தலைக்கு வைத்துக் கொண்டு படுத்தேன். மிக உயரமான இடத்தில் சீலிங் பேன் சுற்றிக் கொண்டு இருந்தது. இரண்டு நாட்களுக்கு முன்பாக நான் ஒரு க்ரூப் 2 அரசு அதிகாரி. மிக கௌரவமான பதவியில் இருந்தவன். இன்று வழிப்பறி செய்யும் கைதிகளோடு ஒரே அறையில் சிறையில் படுத்திருக்கிறேன்.

20

புழல் சிறை 212 ஏக்கர் பரப்பளவில் அமைந்துள்ளது. இதற்குமுன் சென்னை சென்ட்ரல் ரயில் நிலையம் எதிரே உள்ள மத்திய சிறைதான் சென்னைக்கு ஒரே சிறை. 1837ம் ஆண்டு முதல் இந்தச் சிறை செயல்பட்டு வந்தது. 1999ம் ஆண்டு திமுக ஆட்சிக் காலத்தில் பாக்சர் வடிவேலு என்ற ஒரு ரவுடி அந்தச் சிறையில் வைக்கப்பட்டிருந்தார். திடீரென்று ஒருநாள் அவர் உடல் நலக்குறைவால் இறந்தார். சிறை அதிகாரிகள் அவரை அடித்துக் கொன்றுவிட்டார்கள் என்று தகவல் பரவி, பெரும் கலவரம் வெடித்தது.

நான்கு மணி நேரத்துக்குக் கலவரத்தைக் கட்டுப்படுத்தவே முடியவில்லை. பெருமளவில் காவல்துறை வரவழைக்கப்பட்டு, நீண்ட நேரம் துப்பாக்கிச் சூடு நடத்திய பின்னர்தான் கலவரம் அடக்கப்பட்டது. கலவரத்தின் இறுதியில் ஒரு சிறை அதிகாரி உள்ளிட்ட 10 பேர் உயிரிழந்தனர். 100க்கும் மேற்பட்டோர் கடும் காயம் அடைந்தனர். அந்தக் கலவரத்துக்கு முக்கியமான காரணம் இட நெருக்கடி என்பது அறியப்பட்டது. மேலும், சென்னை நகரின் மையப்பகுதியில் இப்படி ஒரு சிறையை வைத்திருப்பது ஆபத்து என்பதையும் அந்தக் கலவரம் உணர்த்தியது. உடனடியாக முதலமைச்சர் கருணாநிதி சிறை கட்டுவதற்கு இடம் பார்த்து, புதிய சிறையைக் கட்ட உத்தரவிட்டார். அதன்படி கட்டப்பட்டப்பட்டதுதான் புழல் சிறை.

மிகவும் பரந்த அளவில் பல்வேறு பாதுகாப்பு ஏற்பாடுகளோடு புழல் சிறை கட்டப்பட்டுள்ளது. அரசியல் போராட்டங்களுக்காகப் பலமுறை சிறை சென்றவர் திமுக தலைவர் கருணாநிதி. அதனால் அவருக்குக் கைதிகளையும் மனிதர்களாகப் பார்க்கவேண்டும் என்ற எண்ணம் உண்டு. திமுக ஆட்சிக் காலத்தில்தான் சிறையில் பல

சீர்திருத்தங்கள் மேற்கொள்ளப்பட்டுள்ளன. தமிழகத்தின் அனைத்துச் சிறைகளுக்கும் மின்விசிறி வசதி, வாரந்தோறும் ஒருமுறை கோழிக் கறி போன்ற முறைகளை அறிமுகப்படுத்தியது திமுக ஆட்சிதான்.

காலை 6 மணிக்கு செல் திறக்கப்பட்டது. ஏழு மணிக்கு டீ வழங்கப்படும். செல்லைவிட்டு வெளியே வந்து அமர்ந்தேன். இதர செல்களில் இருந்த கைதிகள் அனைவரும் டீ வழங்கப்படும் இடத்துக்குக் குவளைகளோடு வந்தார்கள். மற்ற ப்ளாக்குகளில் 300 அல்லது 400 பேர் அடைக்கப்பட்டிருப்பார்கள். அதனால் டீ சாப்பிடும் இடங்களில் கூட்டம் அதிகமாக இருக்கும். உயர் பாதுகாப்புப் பிரிவில் 50 பேர்தான் இருந்தார்கள். அதனால் பெரிய அளவில் கூட்டம் இல்லை. தூரத்தில் லுங்கியை மடித்துக் கட்டிக்கொண்டு ஒருவர் அமர்ந்திருந்தார். இரண்டு குவளைகளில் அவருக்கு டீ எடுத்துக்கொண்டு இருவர் சென்றார்கள். ஒருவர் பிஸ்கட் எடுத்துவந்து கொடுத்தார். அந்த நபர் அந்த டீயை வாங்கிக்கொண்டு பிஸ்கட்டை எடுத்துக் கடித்தார். தூரத்தில் இருந்து பார்த்தபோது அவர் பெரிய ரவுடி என்பது மட்டும் தெரிந்தது. பெரும்பாலானோர் பீடியைப் பற்றவைத்துக்கொண்டார்கள்.

காலை உணவு அதே பொங்கல். நேற்றுபோல கீழே கொட்டாமல், பொங்கலைச் சாப்பிட்டேன். நேற்று இருந்த மன சஞ்சலமெல்லாம் காணாமல் போயிருந்தது. புதிய மனிதர்கள் பலரை பார்த்ததும் அவர்கள் கதைகளையெல்லாம் கேட்கவேண்டும் என்று தோன்றியது. எவ்வளவு விலை கொடுத்தாலும் சிறைக்குள் வந்து இருக்கும் இந்த அனுபவம் கிடைக்காது என்பதால், இந்த வாய்ப்பைப் பயன்படுத்திக் கொள்ள வேண்டும். நாம் ஊரான் சொத்தை கொள்ளையடித்தோ, திருடியோ, பாலியல் வன்கொடுமை செய்தோ, சிறைக்கு வரவில்லை. எதற்கு வந்தோம் என்பது நமக்குத் தெரியும். இதை ஓர் நல்ல அனுபவமாக எடுத்துக்கொள்ளவேண்டும் என்று உறுதி பூண்டேன்.

காலை உணவு உண்ட பிறகு எந்த வேலையும் இல்லை. யாரிடமும் அறிமுகம் இல்லை என்பதால் பேசவும் இல்லை. என் அறையில் இருந்த அந்த இரு கைதிகளும், காவலுக்கு இருந்த சிறை வார்டரிடம் தங்களை வேறு ப்ளாக்குக்கு அனுப்புமாறு கெஞ்சிக்கொண்டிருந்தனர். இதர ப்ளாக்குகளில் இருந்தால் அவர்கள் மாலை 6 மணிவரை சிறையின் அனைத்துப் பகுதிகளுக்கும் சுற்றித் திரியலாம். உயர் பாதுகாப்புப் பிரிவு என்பதால் எந்தப் பகுதிக்கும் செல்ல முடியாது. அவர்கள் உயர் பாதுகாப்புப் பிரிவுக்கு அனுப்பப்பட்டதே அவர்கள் தங்கியிருந்த இடத்தில் தகராறு செய்தார்கள் என்பதால்தான். அன்று மாலை அவர்கள் இருவரையும் வேறு ப்ளாக்குக்கு அனுப்பலாம் என்று உத்தரவு வந்தது.

நான் என் செல்லில் அமர்ந்திருந்தேன். 'சார். நான் அஞ்சாம் ப்ளாக்குக்கு போறேன் சார்' என்றான் முடி நீளமாக வைத்திருந்தவன். 'சரி' என்றேன். 'உனக்கு பீடி வேணுமா சார்?' என்றான். 'ஆம்' என்றேன். மடித்துக் கட்டியிருந்த தன் லுங்கியை அவிழ்த்தவன் உள்ளே 20க்கும் மேற்பட்ட பீடிக் கட்டுகளை வைத்திருந்தான். அதிலிருந்து ஐந்து கட்டுகளை எடுத்துக் கொடுத்தான். 'இவ்வளவு வேணாம்ங்க. ரெண்டு போதும்' என்றேன். 'வச்சுக்க சார். எனக்கு வெளியில எப்படியும் கிடைக்கும். நீ பீடிக்கு எங்க போவ' என்று ஐந்து பீடிக் கட்டுகளை என் முன்னால் போட்டுவிட்டு 'வர்றேன் சார்' என்று சொல்லிவிட்டு அவன் சென்றுவிட்டான்.

பார்க்க கரடு முரடாக, அழுக்காக, கருப்பாக இருந்தான் என்பதற்காக அவனை எவ்வளவு மோசமாக நினைத்துவிட்டேன். அவனைப் பார்த்து பயந்திருக்கிறேன். என்னை ஏதாவது செய்துவிடுவானோ என்று அஞ்சியிருக்கிறேன் என்பதையெல்லாம் நினைத்தால் வெட்கமாக இருந்தது. சிறைக்குள் அன்று ஒரு பீடிக் கட்டின் விலை 50 ரூபாய். முன் பின் தெரியாத ஒருவன். அறிமுகமாகி இரண்டே நாட்கள்தான் ஆகின்றன. ஆனால் சந்தர்ப்பச்சூழலால் நான் சிறைக்கு வந்துள்ளேன் என்று அவனுக்குத் தோன்றியிருக்கிறது. அவன் அளித்து விட்டுப்போன பீடிக்கட்டு சாதாரணமானதாக இருக்கலாம். ஆனால் அந்த எளிய மனிதனிடம், குற்றப் பின்னணி உள்ள அந்த மனிதனிடம் இருந்த அந்த அன்பு எனக்குப் பெரிய விழிப்புணர்வை ஏற்படுத்தியது. பார்க்க அழுக்காகக் கரடுமுரடாக இருப்பவர்களை முன்சார்பு நிலையோடு பார்க்கும் என் குணத்தை மாற்றிக்கொண்டேன்.

பீடி பிடிக்கிறார்களே, சிறையில் தீப்பெட்டி அனுமதிக்கப் படுவதில்லையே எப்படி பற்ற வைப்பார்கள் என்ற சந்தேகம் எழும். தீப்பெட்டி அனுமதிக்கப்படுவதில்லைதான். ஆனால் வசதியுள்ள கைதிகள் லைட்டர் வைத்திருப்பார்கள். அன்று சிறையில் ஒரு லைட்டரின் மதிப்பு 150 ரூபாய். பகலில் பிரச்னையில்லை. எந்த செல்லுக்கு வேண்டுமானாலும் சென்று லைட்டர் வாங்கி பற்றவைத்துக்கொள்ளலாம். இரவு செல்லில் அடைத்துவிடுவார்கள். இரவு எப்படிப் பற்ற வைப்பது?

இருக்கும் ஜீவராசிகளிலேயே மனிதன் சிறந்தவனாக இருப்பதற்குக் காரணம், எப்படிப்பட்ட சூழலிலும் வாழவும், வசதிகள் செய்து கொள்ளவும் அவனுக்குத் தெரியும் என்பதுதான். சிறையில் அனைவருக்கும் படுப்பதற்கு பெட்ஷீட் வழங்கப்படும். அந்த பெட்ஷீட்டை நூல் நூலாகப் பிரிப்பார்கள். பிரித்து அந்த நூலை மீண்டும் கயிறுபோலத் திரிப்பார்கள். திரித்த கயிறு 12 அடி வரை நீளம் வரும். அந்தத் திரியின் முனையில் மாலை செல்லில் அடைப்பதற்கு முன்னதாக நெருப்பைப்

பற்றவைத்து ஊதி அணைத்து விட்டால், இரவு முழுவதும் கொசு வர்த்திபோல அது எரிந்துகொண்டிருக்கும். இரவு முழுவதும் பீடி பற்றவைப்பதற்குத் தொந்தரவு இல்லை. இந்தத் திரி டெக்னாலஜி எனக்கு ரொம்பவும் உதவியது.

அந்த இரு கைதிகளும் வேறு ப்ளாக்குக்கு மாற்றப்பட்டதும் புதிதாக பாபு என்று ஒருவனை என் செல்லில் அடைத்தார்கள். வந்தது முதல் அவன் அழுதுகொண்டே இருந்தான். யாரிடமும் பேசவேயில்லை. நான் சிறைக்கு வந்து இரண்டு நாட்கள் ஆகிவிட்டதால், அவனிடம் என்ன வழக்கு என்று மெதுவாக விசாரித்தேன். முதலில் பேச மறுத்த அவன், மெதுவாக பேசத் தொடங்கினான். ப்ளஸ் டூவோடு படிப்பை நிறுத்தியிருந்தான். பாரிமுனையில் திரைப்பட சிடிக்கள் விற்கும் கடை நடத்திக்கொண்டிருந்தான். திருட்டு விசிடிக்கள் விற்பது, சிடி ரைட் செய்வது என்பதுதான் தொழில். அந்தத் தொழிலில் கிடைத்த வருமானம் காவல்துறைக்கு அளித்த மாமூல் போக, அன்றாட வாழ்வை நடத்தவே சரியாக இருந்தது. தந்தை பெட்டிக் கடை வைத்திருந்தார். தங்கைக்குத் திருமணம் செய்ய வேண்டும். பெரிதாக வருமானம் இல்லை. எப்படியாவது பணம் சம்பாதிக்க வேண்டும் என்ற நோக்கத்திலேயே இருந்தான்.

அப்போதுதான் அவனை ஒரு நண்பன் அணுகுகிறான். பாரிமுனையிலிருந்து ஹவாலா பணம் 65 லட்சத்தை ஒரு நபர் எடுத்துக்கொண்டு செல்கிறார். கோயம்பேடு சென்று அங்கிருந்து வெளியூருக்குச் செல்கிறார். அந்த நபரை இடைமறித்து பணத்தைக் கைப்பற்றினால், அந்த நபர் புகார்கூட அளிக்க மாட்டார். இதில் சிக்கல் எதுவும் வராது என்கிறான். இவனுக்கு இருந்த பணச் சிக்கல் ஓர் ஆபத்தில்லாத குற்றத்தைப் புரிந்தால் தவறில்லை என்று நினைக்க வைக்கிறது. சம்பவ தினத்தன்று நான்கு பேர் ஒன்றாகச் சேர்ந்து ஹவாலா பணம் எடுத்து வரும் நபரின் வாகனத்தை அரும்பாக்கம் அருகே இடை மறிக்கின்றனர். பணம் வைத்திருக்கும் நபர் பணப் பையைத் தர மறுக்கிறார். சண்டை போடுகிறார். தள்ளுமுள்ளு ஏற்படுகிறது. கொள்ளையடிக்கச் சென்ற நான்கு பேர்களில் ஒருவர் கத்தியை எடுத்து ஹவாலா பணம் எடுத்து வந்தவரை கையில் வெட்டுகிறார். இந்தச் சம்பவம் மதியம் 3 மணிக்கு நடு சாலையில் நடக்கிறது.

பணத்தைப் பறித்துக்கொண்டு, அவர்கள் வந்த வாகனத்தில் பாபு உள்ளிட்டோர் தப்பிச் செல்கின்றனர். பணத்தைப் பறிகொடுத்த நபர் புகார் கொடுக்கவில்லை. ஆனால் அரும்பாக்கத்தில் நடந்த அந்தத் தள்ளுமுள்ளு சம்பவத்தைப் பார்த்த ஒரு ஆட்டோ ஓட்டுனர், காவல்

கட்டுப்பாட்டு அறைக்கு இவர்கள் வந்த வாகனத்தின் எண்ணோடு புகார் தெரிவித்துவிட்டார். கொள்ளையடிக்க வந்தவர்கள் வாகனத்தின் பதிவு எண்ணைக்கூட மாற்றாமல் வந்திருக்கின்றனர். அன்று இரவே வாகனத்தை அடையாளம் கண்டுபிடித்த காவல்துறையினர் முதலில் ஓட்டுனரைக் கைது செய்கின்றனர். அவர் அளித்த வாக்குமூலத்தின் அடிப்படையில் பாபு உள்ளிட்டோர் கைது செய்யப்பட்டனர். இவர்கள் அனைவரையும் கைது செய்த பிறகு, பணத்தைப் பறிகொடுத்த நபரிடம் புகார் வாங்கப்பட்டு வழக்கு பதிவு செய்யப்படுகிறது. களவு போன 65 லட்ச ரூபாயில் 20 லட்ச ரூபாய் மட்டும் கைப்பற்றப்பட்டதாகப் பதிவு செய்யப்படுகிறது. இரண்டு நாட்கள் காவல் நிலையத்தில் வைத்து அடித்து உறித்த பிறகு சிறைக்கு அனைவரும் அனுப்பப்படுகின்றனர்.

இப்படியொரு வழக்கில் சிக்கிவிட்டோமே. நமது எதிர்காலம் என்ன ஆவது என்பதை நினைத்துத்தான் பாபு தொடர்ந்து அழுது கொண்டிருந்தான். நான் அவனை எவ்வளவு முடியுமோ அவ்வளவு தேற்றினேன். என் கதை முழுவதையும் சொன்னேன். ஓரளவுக்கு ஆறுதல் அடைந்தான். அவனோடு வழக்கில் கைதான மற்றவர்கள் வேறு ப்ளாக்கில் அடைக்கப்பட்டிருந்தனர். இவன் மட்டும் உயர் பாதுகாப்புப் பிரிவுக்கு அனுப்பப்பட்டிருந்தான். இரண்டொரு நாட்களில் ஓரளவுக்கு தேறினான். ஒரு வாரம் கழித்து வேறு ப்ளாக்குக்கு மாற்றப்பட்டான். ‘விரைவில் ஜாமீன் கிடைத்துவிடும். கவலைப்படாமல் இரு. எனக்குத் தெரிந்த வழக்கறிஞர்கள் இருக்கிறார்கள். என்னால் முடிந்த உதவிகளைச் செய்கிறேன்’ என்று கூறி அவனை வழியனுப்பினேன்.

ஒரு மாதம் கழித்து அவனை நூலகம் செல்கையில் பார்க்க நேர்ந்தது. வேறு ஒரு புதிய வழக்கில் குற்றவாளியாகச் சேர்த்து தன்னை குண்டர் தடுப்புச் சட்டத்தில் அடைத்துவிட்டார்கள் என்று கூறினான். நான் சிறையிலிருந்து வெளியேறுகையில், என்னை பீடி கூட பிடிக்காதே என்று அறிவுரை சொன்னவன், கஞ்சா போதைக்குப் பழகியிருந்தான். காவல்துறையினர், அவனை மற்றொரு பொய் வழக்கில் சேர்த்து குண்டர் தடுப்புச் சட்டத்தில் அடைக்காமல் இருந்திருந்தால் அவன் ஒரு வேளை திருந்தியிருக்கக்கூடும். அவன் குற்ற வாழ்க்கையிலிருந்து வெளியேறி நேர்மையாக வாழ்க்கையை நடத்துவான் என்ற எனது நம்பிக்கை அற்றுப் போனது.

சிறையிலிருக்கையில் தெரிந்தவர்களையும், நண்பர்களையும், உறவினர்களையும் பார்க்காமல் இருப்பதுதான் பெரிய மன அழுத்தத்தை ஏற்படுத்தும். நம்மைப் பார்க்க யாராவது வந்திருக்கிறார்கள் என்றால் பெரும் மகிழ்ச்சி ஏற்படும். தமிழகத்தில் உள்ளவர்களுக்குப்

பரவாயில்லை. பத்து நாட்களுக்கு ஒரு முறையாவது யாராவது ஒருவர் வந்து பார்ப்பார்கள். ஆனால் வட நாட்டிலிருந்து தமிழகம் வந்து ஏதாவது ஒரு குற்ற வழக்கில் சிக்கியவர்கள் பாடு பெரும் சிரமம். அவர்கள் வட மாநிலத்திலேயே ஏழையாக இருந்ததனால்தான் தமிழகத்துக்கு வேலைக்காக வருகிறார்கள். வந்த இடத்தில் ஏதாவதொரு குற்றச் செயல்களில் ஈடுபட்டு சிறைக்கு வருகிறார்கள். அப்படி இருக்கையில் அவர்களைப் பார்க்க, வட இந்தியாவிலிருந்து ரயில் பிடித்து சிறைக்கு வந்து பார்க்க அவர்கள் குடும்பத்தினரிடம் எப்படி வசதி இருக்கும்? யார் வந்து அவர்களைப் பார்ப்பார்கள்? வருடக் கணக்கில் யாருமே வந்து பார்க்காமல் சிறையில் இருப்பவர்களெல்லாம் இருக்கிறார்கள்.

ரயிலில் மயக்க பிஸ்கெட் கொடுத்து நகைகளைக் கொள்ளையடிக்கும் ஒரு நபர் என்னோடு சிறையில் இருந்தார். அவர்மீதும் குண்டர் தடுப்புச் சட்டம் போடப்பட்டிருந்தது. அவர் சிறைக்கு வந்து எட்டு மாதங்கள் கடந்திருந்தது. அவர் பெயர் கணேஷ். என்னுடைய வழக்கறிஞரான புகழேந்திதான் அவருக்கும் வழக்கறிஞர். எனது வழக்கறிஞர் புகழேந்தி என்பது தெரிந்ததும் அவர் என்னை எப்போது பார்த்தாலும் ‘பாய். புலேந்தி கப் ஆயேங்கே’ என்று கேட்பார். சென்னையில் சௌகார்பேட்டையில் பானி பூரி கடை வைத்திருந்தார். இதுபோல வரும் வட இந்தியர்கள் தங்குவதற்கென்று, சௌகார்பேட்டையில் பல சத்திரங்கள் உள்ளன. கூலி வேலை, ஓட்டல் வேலை போன்று பல வேலைகளைச் செய்பவர்கள் இரவு தங்கிக்கொள்வதற்காக அந்த இடங்கள் இருக்கின்றன. பெரும்பாலானோர் வட இந்தியாவில் இருந்து வந்து நேர்மையாகத் தொழில் செய்து பிழைக்கிறார்கள் என்றாலும், கணேஷ் போன்ற ஒரு சிலரால் நேர்மையாக இருக்க முடிவதில்லை.

‘எப்படிய்யா பிஸ்கட் குடுத்து ஏமாத்துவ…?’ என்று கேட்டேன். தன்னிடம் ஏமாறாத ஆட்கள் ஒரு சிலரே என்றார். அருகில் அமர்பவர்கள் யாரிடம் நகை அதிகமாக இருக்கிறது என்பதைக் கவனித்து, அவர்களிடம் பேச்சுக் கொடுத்து பழக்கமானதும் சாப்பிடுவதற்கு பிஸ்கட் தர வேண்டியது. சென்ட்ரல் ரயில் நிலையம் வந்ததே தெரியாமல் அவர்கள் உறங்கிக்கொண்டிருப்பார்கள். இந்த இடைவெளியில் நகையைச் சுருட்டிக்கொண்டு ஓட வேண்டியதுதான் என்றார். அவர் மீதான குண்டர் சட்டம் ரத்து செய்யப்பட்டு ஜாமீன் கிடைத்ததும் வட இந்தியாவுக்கு ஓடியவர்தான். திரும்பவேயில்லை. அவர் மீதான வழக்கு அப்படியே நிலுவையில் இருக்கிறது.

நான் சிறைக்கு வந்து நான்கு நாட்கள் கழித்து புகழேந்தி என்னைப் பார்ப்பதற்காக வந்திருந்தார். அவருக்குச் சிறையில் பலர் கட்சிக்காரர்கள் என்பதால் அவர்கள் அனைவரும் என்னோடு புகழேந்தியைப் பார்க்க

வந்திருந்தனர். வந்தவர்களில் சிலர் ரயில் வெடிகுண்டு வழக்கில் கைதாகி 12 ஆண்டுகளாக ஜாமீனே இல்லாமல் சிறையில் இருக்கும் இஸ்லாமியர்கள். சிலர் விடுதலைப் புலிகள் அமைப்பைச் சேர்ந்தவர்கள். அவர்களிடம் என்னை அறிமுகப்படுத்திய புகழேந்தி, நான் சிறைக்கு வந்தால் என்னை எப்படிக் கவனித்துக்கொள்வீர்களோ அப்படி இவரை கவனித்துக்கொள்ளுங்கள் என்றார். அவர்களில் ஒருவர் இன்று தமிழக முஸ்லீம் முன்னேற்றக் கழகத்தின் முன்னணித் தலைவர்களில் ஒருவராக இருக்கும் குணங்குடி ஹனீபா. மற்றொருவர் இந்திய தேசிய லீக் கட்சியின் தமிழக தலைவராக இருக்கும் தடா ரஹீம்.

புகழேந்தியைப் பார்த்துவிட்டு சிறைக்கு வந்த ஒரு மணி நேரத்தில் குணங்குடி ஹனீபா என்னைப் பார்க்க வந்தார். கட்டிக்கொள்ள புதிதாக ஒரு லுங்கியை அளித்தார். 'பேஸ்ட், ப்ரஷ் எல்லாம் இருக்காப்பா? என்ன வேணாலும் கேளு' என்று தெரிவித்துவிட்டுச் சென்றுவிட்டார். சிறிது நேரத்தில் தடா ரஹீம் வந்தார். 'என்ன வேண்டுமானாலும் சொல்லுங்கள். பெற்றுத் தருகிறேன்' என்றார். நீண்ட நாட்களாக சிறையில் இருக்கும் இஸ்லாமிய கைதிகளுக்கு நல்ல உணவை வழங்க சிறை நிர்வாகமே ஏற்பாடு செய்துள்ளது. அவர்கள் நியமிக்கும் ஒரு நபர், சிறையின் கிச்சனில் அவர்களுக்கென்று தனியாக சமைத்துக் கொடுப்பார். இதனால் மற்ற கைதிகளுக்கு வழங்கப்படும் உணவைவிட அது தரமானதாக இருக்கும்.

புகழேந்தி சொல்லிவிட்டுச் சென்றது முதல் எனக்கு தினமும் மதிய உணவினை குணங்குடி ஹனீபா அல்லது தடா ரஹீம் யாராவது ஒருவர் தவறாமல் கொடுத்துவிடுவார்கள். 'இல்லை வேண்டாம், நான் சிறை உணவைச் சாப்பிட்டுக்கொள்கிறேன்' என்றால்கூட விடமாட்டார்கள். அவர்கள் அன்பை மறுக்கமுடியாமல் நானும் ஏற்றுக்கொண்டேன். எனக்குக் கிடைத்த உணவை என்னோடு இருந்த இரண்டு கைதிகளோடு பகிர்ந்துகொண்டேன். ரம்ஜான் நோன்பு காலம் தொடங்கியது முதல் தினமும் காலை 4 மணிக்கு பிரியாணியும் வழங்கப்பட்டது.

சிறைக்கு வந்து பத்து நாட்களுக்கு மேல் முடிந்திருந்தது. திடீரென்று ஒரு நாள் காலை சிறைக்குள் பரபரப்பாக ஒரு செய்தி பரவியது. என்ன செய்தி என்பது தெரியவில்லை. மாலை தடா ரஹீம் வந்து செய்தியைச் சொன்னார். சிறையில் உள்ள ஒரு கைதிக்கு செல்போன் உள்ளிட்ட இதர வசதிகளைச் செய்து தருவதாகவும், அதற்காக மாதந்தோறும் பத்தாயிரம் ரூபாய் பணம் வேண்டும் என்று கேட்ட சிறைக் காவலர் சாலமன் என்பவர் லஞ்ச ஒழிப்புப் போலீசாரால் கோயம்பேடு பேருந்து நிலையம் அருகே வைத்து கைது செய்யப்பட்டார் என்பதே அந்தச் செய்தி. மறுநாள் காலை வந்த செய்தித் தாள்களில் ஒரு பகுதியில் மட்டும் கருப்பு மை பூசப்பட்டிருந்தது. சாலமன் கைது செய்யப்பட்ட செய்திதான் அது.

பிரிட்டிஷார் காலத்திலிருந்து கடைபிடிக்கப்பட்டு வரும் ஒரு விதி இது. சிறையிலிருந்து தப்பிக்க முயற்சிப்பது குறித்தோ அல்லது சிறைக் கொடுமைகள் குறித்தோ செய்திகள் வெளிவந்தால் அவற்றை முழுமையாக மை பூசி மறைக்கவேண்டும். பிரிட்டிஷ் ஆட்சி காலத்தில் இதுபோன்ற ஒரு விதி இருந்ததை அந்தக் காலகட்டத்தை மனதில் வைத்து ஏற்றுக்கொள்ள முடியும். ஆனால் சுதந்தரம் அடைந்து 65 ஆண்டு காலம் கடந்த பிறகும் இந்த விதி அப்படியே தொடர்கிறது என்பதை எப்படிப் புரிந்துகொள்வது? மெக்சிகோ நாட்டில் உள்ள சிறையில் கலவரம் என்றால் கூட அந்தச் செய்தி மை பூசி அழிக்கப்படும். கைதிகள் மை பூசப்பட்ட இடத்துக்குள் உள்ள செய்தி என்ன என்பதைத் தெரிந்துகொள்ள அந்த மையின் மீது தேங்காய் எண்ணெய் போன்ற வற்றைத் தடவி மையை அழிக்க முயற்சிப்பார்கள். செய்தித்தாள் கிழிவதில்தான் அது முடியும்.

ஒவ்வொரு ப்ளாக்குக்கும் ஒரேயொரு தினத்தந்தி மட்டும் சிறை நிர்வாகத்தால் வழங்கப்படும். ஒரு ப்ளாக்கில் 400 கைதிகள் இருந்தால் அவர்கள் அனைவரும் அந்த ஒரு செய்தித்தாளைத்தான் படிக்க வேண்டும். வசதி உள்ள கைதிகள் சிறை நிர்வாகத்திடம் அனுமதி பெற்று, தங்களுக்கென்று தனியாக செய்தித்தாள் வாங்கிக்கொள்வார்கள். மற்றவர்கள் அனைவருக்கும் அந்தப் பொது செய்தித்தாள் மட்டுமே. சிறையில் உள்ள பெரிய ரவுடிகள் அல்லது முக்கிய கைதிகள் படித்து முடித்த பிறகே செய்தித்தாள் மற்றவர்களுக்குப் படிக்கக் கிடைக்கும். அனைவரும் ஒரே செய்தித்தாளைப் பார்த்துக் கிழித்துவிடுவார்கள் என்பதால், பொது இடத்தில் ஒரு கயிறு கட்டப்பட்டு அதில் அந்தச் செய்தித்தாள்பக்கங்கள்அனைத்தும் தொங்க விடப்படும். நின்றுகொண்டே அந்தச் செய்தித்தாளைப் படித்துக்கொள்ளவேண்டும். சிறையில் ஒரு முக்கியப் பொழுதுபோக்கு தினத்தந்தியைப் படிப்பது. குறிப்பாக அதில் வரும், கொலை, கொள்ளை மற்றும் பாலியல் வன்முறை போன்ற செய்திகளைப் படித்து, அடுத்து யார் சிறைக்கு வரப் போகிறார்கள் என்பதைக் கைதிகள் தெரிந்துகொள்வதில் பெரும் ஆர்வம் காட்டுவார்கள்.

செய்தித்தாள்கள்தான் இப்படி என்றால் மற்ற இதழ்களுக்கும் இதே நிலைதான். சிறைக்குள் எந்த வார இதழை அனுமதிக்க வேண்டும் என்பது குறித்த அரசாணை வெளியிடப்பட்டு 50 ஆண்டுகள் கடந்து விட்டன. 50 ஆண்டுகளுக்கு முன்னால் அனுமதிக்கப்பட்டு இன்று வரை வந்துகொண்டு இருக்கும் இதழ்கள் மட்டுமே அனுமதிக்கப்படும். காங்கிரஸ் ஆட்சிக் காலத்தில் முரசொலி நாளிதழுக்கு விதிக்கப்பட்ட தடை இன்றுவரை நீடிக்கிறது என்பது குறிப்பிடத்தக்கது. குமுதம், ஆனந்த விகடன், கல்கி போன்ற இதழ்களுக்கு அனுமதி உண்டு. ஜூனியர் விகடன், குமுதம் ரிப்போர்ட்டர் போன்ற இதழ்களுக்கு அனுமதி

இல்லை. இந்த நிலையை மாற்ற எந்த அரசும் இதுவரை நடவடிக்கை எடுக்கவில்லை.

மீண்டும் சாலமன் கதைக்கு வருவோம். லஞ்ச ஒழிப்புப் போலீசாரிடம் கையும் களவுமாகப் பிடிபட்ட சாலமன் ஒரே வாரத்தில் பணி நீக்கம் செய்யப்பட்டார். அவர் பணி நீக்கம் செய்யப்பட்ட விவகாரம் சுவாரஸ்யமானது. எந்த அரசு ஊழியரையும் உரிய விசாரணை நடத்தாமல், அதாவது அவருக்குத் தன் தரப்பு விளக்கத்தை அளிக்க வாய்ப்பு தராமல் பணி நீக்கம் செய்ய இயலாது. அரசியல் அமைப்புச் சட்டத்தில் 311 என்று ஒரு பிரிவு உள்ளது. அந்தப் பிரிவின்படி, நாட்டின் பாதுகாப்பு தொடர்பான விவகாரங்களில் சம்பந்தப்பட்ட அரசு ஊழியரை, குடியரசுத் தலைவரோ ஆளுனரோதான் எவ்விதமான விசாரணையும் இன்றி பணி நீக்கம் செய்ய முடியும்.

இது போன்ற ஷரத்துக்கள் அரசியல் அமைப்புச் சட்டத்தில் சேர்க்கப் பட்டதற்கான காரணம், ராணுவத்தில் பணியாற்றும் ஒருவர் எதிரி நாட்டுக்கு ரகசியத்தை விற்கிறார் என்று வைத்துக்கொள்வோம், அது குறித்து துறை விசாரணை நடத்தினால், பல ரகசியங்களை வெளிப்படையாகக் கூற வேண்டியிருக்கும். பல ரகசிய ஆவணங்களைக் குற்றம் சாட்டப்பட்டவருக்கு நகலாக வழங்கவேண்டியிருக்கும். அதுபோன்ற சூழலைத் தவிர்ப்பதற்காகவே இந்த ஷரத்து உருவாக்கப் பட்டது. இந்த ஷரத்தின்படி லஞ்ச ஒழிப்புத் துறையிடம் பிடிபட்ட இரண்டு நாட்களில் சாலமன் பணி நீக்கம் செய்யப்பட்டார்.

சிறைக் காவலர் சாலமன் மீதான குற்றச்சாட்டு என்பது ஒரு சிறைக் கைதிக்கு சிறையில் வசதி செய்து தருவதற்காக லஞ்சம் வாங்கினார் என்பதே. இதில் நாட்டின் பாதுகாப்பு தொடர்பாக எந்தவொரு விஷயமும் இல்லை என்பது அனைவரும் அறிந்ததே. ஆனால், ஒரு சாதாரண சிறைக் காவலரான சாலமனால், உயர் அதிகாரிகள் துணையின்றி, எந்தவொரு கைதிக்கும் எந்த வசதியும் செய்து தருவது சாத்தியமேயில்லை. அவர்மீது துறை ரீதியான விசாரணை நடத்தினால் உயர் அதிகாரிகளின் பெயர் வெளிவரும். யாருக்காக பணத்தை வாங்கினார், யாருக்கு இடைத்தரகராகச் செயல்பட்டார், எத்தனை நாட்களாக இது நடைபெற்று வருகிறது போன்ற அத்தனை விபரங்களும் அந்த விசாரணையில் வெளிவந்திருக்கும். இதைத் தவிர்ப்பதற்காகத்தான் சாலமன் அவசர அவசரமாக பணி நீக்கம் செய்யப்பட்டார். மேலும் இது போன்ற உத்தரவுகளைப் பிறப்பிக்கும் அதிகாரம் படைத்தவர்கள் குடியரசுத் தலைவர்கள் மற்றும் ஆளுநர் மட்டுமே. ஆனால் சாலமனை பணி நீக்கம் செய்த உத்தரவில் கையெழுத்திட்டவர், சிறைத்துறை டிஐஜி. விசாரணை நடத்தக்கூடாது என்று அத்தனை அவசரமாக சாலமன் பணி நீக்கம் செய்யப்பட்டார்.

பின்னாளில் 2010ம் ஆண்டில், சென்னை உயர்நீதிமன்றம், சாலமனை விசாரணையின்றி பணி நீக்கம் செய்தது தவறு என்று அந்த உத்தரவை ரத்து செய்தது குறிப்பிடத்தக்கது. சாலமன் லஞ்ச ஒழிப்புத் துறையால் கைது செய்யப்பட்ட பிறகு, ஒரு சில மாதங்கள் சிறையில் ஊழல் குறைந்திருந்தது. ஆனால் அதன் பிறகு மறுபடியும் அதே ஊழல் நிறுவனமயப்படுத்தப்பட்டு இன்றுவரை செயல்படுத்தப்பட்டு வருகிறது.

சாலமன் விவகாரம் சிறைத்துறையை உலுக்கிப் போட்டது என்றால் மிகையல்ல. அந்த விவகாரம் முடிந்த ஒரே வாரத்தில் அடுத்த புயல் புழல் சிறையைத் தாக்கியது.

21

ஒரு நாள் காலையில் சிறை மிகவும் பரபரப்படைந்தது. நான் இருந்தது உயர் பாதுகாப்புப் பிரிவு இரண்டு. உயர் பாதுகாப்புப் பிரிவு ஒன்றில் காவல்துறையினர் சோதனை நடத்துவதாக தகவல் வந்தது. வேறு விவரங்கள் எதுவும் தெரியவில்லை. வழக்கமாக காலை 11 மணிக்கெல்லாம் என்னைப் பார்க்க வரும் தடா ரஹீம் அன்று பார்க்க வரவில்லை. ஏதோ நடக்கிறது என்பது மட்டும் புரிந்தது.

மாலை 4 மணிக்கு தடா ரஹீம் வந்து விவரங்களைக் கூறினார். திருநெல்வேலி மாவட்டம் பேட்டை காவல் நிலையத்தில் அப்துல் கஃப்பூர் என்பவர்மீது ஒரு வழக்கு பதிவு செய்யப்பட்டு அவர் கைது செய்யப்படுகிறார். சென்னை உள்ளிட்ட இடங்களில் வெடிகுண்டு வைக்கத் திட்டமிட்டதாக அவர்மீது குற்றச்சாட்டு. அவரிடம் இருந்து சில டெட்டனேட்டர்கள் மற்றும் வரைபடங்கள் கைப்பற்றப்பட்டன. அவர் செல்போன் மூலமாக சென்னை புழல் சிறையில் இருந்த அலி அப்துல்லா என்பவரோடு தொடர்ந்து பேசியிருக்கிறார். இவர்கள் இருவரும் இணைந்து சென்னை அண்ணா மேம்பாலத்தை வெடி குண்டு வைத்துத் தகர்க்க முயற்சித்தார்கள் என்பதாகக் காவல்துறை சந்தேகித்தது.

புழல் சிறையில் அலி அப்துல்லா அறையில் சோதனை நடத்தப்பட்டது. காவல்துறை சோதனை நடத்த வருகிறார்கள் என்றதும் தன்னிடம் இருந்த இரண்டு சிம் கார்டுகளை எடுத்து வாயில் போட்டு மென்று விட்டார் அலி அப்துல்லா. அவரைப் பிடித்து வலுக்கட்டாயமாக வாயில் இருந்து சிம் கார்டுகளை எடுத்தனர். ஆனால் அதற்குள் சிம் கார்டை மென்று சர்க்யூட்டையெல்லாம் உடைத்து விட்டார். அவரைக் கைது செய்து திருநெல்வேலி அழைத்துச் சென்றனர். இந்த வழக்கில்

குற்றப்பத்திரிக்கை தாக்கல் செய்யப்பட்டு, திருநெல்வேலி 4வது கூடுதல் மாவட்ட அமர்வு நீதிமன்றத்தின் முன் இன்றும் விசாரணை நடைபெற்று வருகிறது. சிம் கார்டை மென்று துப்பிய அலி அப்துல்லா அதில் ஒரு குற்றவாளியாகச் சேர்க்கப்பட்டுள்ளார்.

இந்தச் சம்பவத்தை அடுத்து, சிறையே தலைகீழாக மாறியது. ஒவ்வொரு செல்லிலும் திடீர் திடீரென்று சோதனைகள் நடைபெற்றன. சிறைக்குள் பீடிக்கு அனுமதி மறுக்கப்பட்டது. சோதனைகள் மிகவும் கடுமையாகின. பீடி அனுமதி மறுக்கப்பட்டதால் சிறையே பதற்றமானது. பீடி குடிக்க முடியாததால் பெறும் பதற்றமடைந்த கைதிகள், பீடி குடிக்கும் கைதிகள் குடித்துவிட்டு ஜன்னல் வழியாக வீசிய பீடித் துண்டுகளைப் பொறுக்கி, அதை ஒரு செய்தித்தாளைக் கிழித்து ஒன்றாகச் சேர்த்து பிடிக்கத் தொடங்கினர்.

வாரம் இரு முறை செல்லில் சோதனைகள் நடைபெற்றன. ஒரு கட்டு 50 ரூபாயாக இருந்த பீடிக்கட்டின் விலை 300 ரூபாயாக உயர்ந்தது. பீடிகள் இல்லாவிட்டால் சிறையை நிர்வாகம் செய்வதே மிகவும் சிரமம் என்பதை ஏற்கெனவே குறிப்பிட்டிருக்கிறேன். அப்படியொரு நெருக்கடி உருவானது. பீடி பிடிக்கும் பழக்கம் இல்லாத கைதிகளும் பீடிக்கட்டுகளைச் சேமித்து வைத்திருப்பார்கள். இப்படியொரு நெருக்கடியான காலகட்டத்தில் இந்தக் கைதிகள் தாங்கள் சேமித்து வைத்திருந்த பீடிக் கட்டுகளை விற்பனை செய்து கொள்ளை லாபம் பார்ப்பார்கள்.

தட்டுப்பாடு ஏற்பட்ட இரண்டாவது நாள் ஐந்தாம் ப்ளாக்கில் கைதிகள் தட்டை கவிழ்த்தனர். சிறை மொழியில் தட்டை கவிழ்ப்பது என்றால், உண்ணாவிரதம் என்பது பொருள். சுதந்தர போராட்ட காலத்தில் வெள்ளையர் ஆட்சியில் உண்ணாவிரதம் என்பது ஒரு பலம் வாய்ந்த போராட்ட யுக்தியாக இருந்திருக்கலாம். ஆனால் இன்றைய கால கட்டத்தில் உண்ணாவிரதம் என்பது ஒரு செல்லாக்காசு என்பது நமக்குத் தெரியும். ஆனால் சிறையைப் பொறுத்தவரை உண்ணாவிரதம் என்பது சிறை நிர்வாகத்தையே பதறச் செய்யும் ஒரு விவகாரம். ஒட்டுமொத்தமாக ஐந்தாம் ப்ளாக்கில் 450 கைதிகள் தட்டை கவிழ்த்தனர் என்றதும் செய்தி இதர ப்ளாக்குகளுக்கு பரவி மற்ற ப்ளாக்குகளிலும் கைதிகள் உணவைப் பெற மறுத்தனர்.

ஒவ்வொரு ப்ளாக்குக்கும் உணவை பொது கிச்சனில் இருந்து கைதிகள் எடுத்து வந்து மற்ற கைதிகளுக்கு வழங்க வேண்டும். உணவை எடுத்து வந்தால், கைதிகள் உணவை உண்டு விடுவார்கள் என்பதால், உணவையே கிச்சனிலிருந்து எடுக்காமல் தவிர்த்தனர். இந்த உண்ணா விரதப் போராட்டம் இதர இடங்களுக்குப் பரவுகிறது என்பதைத்

தெரிந்ததும், சிறைத்துறை டிஐஜி ராஜேந்திரன் உடனடியாக கைதிகளிடம் பேச்சுவார்த்தை நடத்தினார். ஒரு நபருக்கு இரண்டு கட்டுகள் பீடி அனுமதிக்கப்படும் என்று உத்தரவாதம் வழங்கியதை அடுத்து உண்ணாவிரதம் கைவிடப்பட்டது. ஒரு நபருக்கு இரண்டு பீடிக்கட்டுகள் என்று அறிவிக்கப்பட்டாலும் எல்லாருக்குமா பீடி வந்துவிடும்? யாருக்கு உறவினர்களோ நண்பர்களோ பார்க்க வருகிறார்களோ அவர்களுக்குத்தானே பீடி கிடைக்கும். இந்த நெருக்கடி நீங்க பல வாரங்கள் பிடித்தது.

நான் இருந்த இரண்டாவது உயர் பாதுகாப்புப் பிரிவில் ஒரு நபர் மாலை வேளைகளில் வெளியில் வந்து காற்றாட அமர்வார். அவருக்கு தேநீர் வாங்கித் தருவது, அவர் இட்ட வேலைகளைச் செய்வது என்று அவரை ஒரு தாதாபோல அவருடன் இருந்தவர்கள் பார்த்துக் கொண்டார்கள். அவரோடு தங்கியிருந்த ஒரு நபர் ஒரு நாள் என்னைப் பார்க்க வந்தார். என் வழக்கு குறித்த விவரங்களைக் கேட்டறிந்தார். பின்பு இரண்டொரு நாள் கழித்து தாதா நான் இருக்கும் செல்லுக்கு வந்தார்.

அவர் பெயர் ரவி பிரகாஷ். செங்கல்பட்டு மாவட்டத்தில் பெரிய ரவுடி. செங்கல்பட்டு நகராட்சியின் துணைத் தலைவராக அதிமுகவைச் சேர்ந்த குரங்கு குமார் என்பவர் இருந்தார். அவர் ஒரு முன்னாள் ரவுடி. செங்கல்பட்டு வட்டாரத்தில் குரங்கு குமார் என்ற பெயரைக் கேட்டாலே நடுக்கம் ஏற்படும். அந்த அளவுக்கு செல்வாக்கு மிகுந்த நபர். 2006ம் ஆண்டு நடைபெற்ற உள்ளாட்சித் தேர்தலில் திமுக அதிக இடங்களில் வெற்றி பெற்றிருந்தாலும் நகர்மன்ற துணைத் தலைவர் பதவிக்கு அதிமுகவின் குரங்கு குமாரால் வர முடிந்தது என்றால் அவரது செல்வாக்கைப் புரிந்துகொள்ள முடியும். திமுக அப்போது ஆளுங்கட்சி வேறு.

இந்த குரங்கு குமாரின் சித்தப்பா மகன் பார்த்திபனுக்கும் ரவி பிரகாஷுக்கும் நீண்ட நாள் பகை உண்டு. இந்தப் பகை வளர்ந்து வளர்ந்து ஒரு கட்டத்தில் ரவி பிரகாஷ், பார்த்திபனைக் கொலை செய்கிறார். இதன் காரணமாக ரவி பிரகாஷை தீர்த்துக் கட்ட வேண்டுமென்று குரங்கு குமார் தீர்மானிக்க, இதனால் செங்கல்பட்டு வருவதையே ரவி பிரகாஷ் தவிர்க்க வேண்டியிருந்தது. குரங்கு குமார் இருக்கும் வரை தன்னால் செங்கல்பட்டுக்குள் நுழையவே முடியாது என்பதை முடிவு செய்த ரவி பிரகாஷ், 2007 நவம்பர் மாதம் குரங்கு குமாரைத் தீர்த்துக் கட்டுகிறார். அவரும் அவரோடு சேர்ந்த 9 பேரையும் காவல்துறை கைது செய்து குண்டர் சட்டத்தில் அடைத்தது.

என்னைப் பற்றிய விபரங்களை ரவி பிரகாஷ் கேட்டுத் தெரிந்து கொண்டார். என்ன காரணத்தினாலோ அவருக்கு என்னை மிகவும் பிடித்துப் போனது. தன் கதை முழுவதையும் சொன்னார். 'அந்தக் கொலையை நீங்கள்தான் உண்மையிலேயே செய்தீர்களா?' என்று கேட்டேன். 'கொலை செஞ்சாத்தான் சார் ரவுடி' என்று கூறிவிட்டு, குரங்கு குமாரை எப்படி கொலை செய்தார் என்பதைத் தத்ரூபமாக வர்ணித்தார். கேட்க மிகவும் அதிர்ச்சியாக இருந்தது. 'பல வருஷமா கொரங்கு குமாரை போடணும்னு காத்திருந்தேன் சார். அவன் இருந்தான்னா என்னால எதுவுமே பண்ண முடியாது. அவனும் ரவுடிதான் சார். இன்னைக்கு வைஸ் சேர்மனாகி பெரிய மயிறு மாதிரி பிஹேவ் பண்றான். என்னை செங்கல்பட்டு உள்ளேயே காலை எடுத்து வைக்கக் கூடாதுன்னு சொல்லிக்கிட்டு திரிஞ்சான் சார். எப்படி சார் அவனை சும்மா விட முடியும்? நானும் ரொம்ப நாளா வெயிட் பண்ணிக்கிட்டு இருந்தேன் சார். ஒரு பெரிய டீமையே ரெடி பண்ணி வச்சிருந்தேன். ஆளு சிக்கல. ஒரு ஆளு கரெக்டா லைன் குடுத்தான்' என்றார்.

'லைன் குடுக்கறதுன்னா?' என்றேன். 'ஆளு எங்க இருக்கான்னு நமக்கு சொல்றதுதான் லைன் குடுக்கறது சார். அவனுக்கு லைன் குடுத்தது யாரு தெரியுமா? அவனோட சொந்த ட்ரைவர்.'

'சரி. அப்புறம் என்ன நடந்துச்சு?'

'வெயிட் பண்ணிக்கிட்டே இருந்தோம் சார். ட்ரைவர் மெஸெஜ் அனுப்பினான். டீமை கூட்டிக்கிட்டு அவன் வண்டியை மறிச்சோம். அவன் ஒரு ஸ்கார்ப்பியோவுல வந்துகிட்டு இருந்தான். கையில துப்பாக்கி வைச்சிருந்தான்.'

'துப்பாக்கி இருந்துச்சி. அந்த ஆளு உங்களை ஏன் சுடல?'

'வண்டியை ப்ளாக் பண்ணிட்டோம் சார். நம்ம ஆளுங்க எல்லாம் இறங்கிட்டாங்க. வண்டி நிக்கிது. எங்க ஆளுங்க அடுத்து என்ன பண்றதுன்னு திகைச்சுப் போயி நிக்கிறாங்க. மொதல்ல பொருளை எடுத்து ஒரே போடு போட்டேன் சார். கார் கண்ணாடியை வெட்டிக் கிட்டு கத்தி இறங்குச்சு. அவ்வளவுதான். நம்ப ஆளுங்க கட கடன்னு வெட்ட ஆரம்பிச்சிட்டாங்க. எல்லாம் முடிஞ்சப்ப அவன் மூளை என் பேண்டுல தெரிச்சிச்சு சார். இதெல்லாம் நடக்க எவ்வளவு நேரம் ஆச்சின்னு நெனைக்கிறீங்க?'

'ஒரு மூணு நிமிசம்?'

'பத்து செகண்ட் சார். மூணு நிமிஷமெல்லாம் விட்டிருந்தா எங்களை துப்பாக்கியை எடுத்து போட்ருப்பான் சார்' என்று பெருமையாகச் சொன்னார்.

'சரி. உங்க மேல ஏகப்பட்ட கேஸ் இருக்கு. உங்களுக்கு தண்டனை கெடச்சா என்ன பண்ணுவீங்க?'

'சார். எல்லாருக்கும் குடும்பம் இருக்கு. உயிர் மேல ஆசை இருக்கு. அதை மீறி யாரு சார் சாட்சி சொல்லுவா?' என்றார். மிகவும் அதிர்ச்சியாக இருந்தது.

'அப்புறம் போலீஸ் தேடுவாங்கன்னு தெரியும். உடனே காரை எடுத்துக்கிட்டு செல்போனையெல்லாம் சுவிட்ச் ஆப் பண்ணிட்டு கௌம்பிட்டோம் சார். ரெண்டு மூணு நாள் ஊர் ஊரா சுத்துனோம். லாட்ஜ்ல ரூம் போட்டா மாட்டிக்குவோம்னு தெரியும். அதனால ஏதாவது ஊர்ல கட்டிடம் புதுசா கட்டிக்கிட்டு இருந்தாங்கன்னா அங்க போயி நைட் தங்கிடுவோம். காலையில கௌம்பி கார்லயே சுத்துவோம். அது மாதிரி ஒரு நாள் நைட் ஒரு இடத்துல தங்கியிருந்தப்போ, ஒரு நம்பர் வேணும்ன்றதுக்காக செல்போனை ஆன் பண்ணிட்டு ஒரே நிமிஷத்துல ஆப் பண்ணிட்டோம் சார். ஆனா பத்து நிமிஷத்துல போலீஸ் 50 பேருக்கு மேல வந்து ரவுண்ட் பண்ணிட்டாங்க.'

'மறு நாளே கோர்ட்ல ஆஜர்படுத்திட்டாங்களா?'

'இல்ல சார். ஏதோ ஒரு பங்களாவுல நாலு நாள் வச்சிருந்தாங்க. எல்லாத்துக்கும் செம்ம அடி. என்னையும் முகம்மதுன்ற ஒருத்தனையும் கண்ணை கட்டிட்டாங்க. தனித்தனியா வச்சி தரையில துப்பாக்கியால சுட்டாங்க. என்கிட்ட முகம்மதை சுட்டுட்டோம்னு சொன்னாங்க. அவன்கிட்ட ரவியை சுட்டுட்டோம்னு சொன்னாங்க. அதுக்கு அப்புறமும் செம்ம அடி. கேப்பே விடாம அடிச்சாங்க. அஞ்சாவது நாள்தான் கோர்டுக்கு கொண்டு போனாங்க.'

ரவிக்கு என்னை ரொம்பவும் பிடித்துப் போனது. காவல்துறையின் செயல்பாடுகள் குறித்து பல்வேறு விவரங்களைக் கேட்டுத் தெரிந்து கொள்வார். தினமும் என் செல்லுக்கு வருவார். அவருக்கு உண்பதற்கு வரும் தின்பண்டங்களை எனக்குத் தருவார். தினமும் ஒரு பீடிக்கட்டை கொடுத்தனுப்புவார்.

ஒரு நாள் என்கவுண்டரைப் பற்றிக் கேட்டார். வழக்கமாகக் காவல் துறையில் என்கவுண்டர்கள் செய்யப்படும் முறை குறித்து விவரித்தேன். 'சார் தமிழ்நாட்டுல எல்லா ரவுடியும் பயப்புடுற ஒரே விஷயம் என்கவுண்டர்தான் சார். நீங்க வெளியில போனதும் இந்த என்கவுண்டருக்காக ஏதாவது பண்ணீங்கன்னா தமிழ்நாட்டுல எல்லா ரவுடிக்கும் நீங்கதான் சார் ஹீரோ' என்றார். ரவுடிகளுக்கு ஹீரோ ஆகி நான் என்ன செய்யப் போகிறேன்?

‘சார். நான் அரசியல்ல பெரிய ஆளு ஆகணும். எந்த கட்சியில சேரலாம்னு சொல்லுங்க?’

‘உடனடியா பெரிய ஆள் ஆகணும்னா திமுகவுலதான் சேரணும். வேற எந்தக் கட்சியிலயும் பெரிய அளவுல எதிர்காலம் இருக்காது’ என்றேன். சரி என்று தலையாட்டிக் கொண்டார்.

சிறையிலிருந்து நான் வெளியே வந்து சில மாதங்கள் கழித்து என்னை ஒரு நாள் தொடர்பு கொண்டார். தன்னை காவல்துறை என்கவுண்டரில் கொல்லத் திட்டமிட்டிருப்பதாகவும் எப்படியாவது தன்னைக் காப்பாற்றும்படியும் கேட்டார். நான் வழக்கறிஞர் புகழேந்தியின் அலுவலகத்தில் அப்போது இருந்தேன். உடனடியாக அவர் அலுவலகத்துக்கு வரச்சொன்னேன். வந்தார். தனக்கு திருமணமாகி விட்டதாகவும், மனைவி கர்ப்பமாக இருப்பதாகவும், தன் உயிரைக் காப்பாற்றும்படியும் கேட்டார். புகழேந்தி உடனடியாக நீதிமன்றத்தில் சரணடையும்படி கூறினார். சரணடைவதற்கு முன்பாக ரவி பிரகாஷை அழைத்துக் கொண்டு ஜூனியர் விகடன் அலுவலகம் சென்றேன். தன்னை காவல்துறை கொல்ல முயற்சிப்பதாகவும், தான் திருந்தி வாழ விரும்புவதாகவும் பேட்டியளித்தார். குமுதம் ரிப்போர்ட்டர் அலுவலகம் அழைத்துச் சென்றேன். இரு இதழ்களிலும் இரண்டு பக்கங்களுக்கு பேட்டி வந்தது.

சைதாப்பேட்டை நீதிமன்றத்தில் சரணடைய வைத்தார் புகழேந்தி. சரணடைந்த பின், காவல்துறை அழைத்துச் செல்வதற்கு முன்பாக, இந்தியன் எக்ஸ்பிரஸ் நாளிதழில் பேட்டி வர ஏற்பாடு செய்தேன். இந்தச் செய்திகளுக்குப் பிறகு காவல்துறை என்கவுண்டர் திட்டத்தைக் கைவிட்டது. அவரை கஸ்டடியில் எடுத்து விசாரித்த காவல்துறையினர், ‘உனக்குப் பத்திரிக்கையில் எப்படி இத்தனை பேரைத் தெரியும். எப்படி பேட்டி வந்தது?’ என்றுதான் விசாரித்துள்ளனர். அதன் பிறகு, சிறையிலிருந்து வெளிவந்த ரவி பிரகாஷ், திமுகவில் இணைந்தார். செங்கல்பட்டு நகரமன்ற துணை சேர்மனாக ஆனார். அரசியலில் இணைந்த பிறகு அவர் என்னைத் தொடர்பு கொள்ளவில்லை.

7 ஜனவரி 2012 அன்று ரவி பிரகாஷ் மற்றொரு ரவுடியால் வெட்டிக் கொல்லப்பட்டார். என்கவுண்டரில் தப்பித்தவர் ரவுடியின் கையால் உயிரிழந்தார். நான் சிறையிலிருந்து வெளி வந்த பிறகு 2009ம் ஆண்டு முதல் தமிழகத்தில் நடந்த அனைத்து என்கவுன்டர்களுக்கும் சிபிஐ விசாரணை வேண்டி பல்வேறு பொதுநல வழக்குகள் வழக்கறிஞர் புகழேந்தியால் தொடரப்பட்டன. போலி என்கவுண்டர்களுக்கு எதிராகத் தொடுக்கப்பட்ட அத்தனை வழக்குகளையும் விசாரிப்பதற் காக ஒரு சிறப்பு டிவிஷன் பென்ச் 2010ம் ஆண்டு சென்னை

உயர்நீதிமன்ற தலைமை நீதிபதியால் நியமிக்கப்பட்டது. ஆனால் அந்த பெஞ்ச் ஒரே ஒரு முறை கூட இந்த வழக்கை விசாரிக்கவில்லை. அதில் இருந்த நீதிபதிகளும் ஓய்வு பெற்றுவிட்டனர். அந்த வழக்குகள் அனைத்தும் இன்றும் நிலுவையில் இருக்கின்றன.

எத்தனை பெரிய குற்றத்தைப் புரிந்தவனாக இருந்தாலும் ஒரு ஜனநாயக நாட்டில் அவனை நீதிமன்றத்தின் முன் நிறுத்தி தண்டனை பெற்றுத் தருவதுதான் சரியான வழிமுறை. போலி என்கவுண்டர் என்ற பெயரில் அவனைக் கொலை செய்வது மற்றொரு கொலையே தவிர வேறில்லை. ஆனால் இந்தியா முழுக்க இது போன்ற கொலைகள் நடைபெற்றுக் கொண்டுதான் இருக்கிறது. நீதிமன்றமும் அதற்குத் துணைசென்று கொண்டிருக்கிறது.

நான் சிறைக்கு வந்து பத்து நாட்கள் கழித்து உயர் பாதுகாப்புப் பிரிவிலேயே வேறொரு அறைக்கு மாற்றப்பட்டேன். அந்த அறையில் மகேந்திர சிங் என்றொருவர் இருந்தார். மத்தியப் பிரதேசத்தைச் சேர்ந்தவர். எனக்குத் தெரிந்த அரை குறை இந்தியில் அவரோடு பேசுவேன். ஹெராயின் கடத்தியதற்காக அவர் சிறையில் இருந்தார். தினமும் காலை 5 மணிக்கு எழுந்து ஒரு மணி நேரம் சிவனை வழிபடுவார். சிறந்த பக்திமான். போதை மருந்து கடத்திக்கொண்டு இவ்வளவு பெரிய பக்திமானாக இருக்கிறாரே என்று எனக்கு வியப்பாக இருந்தது.

பிறகு அவர் கதையைச் சொன்னார். ‘மத்தியப் பிரதேசம் உஜ்ஜெயினில் தான் நான் இருந்தேன். எனக்கு சிறப்பான வாழ்க்கை அமைந்திருந்தது. காத்ரெஜ் ஹோம் அப்ளையன்சஸ் பொருள்களுக்கான டீலர்ஷிப் வைத்திருந்தேன். எனக்கு அந்தத் தொழிலில் போட்டியே கிடையாது. வசதியான வாழ்க்கை. இரண்டு கேர்ள் ப்ரெண்டுகள். மிக மிக சிறப்பாகத்தான் என் வாழ்க்கை அமைந்திருந்தது. ஆனால் நான் மாட்டியதற்குக் காரணம் எனது பேராசை மட்டுமே. யாரையும் குறை சொல்ல முடியாது. கடந்த நான்கு வருடங்களாக இந்தச் சிறையில் இருக்கிறேன். எனது பேராசைக்கு கடவுள் அளித்த தண்டனையாகவே நான் இதைப் பார்க்கிறேன்’ என்றார்.

அதன் பிறகு அவரோடு இருந்த ஒன்றரை மாதங்கள் இருவரும் நல்ல நண்பர்களாக மாறிப் போனோம். பழைய கிஷோர் குமாரின் இந்திப் பாடல்கள் அவருக்கு மிகவும் பிடிக்கும். நான் சிறையிலிருந்து வெளியேறிய பின்னர் இரண்டு ஆண்டுகள் கழித்து, மகேந்திர சிங் அது வரை இருந்த சிறை நாட்களை தண்டனையாக நீதிமன்றம் வழங்கி அவரை விடுவித்தது என்று அறிந்தேன்.

சிறையில் மிக மிகக் கொடுமையான விஷயம் என்னவென்றால் உறவினர்களையும் நண்பர்களையும் சந்திப்பது. வழக்கறிஞர்களை

ஜெயிலரின் அறையில் அமர்ந்து சந்திக்கலாம். பக்கத்தில் உட்கார்ந்து பேசலாம். ஆனால் உறவினர்களையோ இதர நண்பர்களையோ அப்படி சந்திக்க இயலாது. மனு பார்க்கும் அறை என்று ஓர் அறை இருக்கும். அந்த அறையில் சிறையில் உள்ள நூற்றுக்கணக்கான கைதிகள் ஒன்றாக வருவார்கள். கைதிகளுக்கும் பார்வையாளர்களுக்கும் இடையில் கம்பி வலை பொருத்தப்பட்டிருக்கும். இரண்டு பக்கமும் இருக்கும் கம்பி வலைக்கு இடையே 10 அடி இடைவெளி இருக்கும். இந்தப் பக்கம் நின்று கைதிகள் பேசுவார்கள். அந்தப் பக்கம் பார்வையாளர்கள் பேசுவார்கள். தனியாக இது போன்ற இடத்தில் நின்று பேசினால் தெளிவாகக் கேட்கும். ஓர் அறையில் ஒரே நேரத்தில் நூற்றுக் கணக்கானவர்கள் நின்று பேசினால்? இந்தப் பக்கம் இருப்பவர்கள் பேசுவது அந்தப் பக்கம் நிற்பவர்களுக்குத் தெரியாது. உரத்த குரலில் கத்தவேண்டும்.

அம்மா என்னைப் பார்க்க வந்தார்கள். நானும் மற்ற கைதிகளைப் போல அந்த அறைக்குச் சென்றேன். நிற்க துளியும் இடம் இருக்காது. அனைவரும் ஒரே நேரத்தில் கத்திக்கொண்டு இருப்பார்கள். நானும் அம்மாவிடம் பேச முயன்றேன். நான் பேசுவது அம்மாவுக்குக் கேட்கவேயில்லை. உரத்துக் கத்தினேன். அப்போதும் கேட்கவில்லை. சைகை காண்பித்தேன். ஏதோ புரிந்ததுபோலத் தலையாட்டினார்கள். ‘தயவு செய்து வராதீர்கள்’ என்று உரத்துச் சொன்னேன். ‘சரி’ என்று தலையாட்டினார்கள். ஆனால் நான் சிறையில் இருந்த இரண்டு மாதங்களும் ஒரு வாரம் தவறாமல் வந்தார்கள். சிறையில் மனு பார்க்கச் செல்லும்போதுதான் முதல் முறையாக சிறைக்கு வந்ததற்காக வருந்தினேன். அழுதேன். அம்மாவிடம் கம்பிகளுக்கு பின்னால் நின்று பேச முடியாமல் தவித்தேன். மற்ற கைதிகளின் உறவினர்கள் அம்மாவை இடித்துத் தள்ளுவதையும் கண்கூடாகப் பார்த்தேன். வயதான காலத்தில் அவருக்கு இப்படி ஒரு சிரமத்தை உண்டாக்கி விட்டேனே என்று மிகவும் வருந்தினேன்.

ஆனால் என் அம்மா நான் சிறை சென்றதை மிகவும் துணிச்சலாகவே எதிர்கொண்டார் என்பதை பின்னால் தெரிந்துகொண்டேன். நான் சிறை சென்ற பிறகு எனது கைதைக் கண்டித்து பேராசிரியர் கல்யாணி ஓர் ஆர்ப்பாட்டத்துக்கு ஏற்பாடு செய்திருந்தார். சென்னை சென்ட்ரல் ரயில் நிலையம் அருகே அந்த ஆர்ப்பாட்டம் நடைபெற்றது. அதில் என் அம்மா மிகவும் துணிச்சலாகப் பேசினார்கள் என்பதை பின்னால் தெரிந்துகொண்டேன். அந்த மனு பார்க்கும் ஒரு விஷயம் மட்டும் இல்லையென்றால் நான் சிறையிலிருந்தது குறித்து துளியும் வருந்தியிருக்க மாட்டேன்.

மனதளவில் அம்மா என் கைது சம்பவத்தைத் துணிச்சலாக எதிர் கொண்டாலும் அப்போது ஏற்பட்ட உடல்நலிவு இன்றுவரை

தொடர்கிறது. அதுவரை இல்லாதிருந்த சர்க்கரை நோய், ரத்த அழுத்தம் போன்றவை அப்போதுதான் வந்து தாக்கியது. அவற்றை இன்னமும் சரி செய்ய முடியாமல் மருந்து சாப்பிட்டுக்கொண்டு இருக்கிறார்கள்.

ஒரு நீதிமன்ற நடுவரால் ஒரு கைதியை 15 நாட்களுக்கு மட்டும்தான் நீதிமன்றக் காவலில் வைக்க முடியும். அதற்குப் பிறகு அந்த நீதிமன்றக் காவல் நீட்டிக்கப்படவேண்டும். ஒரு கைதியை நீதிமன்றத்துக்கு அழைத்துச் செல்வதானால் காவல்துறையின் பாதுகாப்போடுதான் அழைத்துச் செல்ல முடியும். ஒவ்வொரு கைதிக்கும் பல்வேறு நீதிமன்றங்களில் வழக்குகள் இருப்பதால், ஒவ்வொரு கைதியையும் அழைத்துச் செல்வதற்கு காவல்துறையினரை அனுப்புவதில் பல்வேறு சிரமங்கள் உள்ளன. தொழில்நுட்பம் வளர்ந்ததும், வீடியோ கான்ஃபரன்சிங் மூலமாகக் கைதிகளின் காவல் நீட்டிக்கப்படும். 15 நாட்களுக்கு ஒரு முறையாவது வெளியுலகைக் காணலாம் என்ற கனவில் இருந்த கைதிகளுக்கு இந்த வீடியோ கான்ஃபரன்சிங் பெரும் இடியாக அமைந்தது.

இப்படி 15 நாட்களுக்கு ஒரு முறை வீடியோ கான்ஃபரன்சிங் மூலமாக எனது நீதிமன்றக் காவலும் நீட்டிக்கப்பட்டது. சிறையில் உள்ள மருத்துவமனையின் எதிரே இந்த வீடியோ கான்ஃபரன்சிங் அறை அமைந்துள்ளது. சிறையில் ஒவ்வொரு ப்ளாக்கிலும் உள்ள ஒலிபெருக்கிகளின் மூலமாக அறிவிப்பு வெளியாகும். ஐந்தாம் ப்ளாக்கில் உள்ள சுரேஷ் என்ற பெயருள்ள கைதிக்கு மதியம் 2 மணிக்கு வீடியோ கான்ஃபரென்சிங் உள்ளது என்று. அந்த அறிவிப்பைக் கவனிக்காமல் விட்டாலோ செல்லத் தவறினாலோ பலத்த அடி விழும். இதனால் கைதிகள் தங்கள் நீதிமன்றக் காவல் தேதியை குறித்து வைத்துக்கொண்டு கவனமாகச் செல்வார்கள்.

அந்த நீதிமன்ற வீடியோ கான்ஃபரன்சிங் அறைக்குச் சென்று காத்திருந்தால் பல்வேறு கண்ணீர் கதைகளைப் பார்க்கமுடியும். ஒரு டிவி இருக்கும். அதற்கு மேல் வெப்கேம் இருக்கும். உரிய பெயர் அழைக்கப்பட்டதும் கைதிகள் அந்த வெப்கேம் முன்பாக நிற்க வேண்டும். பெயரும் தந்தை பெயரும் கேட்கப்படும். கேட்டதும் சொல்லவேண்டும். அந்த வீடியோவில் தோன்றும் நீதிபதி இயந்திரம் போல, உங்களது நீதிமன்றக் காவல் இத்தனாம் தேதிவரை நீட்டிக்கப் படுகிறது என்பதைச் சொல்வார்.

சிறையில் உள்ள பல கைதிகள் சிறிய திருட்டுக் குற்றங்கள், அடிதடி போன்ற வழக்குகளில் சிறைக்கு வருபவர்கள். இவர்கள் பெரும் பாலும் சமூகத்தின் விளிம்புநிலை மக்கள். இவர்களுக்கு எந்தவிதமான பொருளாதாரப் பின்னணியும் இருக்காது. இவர்கள் குடும்பத்தினரும்

இவர்களுக்கு உதவும் நிலையில் இருக்க மாட்டார்கள். துளிகூட பொருளாதார வசதியே இல்லாதவர்கள் எப்படி வக்கீல் வைத்து கோர்ட்டில் ஜாமீன் கோர முடியும்? அப்படியே ஜாமீன் கோரி ஜாமீன் கிடைத்தாலும், சில நீதிபதிகள், இப்படிப்பட்ட விளிம்புநிலை மனிதர்களுக்கான ஜாமீன் நிபந்தனைகளாக, ஒரு லட்ச ரூபாய்க்கு ஷ்யூரிட்டி, அரசு ஊழியர் ஷ்யூரிட்டி போன்ற நிபந்தனைகளை விதிப்பார்கள்.

ஒரு லட்ச ரூபாயை விடுங்கள். வெறும் 20 ஆயிரம் ரூபாய்க்கு நிபந்தனை ஜாமீன் என்றாலும்கூட சம்பந்தப்பட்ட கைதியின் குடும்பத்தினர் 20 ஆயிரம் ரூபாய்க்கான வைப்பு நிதி, வங்கி பத்திரம் போன்றவற்றை நீதிமன்றத்தில் சமர்ப்பிக்கவேண்டும். அன்றாடங் காய்ச்சிகளான அவர்கள் 20 ஆயிரம் ரூபாய்க்கு எங்கே செல்வார்கள்? இப்படிப்பட்ட நடைமுறை சிக்கல்களால் பல விசாரணைக் கைதிகள், தங்கள் தண்டனை காலம் முடிந்தும்கூட சிறையிலேயே காலம் கழிப்பார்கள். அதாவது, ஒரு குற்றத்துக்கு தண்டனை 6 மாதம் என்றால் விசாரணைக்காக 10 மாதங்கள் சிறையில் இருப்பார்கள்.

அந்த வீடியோ கான்ஃபரன்சிங் நடக்கையில் வீடியோவில் வரும் நீதிபதியிடம் 'அய்யா குத்தத்தை ஒப்புக்கறேன்யா. என்னை விடுதலை பண்ணுங்கய்யா' என்று கெஞ்சுவார்கள். அந்த நீதிபதியோ, 'அதை உங்க கேஸ் நீதிபதிகிட்ட சொல்லுங்க. அடுத்த கேஸை கூப்புடுங்க' என்று கூறுவார். ஒவ்வொரு தினமும் வீடியோ கான்ஃபரன்சிங் செய்வதற்கென நீதிபதிகளுக்கு முறைப் பணி வரும். அந்தக் கட்டடத்தில் அல்லது அந்தச் சரகத்தில் உள்ள அனைத்து நீதிமன்றங் களிலும் நிலுவையில் உள்ள வழக்குகளில் சம்பந்தப்பட்ட கைதிகளின் நீதிமன்றக் காவலை முறைப் பணி செய்யும் நீதிபதிதான் நீட்டிக்க வேண்டும். அந்த முறைப் பணியை பல நீதிபதிகள் வேண்டா வெறுப்பாகவே செய்வார்கள். எப்போது அந்த வீடியோ கான்ஃபரன்சிங் பணி முடியும் என்று வெறுப்போடு அமர்ந்திருப்பார்கள்.

இந்த நிலையில், ஒரு கைதி அவர் முன்னால் வந்து, மற்றொரு நீதிமன்றத்தில் நிலுவையில் இருக்கும் ஒரு வழக்கு குறித்துப் பேசினால் அவருக்கு என்ன புரியும் அல்லது அவர் என்ன தீர்வு தர முடியும்? ஆனால் இப்படி குற்றத்தை ஒப்புக்கொள்கிறேன் என்று கூறும் கைதிகளின் வழக்கு கட்டு அவர் முன்னால் இருக்கும். அவர் இந்தத் தினத்தில் வீடியோ கான்ஃபரன்சிங்கில் தன் முன்னால் ஆஜரான கைதி, குற்றத்தை ஒப்புக்கொள்கிறேன் என்று கூறினார் என்று பதிவு செய்ய அவருக்கு உரிமை உள்ளது. அப்படிச் செய்தால் அந்த வழக்குக்கு உரிய நீதிபதி, அதைப் பார்த்து முடிவெடுக்க இயலும். ஆனால் எந்த நீதிபதியும் இதுபோல செய்வதில்லை.

இது போன்ற வசதியில்லாத கைதிகளுக்கு உதவி செய்யவென்று, அரசு சட்ட உதவி மையம் உள்ளது. அப்போதைய திமுக ஆட்சியில் திமுகவைச் சேர்ந்த கண்ணதாசன் என்ற வழக்கறிஞர் இந்த மையத்தின் தலைவராக இருந்தார். அவரது பணி, சிறையில் வழக்கறிஞர் வைக்க வசதி இல்லாத கைதிகளின் வழக்கைப் பரிசீலித்து, அவர்களுக்காக வாதாடவோ, அல்லது அவர்களுக்குத் தீர்வோ பெற்றுத் தருவதுதான். ஆனால் ஒரே ஒரு சதவிகிதம்கூட அவர் அந்தப் பணியைச் செய்தது கிடையாது. அதை ஓர் அலங்காரப் பதவியாகக் கருதி, தனது நிலையை மேம்படுத்துவதற்குத்தான் பதவியைப் பயன்படுத்திக் கொண்டார்.

இன்றுவரை இலவச சட்ட உதவி மையம் ஒரு செயல்படாத அலங்கார அமைப்பாகவே இருந்து வருகிறது. இரண்டு வருடம் தண்டனை விதிக்கப்படக்கூடிய ஒரு வழக்கில், குற்றம் நிரூபிக்கப்படாமலேயே ஒன்றரை வருடமாக ஒரு கைதி இருப்பது எத்தனை பெரிய கொடுமை? இது நமது ஜனநாயகத்துக்கே இழுக்கல்லவா? ஆனால் இது குறித்து நீதிமன்றங்களும் கவலைப்படாமல்தான் இருந்து வருகின்றன என்பது வேதனைக்குரிய விஷயம்.

நான் சிறைக்கு வந்து இரண்டு மாதங்கள் முடிய இருந்தது. கீழ் நீதிமன்றத்தில் என்னுடைய ஜாமீன் தள்ளுபடி செய்யப்பட்டது என்ற தகவல் தெரிந்தது. உயர் நீதிமன்றத்தில் இரண்டு வாரங்களாக விசாரணை நடைபெற்றுக்கொண்டிருந்தது. சிறையில் பழகுவதற்கு நிறைய நண்பர்கள் கிடைத்திருந்தார்கள். உணவு உள்ளிட்ட எதற்கும் பிரச்னைகள் இல்லை. ஆனாலும் வெளியுலகத்தை எப்போது பார்ப்போம் என்ற ஏக்கம் என்னை அரிக்கத் தொடங்கியது. அதுதான் சிறை.

நாம் நமது வீட்டில் இருக்கிறோம். இரவு ஏழு மணிக்கு வெளியில் சென்று ஒரு நடை நடக்க வேண்டும் என்று தோன்றுகிறது. நண்பருக்கு போன் பேச வேண்டும் என்று தோன்றுகிறது. இரவுக் காட்சி சினிமாவுக்குப் போக வேண்டும் என்று தோன்றுகிறது. காலாற நடந்து ஒரு சிகரெட் பிடிக்கலாம் என்று தோன்றுகிறது. இது எதையுமே சிறையில் செய்ய முடியாது. அதுதான் சிறை. மாலை 6 மணிக்கு கதவை அடைத்தார்கள் என்றால் மறு நாள் காலை 6 மணிக்குதான் திறக்கப்படும். 12 மணி நேரம் ஒரு சிறிய செல்லுக்குள் என்ன செய்வீர்கள்?

எத்தனை நாட்கள் உங்கள் இரவு உணவை மாலை 5.30 மணிக்கு கைகளில் பெற்றிருக்கிறீர்கள்? தூக்கம் வரவில்லை என்றால் உங்கள் வீட்டில் டிவி பார்க்கலாம். விரும்பிய புத்தகங்களைப் படிக்கலாம். ரத்தச் சொந்தங்களோடு பேசலாம். நண்பர்களோடு போனில் பேசலாம். ஆனால் இதில் எதையுமே சிறையில் செய்யமுடியாது.

ஒவ்வொரு நாளும் சிறையில் இருக்கிறோம் என்ற உணர்வு உங்களை அழுத்திக்கொண்டே இருக்கும்.

சென்னை உயர்நீதிமன்றம் எனக்கு ஜாமீன் வழங்கிவிட்டது என்று ஜெயிலர் மூலமாக எனக்கு தகவல் வந்தது. உயர் நீதிமன்றம் ஜாமீன் வழங்கிவிட்டால் உடனடியாக சிறையில் இருந்து வெளியே வந்து விட முடியாது. சிறையிலிருந்து வெளியே வருவதற்கு ஒவ்வொரு வழக்குக்கும் ஏற்றார்போல நீதிமன்றங்கள் நிபந்தனை விதிக்கும். அந்த நிபந்தனைகளுக்கு ஒப்ப வெளியே வருவதற்கு ஓரிரு நாட்கள் ஆகும்.

இந்த இடைவெளியில் தடா ரஹீமிடம் பேசினேன். 'நான் இரண்டு நாட்களில் வெளியே செல்லப் போகிறேன். நீங்கள் எனக்கு சிறையில் செய்த உதவியை என்னால் மறக்க முடியாதது. உங்களுக்கு ஏதாவது செய்ய விரும்புகிறேன். என்ன செய்யவேண்டும் என்று சொல்லுங்கள்' என்று கேட்டேன். 'தோழர் நாங்கள் 11 ஆண்டுகளாக விசாரணைக் கைதிகளாக சிறையில் இருக்கிறோம். எங்களது ஜாமீன் மனு வழக்கு முடிந்துவிடும் என்பதைக் காரணம் காட்டி பலமுறை நிராகரிக்கப் பட்டுள்ளது. தொடர்ந்து நிராகரிக்கப்பட்டு வருகிறது. எங்களுக்கு எந்த நீதிமன்றமும் சாதகம் செய்யவேண்டாம். நாங்கள் குற்றவாளியோ, நிரபராதியோ எங்கள் வழக்கில் தீர்ப்பை விரைவாக வழங்குவதற்கான ஏற்பாடுகளைச் செய்யுங்கள். இரண்டு மாதங்களுக்கு முன்னதாக வழக்கு இறுதிக் கட்டத்தை எட்டும் நிலையில் நீதிபதி மாற்றப்பட்டார். தற்போதும் ஏறக்குறைய விசாரணை முடிந்துவிட்ட நிலையில் வழக்கு நிலுவையில் இருக்கிறது. எங்களுக்கு இந்த உதவியை மட்டும் செய்தால் போதும்' என்றார்.

சிறையிலிருந்து வெளிவந்த பின்னர் அந்த வழக்கைத் தொடர்ந்து கவனித்து வந்தேன். அதற்குப் பின்னரும் மீண்டும் ஒருமுறை ஜாமீன் மனு சென்னை உயர் நீதிமன்றத்தில் தாக்கல் செய்யப்பட்டது. குற்றவாளிகள் சார்பில், 11 ஆண்டுகளாக ஜாமீன் இல்லாமல் விசாரணை கைதிகளாக உள்ளார்கள். தீர்ப்பு இப்போதைக்கு வருவதாகத் தெரியவில்லை. ஜாமீனாவது வழங்குங்கள் என்று கோரப்பட்டது. அரசுத் தரப்பில் விரைவில் தீர்ப்பு வரப் போகிறது என்று கூறியதை அடுத்து ஜாமீன் மனு தள்ளுபடி செய்யப்பட்டது.

சில மாதங்கள் கழித்து விசாரணை முடிந்து தீர்ப்புக்கான நாளும் தெரிவிக்கப்பட்டது. அந்த நிலையில் அந்த நீதிபதி மாற்றப்பட்டார். இந்த நீதிபதிக்கான மாற்றல் உத்தரவில், காவல்துறையின் பங்கு இருக்குமா என்பது தெரியவில்லை. ஆனால், தீர்ப்பு ஒத்தி வைக்கப்பட்ட நிலையில், ஒரு நீதிபதியை மாற்றினால் புதிதாக வரும் நீதிபதி அந்த வழக்கின் ஆவணங்களைப் படித்துப் புரிந்துகொண்டு,

சாட்சிகளின் வாக்குமூலங்களைப் படித்து முடித்து தீர்ப்பளிக்க நான்கு மாதங்களாவது ஆகும். இது குறித்து என்ன செய்வதென்றே எனக்குப் புரியவில்லை.

நான் கைதாவதற்கு முன்பு ஜூனியர் விகடனில் பணியாற்றி எனக்கு நண்பரான வெங்கடேஷ் என்பவர், அப்போது சென்னையில் வெளிவந்த நம் தினமதி என்ற நாளிதழில் ஆசிரியராக இருந்தார். அவரிடம் இந்த விவரங்களைச் சொன்னதும், அனைத்தையும் ஒரு கட்டுரையாக எழுதி அனுப்பச் சொன்னார். நான் அனுப்பிய கட்டுரை, முதல் பக்கத்தில் நம் தினமதியில் வெளிவந்தது. அது அவ்வளவாக பிரபலமாகாத ஒரு பத்திரிக்கை என்பதால் பெரிய அளவில் தாக்கத்தை ஏற்படுத்தவில்லை.

வழக்கறிஞர் புகழேந்தியின் அலுவலகத்தில் ஜெய்னுல்லாபுதீன் என்ற ஓர் இளம் வழக்கறிஞர் பணியாற்றினார். அவர் தமிழக முஸ்லீம் முன்னேற்றக் கழகத்தைச் சேர்ந்தவர். அவரிடம் பேசிக்கொண்டிருந்த போது மிகவும் கோபமாக, 'முஸ்லீம்களுக்காகப் பணியாற்றி வருவதாகச் சொல்கிறீர்கள். 11 ஆண்டுகளாக ஒரு வழக்கில் இத்தனை பேர் சிறையில் இருக்கிறார்கள். தீர்ப்பு வரும் நிலையில் விசாரணை நீதிபதி மாற்றப்பட்டிருக்கிறார். நீங்கள் என்ன செய்தீர்கள்' என்று கேட்டு, நம் தினமதியில் வந்திருந்த என்னுடைய கட்டுரையைக் கொடுத்தேன். அவர் எதுவும் பேசவில்லை. அந்தச் செய்தித்தாளை வாங்கிக்கொண்டு சென்றார்.

மறு நாள் தமிழக முஸ்லீம் முன்னேற்றக் கழகத்தின் சார்பில், நீதிபதியை மாற்றிய சென்னை உயர் நீதிமன்றத்தைக் கண்டித்து, உயர்நீதிமன்ற முற்றுகை போராட்டம் அறிவிக்கப்பட்டது. மிகவும் அதிகமான அளவில் இஸ்லாமியர்கள் பங்கேற்ற போராட்டமாக அது இருந்தது. அப்போது சென்னை உயர் நீதிமன்றத்தின் பொறுப்பு நீதிபதியாக எலிப்பி தர்மாராவ் இருந்தார். அவர் போராட்டம் நடத்துபவர்களில் ஐந்து பேரை பிரதிநிதிகளாக அழைத்தார். அவர்கள் தங்கள் கோரிக்கையைச் சொன்னதும், நீதிபதியின் மாற்றல் உத்தரவை மாற்ற முடியாது. ஆனால் இந்த நீதிபதி இந்த வழக்கில் தீர்ப்பு வழங்கிய பின்னரே பணியில் இருந்து விடுவிக்கப்படுவார் என்று வாக்குறுதி வழங்கினார்.

இரண்டு வாரங்களில் தீர்ப்பு என்று அறிவிக்கப்பட்டது. அந்த வழக்கில் சாட்சியங்களும் இல்லை. ஆவணங்களும் இல்லை. தடா ரஹீமுக்கு எதிராக அரசுத் தரப்பில் தாக்கல் செய்திருந்த ஆவணம் என்ன தெரியுமா? அல் உம்மா என்று எழுதப்பட்ட ஒரு காகிதம். வழக்கு பூந்தமல்லி வெடிகுண்டு வழக்குகளுக்கான சிறப்பு நீதிமன்றத்தில் நடைபெற்று வந்தது. தீர்ப்பு நாளன்று நீதிமன்றத்துக்குச் சென்றேன். வழக்கில் சம்பந்தப்பட்ட அனைவரும் விடுதலை என்று தீர்ப்பளித்தார்

நீதிபதி. எனக்கு எல்லையற்ற மகிழ்ச்சி ஏற்பட்டது. நான் அந்த நடவடிக்கையை எடுக்காமல் இருந்திருந்தால், வழக்கின் தீர்ப்பு மேலும் தாமதமாகியிருக்கக் கூடும்.

சிறையில் பேசிக்கொண்டிருந்தபோது, தடா ரஹீம் என்னிடம் ஒரு வார்த்தை கூறினார். 'என்னுடைய இளமைக் காலம் முழுவதுமே சிறையில் கழிந்துவிட்டது. என் மனைவி என்னை விவாகரத்து செய்து விட்டார். நான் சிறப்பாக நடத்தி வந்த அச்சகம் விற்பனை செய்யப்பட்டு விட்டது. எனக்கு வாழ்க்கையே இல்லை' என்றார். இன்று ரஹீம் ஓர் அரசியல் கட்சியில் முக்கிய தலைவராக உள்ளார். இன்றும் நல்ல நண்பராக இருக்கிறார்.

எனக்கு ஜாமீன் கிடைத்தது என்ற விபரம் செய்தித்தாளில் வந்தது. செய்தி வந்த மறுநாள் மாலை சிறையிலிருந்து விடுவிக்கப்படுவதற் கான தயாரிப்பு வேலைகள் தொடங்கின. சிறைக்கு உள்ளே வரும் போது, எப்படி உடலில் உள்ள தழும்புகள், மச்சங்கள் உள்ளிட்ட அடையாளங்கள் பதிவு செய்யப்படுகிறதோ, அதேபோல ஜாமீனில் வெளியே செல்கையிலும் இதே போன்ற சரி பார்ப்புகள் உள்ளது. ஒரே பெயருடைய தவறான கைதி ஜாமீனில் சென்றுவிடக்கூடாது என்பதற்காகப் பல கட்டுப்பாடுகள் உள்ளன. இந்த விபரங்கள் அனைத்தும் மூன்று இடங்களில் சரி பார்க்கப்படும். இறுதியாக ஜெயிலர் சரி பார்த்த பின்னரே சிறையிலிருந்து வெளியேற முடியும். மூன்றாவது இடத்தில் எனக்கு சரிபார்ப்பு நடந்துகொண்டிருக்கும் போதுதான், எனக்கு வந்த ஜாமீன் உத்தரவில், நீதிமன்றத்தின் சீல் இல்லை என்பது கண்டு பிடிக்கப்பட்டது. இதனால் மீண்டும் சிறையில் அடைக்கப்பட்டேன்.

ஜாமீனே இல்லையென்றால்கூட இருந்துவிடலாம். விடுதலை செய்யப்படப் போகிறோம் என்று கேட் வரை வந்துவிட்டு பிறகு மீண்டும் சிறையில் அடைக்கப்படுவது மிகுந்த மன உளைச்சலை ஏற்படுத்தும். இருப்பினும் வழக்கறிஞர்கள் விரைவில் இந்தக் குறையை சரி செய்துவிடுவார்கள் என்று நம்பினேன். அதேபோல, இரவோடு இரவாக நீதிமன்ற ஊழியரை வரவழைத்து, நீதிமன்றம் சென்று, அந்த சீலை ஜாமீன் உத்தரவில் வைத்து, மறு நாள் காலை விடுதலை செய்யப்பட்டேன். நான் சிறையிலிருந்து வெளியே செல்லும்போது, உயர் பாதுகாப்பு இரண்டாம் பிரிவில் இருந்த அத்தனை கைதிகளும் வந்து என்னை வழியனுப்பினர்.

இரண்டு முழு மாதங்கள் கழித்து சிறையைவிட்டு வெளியே வந்தேன். வீட்டிலிருந்து யாரையும் வர வேண்டாம் என்று சொல்லிவிட்டேன். அம்மா மற்றும் தங்கை வழக்கறிஞர் அலுவலகத்தில் காத்திருந்தார்கள்.

புழல் சிறையிலிருந்து பாரிமுனையிலிருந்த வழக்கறிஞர் அலுவலகம் சென்றேன். அங்கிருந்து அம்மா மற்றும் தங்கையோடு மதுரவாயலில் உள்ள வீட்டுக்குத் திரும்பினேன். திரும்பி வரும் வழியெல்லாம் அனைத்துமே புதிதாகத் தோன்றியது. வெறும் இரண்டு மாதங்களே ஆனாலும் உலகமே புதிதாகத் தோன்றியது.

அடுத்து என்ன என்று எதிர்காலம் குறித்த கேள்வியும் என்னைப் பயமுறுத்தியது. இனி எதிர்காலம் என்று ஒன்று உள்ளதா என்றும் தோன்றியது.

22

சிறையிலிருந்து வெளியே வந்து வீட்டுக்குள் நுழைந்ததும், 17 ஜூலை 2008 அன்று நடைபெற்ற சம்பவங்கள் அனைத்தும் நினைவுக்கு வந்தன. எனது அறைக்குள் நான் தாக்கப்பட்டது மீண்டும் மீண்டும் நினைவுக்கு வந்தது. இந்த இடத்தில்தானே அடி வாங்கினோம். இந்த இடத்தில் தானே நிர்வாணப்படுத்தப்பட்டோம் என்ற எண்ணங்கள் அலைக்கழித்தன.

டிஎஸ்பி பாலு, இவன் காலை விரிங்கய்யா என்று கூறி, கடுமையாகத் தாக்கியது நினைவுக்கு வந்தது. அடுத்த அறையில் அம்மா இருப்பார்களே, அவர்களுக்குத் தெரிந்துவிடக்கூடாது என்ற காரணத்தால், வலியைப் பொறுத்துக்கொண்டு கத்தாமல் அடக்கிக் கொண்டது நினைவுக்கு வந்தது. அந்த எண்ணங்கள் அவமானத்தையும் கழிவிறக்கத்தையும் ஏற்படுத்தின. இதுவரை அம்மாவுக்கு நான் தாக்கப்பட்டேன் என்பதே தெரியாது. கடைசிவரையில் அந்தச் சம்பவம் பற்றித் தெரியக்கூடாது என்பதில் கவனமாக இருந்தேன்.

சிறையில் இருந்து வெளியே வந்தது முதல் மிகவும் தனிமையாக உணர்ந்தேன். யாருமே இல்லாமல் தனித் தீவில் இருப்பதுபோல இருந்தது. அம்மாவிடம்கூடப் பேசத் தோன்றவில்லை.

நீதிமன்றம் எனக்கு ஜாமீன் வழங்கியதற்கு விதித்த ஒரு நிபந்தனை, 50 ஆயிரம் ரூபாய்க்கான இரு நபர் ஷ்யூரிட்டி. 50 ஆயிரத்துக்கான வைப்பு நிதி ரசீதை நீதிமன்றத்தில் சமர்ப்பித்து எனது தாயும் தங்கையும் ஷ்யூரிட்டியாக இருந்தனர். இது தவிர அடுத்த உத்தரவு பிறப்பிக்கப் படும்வரை, தினந்தோறும் சிபி.சிஐடி அலுவலகத்தில் கையெழுத்திட வேண்டும் என்றும் உத்தரவு பிறப்பிக்கப்பட்டிருந்தது. ஒருநாள் கையெழுத்திடத் தவறினாலும் ஜாமீன் ரத்து செய்யப்படும்.

முதல் நாள் கையெழுத்திட வழக்கறிஞர் விஜயக்குமாரின் ஜூனியரோடு சிபி.சிஐடி அலுவலகத்துக்குச் சென்றேன். கையெழுத்திடச் செல்வதற்கு முன் அது தொடர்பாக நீதிமன்றத்தில் வழங்கும் கடிதத்தையும், ஒரு நோட்டுப் புத்தகத்தையும் எடுத்துச் செல்ல வேண்டும். அப்படி எடுத்துச் சென்று முதல் நாள் கையெழுத்திட்டேன். டிஎஸ்பி பாலு இருந்தார். நான் எதுவும் பேசவில்லை. என் வீட்டில் கைப்பற்றப்பட்ட சிடிக்கள் உள்ளிட்ட சில பொருட்கள் நீதிமன்றத்தில் ஒப்படைக்கப்படாமல் அந்த அலுவலகத்திலேயே வைக்கப் பட்டிருந்ததைப் பார்த்தேன்.

‘சார், கையெழுத்து போடணும்’ என்று அங்கே இருந்த ஆய்வாளர் சரவணக்குமாரிடம் சொன்னேன். நான் எடுத்து வந்திருந்த நோட்டில் கையெழுத்து போடச் சொன்னார். திரும்புகையில், நான் இரவு முழுவதும் அடி வாங்கிய அறையைப் பார்த்தேன். இப்போதும் அந்த அறைக்குள் யாரோ ஒரு கைதி சங்கிலியால் கட்டப்பட்டு அடைத்து வைக்கப்பட்டு இருப்பார் என்று தோன்றியது. கையெழுத்து போட்டுக் கொடுத்துவிட்டுக் கிளம்பிவிட்டேன்.

மீண்டும் வீட்டுக்கு வந்ததும் எந்த வேலையும் இல்லை. கைது செய்யப் பட்ட மறுநாளே என்னைப் பணியிலிருந்து இடைநீக்கம் செய்து உத்தரவு பிறப்பித்தார்கள். தினந்தோறும் அரசு அலுவலகம் சென்று பரபரப்பாக வேலை செய்துகொண்டிருந்த எனக்கு, திடீரென்று எந்த வேலையும் இல்லாமல் இருந்தது மிகுந்த சோர்வை ஏற்படுத்தியது. பல்வேறு எண்ணங்கள் வந்து குழப்பின. வழக்கறிஞர் அலுவலகம் சென்று, அவர்களுக்கு உதவியாக தட்டச்சு உள்ளிட்ட வேலைகளைச் செய்யத் தொடங்கினேன். அவர்கள் அலுவலகத்தில் உள்ள வேலைகளை நானாகக் கேட்டு வாங்கிச் செய்தேன். மீதம் உள்ள நேரத்தில் தீர்ப்புகளைப் படிக்கத் தொடங்கினேன்.

இப்படியாக ஒரு வாரம் போனது. ஒரு வாரம் கழித்து சிபி.சிஐடி அலுவலகத்துக்குக் கையெழுத்து போடச் செல்கையில் ஒரு கடிதத்தை ஆய்வாளர் சரவணக்குமார் கொடுத்தார். அந்தக் கடிதத்தின்படி, நான் பெங்களூரு, மடிவாலாவில் உள்ள தடய அறிவியல் பரிசோதனைக் கூடத்தில் உண்மை கண்டறியும் சோதனைக்கு என்னை உட்படுத்திக் கொள்ள வேண்டும் என இருந்தது.

நார்கோ அனாலிசிஸ் என்ற உண்மை கண்டறியும் சோதனை என்பது உடலையும் மனதையும் துன்புறுத்தும் ஒரு சோதனை. உங்களுக்கு ஏதாவது ஒரு காரணத்துக்காக அறுவை சிகிச்சை செய்ய நேர்ந்தால் அப்போது மயக்க மருந்து கொடுப்பார்கள். அந்த அனஸ்தீஷியா என்ற மயக்க மருந்து அளிப்பது, மருத்துவத் துறையில் ஒரு தனிப் பிரிவு.

மயக்க மருந்து அளிக்கையில் தவறாக டோஸ் கொடுத்தால் மரணம் சம்பவிக்க வாய்ப்பு உள்ளது. அதனால்தான் அந்தத் துறை மிகவும் முக்கியத்துவம் வாய்ந்த துறையாகக் கருதப்படுகிறது.

நார்கோ அனாலிசிஸ் சோதனையின்போது, ஒருவரின் வயது மற்றும் உடல்நிலையின் அடிப்படையில் சோடியம் பென்டத்தால் அல்லது சோடியம் அமிட்டால் என்ற மருந்தை ரத்தக் குழாய் வழியாகச் செலுத்துவார்கள். செலுத்தச் செலுத்த சம்பந்தப்பட்டவர் அரை மயக்க நிலைக்குச் செல்வார். அப்போது அருகில் மருத்துவர்கள் மற்றும் வழக்கின் புலனாய்வு அதிகாரி உடன் இருப்பர். சம்பந்தப்பட்டவரை, முழு மயக்க நிலைக்குச் செல்லாமல், தட்டி எழுப்ப முயற்சி செய்து அந்த நேரத்தில் கேள்வி கேட்பார்கள். முழுமையாக சுயநினைவு இல்லாத நிலையில் சம்பந்தப்பட்டவர் உண்மையைத் தன்னையறியாமல் சொல்லிவிடுவார் என்பதுதான் இதன் நோக்கம்.

ஓர் அறுவை சிசிக்சைக்காக மயக்க மருந்து எடுத்துக்கொள்வது வேறு. காவல் துறை அதிகாரிகள் குறுக்கு வழியில் புலனாய்வு செய்வதற்காக, ஒருவருக்குத் தேவையில்லாத மருந்துகளை உடலில் செலுத்துவது என்பது ஒரு மோசமான சித்திரவதையே. அந்த மயக்க மருந்து காரணமாக உடலில் பின்னாளில் பல்வேறு உபாதைகள் ஏற்படக்கூடும் என்று மருத்துவ ஆய்வுகள் கூறுகின்றன. மேலும், இது முழுமையாக வெற்றி தரக்கூடிய முறை கிடையாது. அப்படி இருந்திருந்தால் உலகெங்கும் உள்ள புலனாய்வு அமைப்புகள் இந்த முறையைத்தான் கையாள்வார்கள். இது ஒரு நபரின் மன உறுதியைப் பொறுத்தது. ஒரு விஷயத்தைச் சொல்லக்கூடாது என்று நினைப்பவர்களிடம் எந்த உண்மையையும் இந்தச் சோதனையால் பெறமுடியாது.

உண்மை கண்டறியும் சோதனையை ஒருவர் சம்மதமில்லாமல் நடத்த முடியுமா என்பது குறித்த வழக்கு ஒன்று அந்தச் சமயத்தில் உச்ச நீதிமன்றத்தில் நீண்ட நாட்களாக நிலுவையில் இருந்தது. அந்த வழக்கில் தீர்ப்பு வழங்கப்படவில்லை. அதனால் அப்போது இது குறித்த தெளிவான தீர்ப்புகள் ஏதும் கிடையாது. என்னிடம் அந்தக் கடிதத்தைக் கொடுத்துவிட்டு ஆய்வாளர் சரவணக்குமார், மறுநாள் காலை கையெழுத்திட வருகையில் சிபி.சிஐடி அலுவலகத்திலிருந்தே வாகனம் மூலமாக பெங்களூர் செல்வதாகத் திட்டம் என்று கூறினார். ‘உங்களோடு நான் ஏன் வர வேண்டும்? நான் என் வழக்கறிஞரோடு நேராக பெங்களூரு வருகிறேன்’ என்று கூறினேன். ‘இல்லை எதற்காக நீ பணத்தைச் செலவு செய்யவேண்டும், நாங்களே உன்னை அரசு செலவில் அழைத்துச் செல்கிறோம். நாளை கையெழுத்திட்டு விட்டு அப்படியே கிளம்பலாம்’ என்றார்.

அவர்களின் திட்டம் எனக்கு நன்றாகப் புரிந்தது. இந்தியா முழுமைக்கும் உண்மை கண்டறியும் சோதனை செய்ய இரண்டே இரண்டு பரிசோதனைக் கூடங்கள் மட்டுமே இருந்தன. அந்த இரண்டில் பெங்களூரு பரிசோதனைக் கூடம் ஒன்று. ஒரு நபருக்கு பரிசோதனை செய்ய வேண்டுமானால் காவல்துறை கடிதம் எழுதி உரிய நேரத்தை முன்பதிவு செய்ய வேண்டும். இந்தியா முழுக்க இது போன்ற கோரிக்கைகள் வருவதால், மூன்று மாதங்களுக்கு இடமில்லை என்று சிபி.சிஐடி போலீசாரிடம் தெரிவித்திருக்கிறார்கள். இந்த நிலையில் ஏற்கெனவே பரிசோதனை நடத்த இருந்த ஒருவருக்கான பரிசோதனை ரத்து செய்யப்பட்டுவிட்டதால், அந்த இடத்தில் என்னைப் பரிசோதனைக்கு உட்படுத்தத்தான் அத்தனை அவசரமான ஏற்பாடுகள் என்பது எனக்குப் புரிந்தது. சிபி.சிஐடியின் புலனாய்வில் வழக்குக்கு வலு சேர்க்கும் வகையில் எனக்கு எதிரான எந்த ஆவணங்களும் ஆதாரங்களும் அவர்களுக்குக் கிடைக்கவில்லை. அதனால் இந்தக் குறுக்கு வழியைக் கையாண்டனர்.

வழக்கறிஞர் விஜயக்குமாரிடம் சென்று விபரங்களைக் கூறினேன். அவருக்கு அந்தச் சோதனை என்னவென்பது புரியவில்லை. ‘அதனால் என்ன, போயிட்டு வாங்களேன்’ என்று கூறினார். அதன் பின் அந்த சோதனையின் தீமைகள் என்ன என்பது குறித்து அவருக்கு விரிவாக விளக்கினேன். உடனடியாக அவர், ‘சென்னை உயர் நீதிமன்றத்தில் மனுத் தாக்கல் செய்யலாம். நீங்கள் நாளை கையெழுத்திட சிபி.சிஐடி அலுவலகம் செல்லாதீர்கள்’ என்றார். அதன்படி நானும் மறுநாள் சிபி.சிஐடி அலுவலகம் செல்லவில்லை. சிபி.சிஐடியில் நான் கையெழுத்திட வரமாட்டேன் என்பதை ஒருவரும் எதிர்பார்த்திருக்க வில்லை. கையெழுத்திட வருவேன். கோழிபோல அமுக்கிக் கூட்டிச் செல்லலாம் என்று எதிர்பார்த்துக் காத்திருந்தனர். என்னை எப்படியாவது இந்தச் சோதனைக்கு உட்படுத்த வேண்டும் என்பதில் மிகத் தீவிரமாக இருந்தனர்.

இது தொடர்பான முந்தைய தீர்ப்புகளைத் தேடினால் அது குறித்துச் சொல்லிக் கொள்ளும்படித் தீர்ப்புகளே இல்லை. சென்னை உயர் நீதிமன்றத்தில் ஒரே ஒரு வழக்கில், சம்பந்தப்பட்டவரின் அனுமதி யில்லாமல் நார்கோ அனாலிசிஸ் சோதனை நடத்த முடியாது என்று தீர்ப்பு இருந்தது. அது போதுமானதா என்று தெரியவில்லை. இறுதியில் எனது சார்பில் சென்னை உயர் நீதிமன்றத்தில், உண்மை கண்டறியும் சோதனை என்பது உளவியல் ரீதியான துன்புறுத்தல் மற்றும் உடல்ரீதியான துன்புறுத்தல், சம்பந்தப்பட்டவரின் அனுமதியின்றி அந்தச் சோதனையைச் செய்யக் கூடாது என்று மனுத் தாக்கல் செய்யப்பட்டு இரண்டு நாட்களில் விசாரணைக்கு வர இருந்தது.

இதற்கிடையே சிபி.சிஐடி சார்பில், குற்றவாளி சிபி.சிஐடி அலுவலகத்தில் கையெழுத்திட வரவில்லை ஆகையால் ஜாமீனை ரத்து செய்யவேண்டும் என்று கீழ் நீதிமன்றத்தில் மனு தாக்கல் செய்யப் பட்டிருந்தது. 50 ஆயிரம் ரூபாய்க்கான ஷ்யூரிட்டியை ரத்து செய்து அரசுக் கணக்கில் சேர்க்கவேண்டும் என்றும் மனு தாக்கல் செய்யப் பட்டது. ஒரே நேரத்தில் பல இடங்களில் இருந்து தாக்குதல் தொடுக்கப்பட்டது. ஆனால் இவர்கள் என்னதான் மனுத் தாக்கல் செய்தாலும், ஜாமீனை ரத்து செய்யும் அதிகாரம் சென்னை உயர் நீதிமன்றத்துக்கு மட்டும்தான் உண்டு. ஆனால் எனக்குக் கடுமையான நெருக்கடிகளை அளித்தனர். உண்மைக் கண்டறியும் சோதனைக்கு வராமல் தப்பித்துவிட்டேன் என்பதை அவர்களால் ஜீரணித்துக் கொள்ளவே முடியவில்லை.

உண்மை கண்டறியும் சோதனை நடத்தக்கூடாது என்ற மனு சென்னை உயர் நீதிமன்றத்தில் விசாரணைக்கு வந்தபோது, சிபி.சிஐடி போலீசாரால், இந்தச் சோதனை விஞ்ஞானபூர்வமானது, உடலுக்கு எந்த வகையிலும் தீங்கிழைக்காதது என்று வாதிடப்பட்டது. நார்கோ அனாலிசிஸ் சோதனை உடலுக்கு எத்தகைய தீங்கை விளைவிக்கும், அது மன ரீதியான சித்திரவதை என்பதற்கான ஆதாரங்களை மிகுந்த ஆராய்ச்சி செய்து எடுத்து நீதிமன்றத்தில் சமர்ப்பித்தோம்.

நீதிபதி மோகன்ராம் என்பவர் முன்னிலையில் விசாரணைக்கு வந்தது. நீதிபதி அந்தச் சோதனை நல்லதா கெட்டதா என்பது குறித்தெல்லாம் ஆராயவேயில்லை. குற்றவாளி சம்மதம் தெரிவித்தாரா என்று கேட்டார். இல்லை என்றதும், சோதனை சம்மதம் இன்றி நடத்தக் கூடாது என்றும், சிபி.சிஐடி அலுவலகத்தில் மீண்டும் கையெழுத்திடலாம் என்றும், இதுவரை கையெழுத்திடாமல் இருந்தது பெரிய தவறல்ல என்றும் தீர்ப்பளித்தார். ஒரு பெரிய சோதனையில் இருந்து தப்பியது போல இருந்தது.

நீதிபதி சண்முகம் விசாரணை ஆணையம் ஆரம்பித்த நாளில் இருந்தே, நான் பத்திரிகையாளர்களோடு பேசியதைத் தொடர்ந்து மறுத்தே வந்திருந்தேன். சில உயர் அதிகாரிகளோடும் அப்போது தொடர்பில் இருந்தேன். ஆனால் ஒருவரது பெயரையும் விசாரணையில் சொல்லவில்லை. ஒரு வேளை நார்கோ அனாலிசிஸ் சோதனை எனக்கு நடத்தப்பட்டால் நான் உளறிவிடுவேனோ என்ற சந்தேகம் எனக்கு இருந்து கொண்டே இருந்தது. சில மாதங்கள் கழித்து, மனநல மருத்துவர் ஷாலினியைச் சந்தித்தேன். 'நார்கோ அனாலிசிஸ் சோதனையில் நான் சொல்ல விரும்பாத உண்மைகளைச் சொல்லியிருப்பேனா?' என்று கேட்டேன். 'நார்கோ அனாலிசிஸ் சோதனை என்பதே ஒரு மோசடி. வீட்டில் உங்களை அடிக்கும்போது,

கதவைச் சாத்திவிட்டு அடியுங்கள், அம்மாவுக்குத் தெரியக்கூடாது என்று வலியைப் பொறுத்துக்கொண்ட உங்களிடம் எந்த உண்மையையும் வாங்கியிருக்கமுடியாது, அது ஒரு பம்மாத்து சோதனை' என்றார்.

சில நாட்களில் குற்றப்பத்திரிக்கை தாக்கல் செய்யப்பட்டது. எழும்பூர் நீதிமன்றத்தில் குற்றப்பத்திரிக்கையின் நகல் எனக்கு வழங்கப்பட்டது. இந்த வழக்கை நடத்துவதற்குப் புதிய வழக்கறிஞர் தேவை என்று தெரிந்தது. மொத்த வழக்கையும் முடியும்வரை நடத்துவதற்கு குறைந்தபட்சம் ஒரு லட்ச ரூபாய் தேவைப்படும். இது போக, வழக்கு நடக்கும் நாளெல்லாம் வரும் வழக்கறிஞருக்கு 500 ரூபாய் தரவேண்டும். வழக்கு மிகுந்த தாமதமானால் கூடுதலாகக் கட்டணம் தரவேண்டும். என்னால் அவ்வளவு ரூபாய் செலவு செய்ய முடியாத நெருக்கடியில் இருந்தேன்.

யாரை அணுகுவது என்று யோசனை செய்துகொண்டிருந்தேன். தற்போதைக்கு நானே நடத்துகிறேன் என்று கூறினார் வழக்கறிஞர் விஜயக்குமாரின் ஜுனியர் புகழேந்தி. குற்றப்பத்திரிக்கையை வாங்கிப் பார்த்தால் சிபி.சிஐடி போலீசார் புதிதாக எந்தப் புலன் விசாரணையும் செய்யவில்லை என்பது தெரிந்தது. குற்றவியல் நடைமுறையில் உள்நோக்கத்தை அரசுத் தரப்பு நிரூபிக்கவேண்டியது மிகவும் அவசியம். எந்தக் குற்றத்தைப் புரிவதற்கும் மோட்டிவ் என்ற உள்நோக்கம் வேண்டும். உள்நோக்கமே இல்லாமல் ஒருவர் குற்றம் செய்திருப்பார் என்று நீதிமன்றத்தில் வழக்கு தாக்கல் செய்ய இயலாது.

பணத்துக்காகத்தான் உரையாடலை நான் வெளியிட்டிருப்பேன் என்று சிபி.சிஐடி போலீசார் நம்பினார்கள். என் வங்கிக் கணக்கைத் தீவிரமாக ஆராய்ந்தார்கள். எனது சம்பளத்தைத் தவிர அந்தக் கணக்கில் வேறு பணமே இல்லை என்பதைக் கண்டறிந்தார்கள். நண்பர் ராஜசேகர் எனக்கு 50 ஆயிரம் ரூபாய்க்கான காசோலை அளித்ததைக் கண்டறிந்தார்கள். அவரை அழைத்து விசாரித்தனர். ராஜசேகர் ஆறு மாதங்களுக்கு முன்னால் நான் வாங்கிய கடனைத் திருப்பி அளித்தேன் என்று கூறியிருக்கிறார். அந்தப் பணமும் நான் அரசு ஊழியர் சொசைட்டியில் இருந்து கடன் வாங்கி அளித்தது என்பதும் விசாரணையில் தெரிய வந்தது. அவரையும் கடுமையாக மிரட்டியுள்ளனர். அவர், 'சார், எனக்கு வீடு லீஸுக்கு பாக்கவேண்டிய நெருக்கடி வந்துச்சு. சங்கர் எனக்கு நண்பன். கடன் கேட்டேன். குடுத்தான். நான் திருப்பிக் கொடுத்தேன். எனக்கு வேற எதுவும் தெரியாது' என்றிருக்கிறான்.

ராஜசேகரை அப்போது சிபி.சிஐடி கூடுதல் டிஜிபியாக இருந்த அர்ச்சனா ராமசுந்தரத்திடம் அழைத்துச் சென்றுள்ளனர். ராஜசேகர் விஏஓவாக பணியாற்றுகிறான் என்பதை அறிந்துகொண்ட அர்ச்சனா,

என்னை எப்படித் தெரியும் என்று ராஜசேகரிடம் கேட்கவும், அவன் சிறிய வயதிலிருந்து நண்பன் என்று கூறியுள்ளான். ‘இங்க பாருங்க ராஜசேகர். நீங்க கவர்மென்டுல வேலை பாக்கறீங்க. உங்களுக்கு ஃபேமிலியெல்லாம் இருக்கு. சங்கர் ஒரு நக்சலைட். அவன் கூட பேச்சு வச்சுக்காதீங்க’ என்று அறிவுரை வழங்கியுள்ளார். ஒரு சாதாரண நபரான என்னை நக்சலைட் என்று நினைத்துப் பார்க்கும் அளவுக்கு அரசாங்கம் கலங்கியிருக்கிறது என்பது புரிந்தது.

பணத்தைப் பெற்றுக்கொண்டுதான் நான் உரையாடலை வெளியிட்டுள்ளேன் என்பதற்கு ஆதாரங்கள் இல்லை என்பது சிபி.சிஐடி போலீசாருக்குத் தெரிந்தது. அதனால் அந்தக் கோணத்தில் விசாரணையைக் கைவிட்டனர்.

அடுத்து பல நாட்களுக்கு முன்பு நடந்த சம்பவம் ஒன்றைக் கையில் எடுத்தனர். லஞ்ச ஒழிப்புத் துறையிலிருந்து பதவி உயர்வுக்காக தலைமைச் செயலகத்துக்கு ஊழியர்களைப் பரிந்துரையின் பேரில் அனுப்புவார்கள். அவ்வாறு அனுப்புகையில் என்னைவிடப் பணியில் இளையவரை பரிந்துரைத்திருந்தனர். அது தொடர்பாக நான் தகவல் அறியும் உரிமைச் சட்டத்தில் அலுவலகத்துக்கு ஒரு விண்ணப்பம் அனுப்பி இருந்தேன். அப்போது லஞ்ச ஒழிப்புத் துறையில் ஆசியம்மாள் என்று ஒரு பெண் எஸ்பி இருந்தார். மிகுந்த அகங்காரம் பிடித்தவர். என்னைக் கண்டாலே அவருக்கு ஆகாது. தகவல் அறியும் உரிமைச் சட்டத்தின் கீழ் நமக்கு கீழ் பணியாற்றும் ஓர் ஊழியர் நம்மிடமே தகவல் கேட்பதா என்று அந்த விண்ணப்பத்தை வாங்க மறுத்து திருப்பி அனுப்பினார்.

திருப்பி அனுப்பப்பட்ட அந்த கவரோடு இயக்குநருக்கு ஆசியம்மாள் மீது புகார் அனுப்பி, தகவல் அறியும் உரிமைச் சட்ட விண்ணப்பத்தை திருப்பி அனுப்பியதற்காக அவர் மீது நடவடிக்கை எடுக்கும்படி 1 ஏப்ரல் 2008 அன்று நேரில் ஒரு புகாரை அளித்தேன். அந்த விண்ணப்பத்தை இயக்குநர், அவருக்கு அடுத்த அதிகாரியான இணை இயக்குநருக்கு விசாரணைக்காக அனுப்பினார்.

அதே 1 ஏப்ரல் 2008 அன்றுதான் சட்ட ஆலோசகரின் கணினியில் வைக்கப்பட்டிருந்த வழக்கு சம்பந்தப்பட்ட உரையாடல் அந்தக் கணினியில் கையாளப்பட்டிருந்தது. இந்த இரண்டு சம்பவங்களையும் கோர்ப்பது என்று முடிவெடுத்தனர்.

அந்த 1 ஏப்ரல் 2008 அன்று என் விண்ணப்பத்தின் மீது விவாதிப்பதற்காக சட்ட ஆலோசகர் இணை இயக்குநர் அறைக்குச் சென்றதாகவும், அந்தச் சமயத்தில் நான் சட்ட ஆலோசகர் அறைக்குள் நுழைந்து அந்த

உரையாடலை காப்பி செய்ததாகவும் வழக்கை ஜோடித்திருந்தனர். மேலும் எனக்குப் பதவி உயர்வு வழங்காத காரணத்துக்காக நான் லஞ்ச ஒழிப்புத் துறையைப் பழி வாங்குவதற்காக உரையாடலை வெளியிட்டேன் என்றும் வழக்கு ஜோடிக்கப்பட்டது.

ஆனால் இவையெல்லாம் நீதிமன்றத்தில் குற்றத்தை நிரூபிக்கப் போதுமானதல்ல. அதற்காக இரண்டு சாட்சிகளைப் பொய்யாக உருவாக்கியிருந்தனர். எனது வீட்டில் சோதனை நடத்தியபோது ஒரு ப்ரிண்டர் வாங்கியதற்கான பில் கைப்பற்றப்பட்டது. அந்த ப்ரிண்டர் எங்கே என்று கேட்டதற்கு எனது நண்பரான ஆய்வாளர் சரவணனிடம் அளித்துள்ளேன் என்று கூறினேன். அந்த ஆய்வாளர் சரவணன் எனக்கு மிகச் சிறந்த நண்பர். இருவரும் ஒத்த கருத்துடையவர்களாக இருந்தோம். இதனால் அடிக்கடி பல்வேறு விவகாரங்கள் குறித்து அவரோடு விவாதிப்பதுண்டு.

நான் கைதான பிறகு ஒரு நாள் இரவு 12 மணிக்கு மேல், டிஎஸ்பி பாலு தலைமையிலான ஒரு டீம் கீழ்பாக்கத்தில் உள்ள சரவணன் வீட்டுக்கு சென்றுள்ளது. அவரைக் கைது செய்வதுபோல வாகனத்தில் ஏற்றி அழைத்து சென்றுள்ளனர். நாங்கள் சொல்வதுபோல வாக்குமூலம் கொடுத்தால் விட்டுவிடுவோம். அல்லது வழக்கில் குற்றவாளியாகச் சேர்த்துவிடுவோம் என்று கூறியிருக்கின்றனர். குழந்தைகள் மற்றும் குடும்பத்தோடு வசித்து வந்த சரவணன், என்னோடு வைத்திருந்த ஒரு நட்பின் காரணமாக கடுமையான நெருக்கடிக்கு ஆளாக்கப்பட்டார். அவரிடம் சிபி.சிஐடி போலீசாரின் தேவைக்கு ஏற்றாற்போல வாக்குமூலம் பெறப்பட்டது.

உரையாடல்கள் வெளியாவதற்கு ஒரு சில நாட்களுக்கு முன்னால் சரவணனிடம் நான் ‘இந்தத் துறையை எப்படிப் பழி வாங்குகிறேன் பாருங்கள். நான் மீன் பிடிக்கத்தான் வலையை வீசினேன். ஆனால் திமிங்கலமே சிக்கியுள்ளது. தினமும் தவறாமல் மக்கள் டிவி பாருங்கள். நமது துறையைப் பற்றி பெரும் அதிர்ச்சித் தகவல் வெளியாக உள்ளது’ என்று கூறியதாக அவரிடம் வாக்குமூலம் பெற்றுக்கொண்டனர்.

இப்படி வாக்குமூலம் பெற்றுக்கொண்டாலும் பத்திரிக்கையாளர்களுக்கு உரையாடல் எப்படி சென்று சேர்ந்தது என்பதும், அந்த உரையாடல் களை நான் சிடி வடிவில் எப்படித் தயாரித்தேன் என்பதற்கும் சாட்சிகள் இல்லை. இதற்காக சரவணனின் தம்பி பூபதியைச் சாட்சியாகச் சேர்த்தனர். பூபதி சரவணன் வீட்டில் தங்கிப் படித்துக் கொண்டிருந்தார். பூபதி, நான் அவர்கள் வீட்டு கம்ப்யூட்டரை பயன்படுத்தியதாகவும், அதில் பலமுறை சிடிக்களை ரைட் செய்ததை

பார்த்துள்ளதாகவும் கூறியதாக அவரிடம் வாக்குமூலம் பெற்றுக் கொண்டனர்.

பத்திரிகையாளர்களிடம் சிபி.சிஐடி விரும்பியது போல வாக்குமூலம் பெற முடியவில்லை. அவர்கள் சங்கரை எங்களுக்குத் தெரியாது என்று வாக்குமூலம் அளித்துவிட்டனர். எனது தங்கையின் கணவரையும் ஒரு சாட்சியாகச் சேர்த்திருந்தனர். அவர்தான் எனது வீட்டில் இருந்த கம்ப்யூட்டரை வாங்கித் தந்ததாகவும், கம்ப்யூட்டர் தொடர்பாக அனைத்து உதவிகளையும் செய்ததாகவும் அவரை விசாரிக்காமலேயே வாக்குமூலம் பதிவு செய்துகொண்டனர். இப்படி ஜோடிக்கப்பட்ட ஒரு குற்றப் பத்திரிக்கை நீதிமன்றத்தில் தாக்கல் செய்யப்பட்டது.

இயக்குநர் உபாத்யாயின் மடிக் கணினி பழுதானது. அதனால் அதில் இருந்த டேட்டா அனைத்தும் சட்ட ஆலோசகர் கணினியில் சேமிக்கப் பட்டது. சட்ட ஆலோசகர் 1 ஏப்ரல் 2008 அன்று நான் அளித்திருந்த புகார் மனு தொடர்பாக இணை இயக்குநரைச் சந்திக்கச் சென்றிருந்தார். அந்த நேரத்தில் அவர் இல்லாத சூழலைப் பயன்படுத்தி நான் சட்ட ஆலோசகர் கணினியில் இருந்து அந்த உரையாடலை, சுஜாதா என்று பெயரிடப்பட்ட ஒரு பென் ட்ரைவ் மூலமாக காப்பி செய்து, ஊடகங்களில் வெளியிட்டேன். இதுதான் என் மீதான குற்றச்சாட்டு. அரசு கணினியை அனுமதி இல்லாமல் நான் பயன்படுத்தியதற்காக ஒரு பிரிவு சேர்க்கப்பட்டிருந்தது. அந்தப் பிரிவுக்கு 10 ஆண்டுகள் அதிகபட்ச தண்டனை. இதர இரண்டு பிரிவுகளுக்கு 3 ஆண்டுகள் தண்டனை.

இந்த வழக்கில் அதிகபட்ச தண்டனை பத்து ஆண்டுகள் என்பதால் அந்த வழக்கை அமர்வு நீதிமன்றம் எனும் செஷன்ஸ் நீதிமன்றம்தான் விசாரிக்கமுடியும். மூன்று ஆண்டுகள் தண்டனை உள்ள வழக்குகளை மட்டுமே மேஜிஸ்டிரேட் நீதிமன்றம் விசாரிக்க முடியும். அதனால் என் வழக்கு மாவட்ட தலைமை அமர்வு நீதிமன்றத்தில் விசாரணைக்கு வந்தது. அந்த நீதிமன்றம் உயர்நீதிமன்ற வளாகத்துக்குள் அமைந்துள்ளது. முதல் முறையாக அந்த நீதிமன்றத்தின் முன் ஆஜராகச் சென்றேன். உடன் கௌதம சன்னா என்ற வழக்கறிஞர் வந்திருந்தார். நீதிமன்றத்தில் ஆஜரானதும் எனது வழக்கு 7வது அமர்வு நீதிமன்றத்துக்கு மாற்றப்பட்டதாகத் தெரிவிக்கப்பட்டது.

நீதிமன்ற அறையை விட்டு வெளியே வந்ததும் டிஎஸ்பி பாலு, ஒரு பெண் காவலரோடு நின்றுகொண்டிருந்தார். நேராக அவரிடம் சென்றேன். ‘என்ன பாலு? எப்படி இருக்க?’ என்று கேட்டேன். இதை அவர் சற்றும் எதிர்பார்க்கவில்லை. என்ன நடக்கிறது என்று புரியவுமில்லை. ‘என்ன?’ என்று மட்டும் கேட்டார். ‘பாலுதானே உன்

பேரு?' என்றேன். டிஎஸ்பி பாலுவின் கைகள் என்னை அடிக்கத் துடித்ததைப் பார்க்கமுடிந்தது. தன்னிடம் இரவு முழுக்க கஸ்டடியில் அடி வாங்கிய ஒரு குற்றவாளி தன் பெயரைச் சொல்லி அழைப்பதை எந்தக் காவல்துறை அதிகாரியால்தான் பொறுத்துக் கொள்ளமுடியும்?

அவர் உடன் இருந்த பெண் காவலர், 'ஏம்ப்பா. அவர் வயசுக்காவது மரியாதை கொடுப்பா' என்றார். 'நீ வாயை மூடும்மா' என்று அவரிடம் கத்தினேன். பாலுவுக்கு என்ன செய்வதென்றே தெரியவில்லை. பாக்கெட்டில் இருந்து செல்போனை எடுத்து, ஏதோ நோண்டுவது போல செல்போனைப் பார்த்தார். என்னை முகத்திலேயே குத்துவதற்கு அவர் கை துடிப்பதைப் பார்க்க முடிந்தது. ஆனால் அது நீதிமன்ற வளாகம் என்பதும், என்னோடு வழக்கறிஞர் இருக்கிறார் என்பதும் அவரைத் தடுத்தது. எதுவும் செய்ய முடியாமல் துடித்தார். அவர் கோபத்தின் உச்சத்தில் இருக்கிறார் என்பதும் புரிந்தது. போதுமான அளவுக்கு பாலுவை அவமானப்படுத்தியதாகத் தோன்றியது.

அருகில் இருந்த கௌதம சன்னாவிடம், 'வாங்க தோழர் போகலாம். இவன் ஒரு மொக்க பீஸ்' என்று சொல்லிவிட்டு நகர்ந்தேன். டிஎஸ்பி பாலுவைப் பெரிய அளவில் அவமானப்படுத்தியதாக ஒரு பெருமிதம் தோன்றியது. அது பாலுவை எந்த அளவுக்குப் பாதித்திருக்கும் என்பது எனக்குப் பின்னால் தெரியவந்தது. எனது நண்பர் சரவணனுக்கு தன் மகளின் திருமணப் பத்திரிக்கையை வழங்குவதற்காக டிஎஸ்பி பாலு சென்றுள்ளார். அவரிடம், 'தம்பி அந்த சங்கர்கூட இன்னும் பேசறீங்களா?' என்று கேட்டுள்ளார். அதற்கு சரவணன், 'அவன் கூட எனக்கு என்ன சார் பேச்சு' என்று கூறியுள்ளார். உடனே டிஎஸ்பி பாலு, 'அவன் கூட பேச்சு வச்சுக்காதீங்க தம்பி. பெரிய பெரிய ரவுடியெல்லாம் நான் அரெஸ்ட் பண்ணியிருக்கேன் தம்பி. அயோத்தி குப்பம் வீரமணியைக்கூட அரெஸ்ட் பண்ணியிருக்கேன். வெளியில வந்து நம்பளை பாத்தா மரியாதையா பேசுவானுங்க தம்பி. தலையை குனிஞ்சிக்கிட்டு போவானுங்க. இவன் மரியாதையே இல்லாம பேசறான் தம்பி' என்று புலம்பியிருக்கிறார்.

7வது அமர்வு நீதிமன்றத்தில் வழக்கு நடைபெறும் என்று எதிர்பார்த்து உரிய தினத்தில் நீதிமன்றத்துக்குச் சென்ற எனக்கு அதிர்ச்சி காத்திருந்தது. எனது வழக்கை விரைவு நீதிமன்றத்துக்கு மாற்றியுள்ள தாக தகவல் கூறப்பட்டது.

சாதாரண நீதிமன்றத்தில் வழக்கு நடந்தால் ஒவ்வொரு விசாரணைக்கும் குறைந்தது 15 நாட்கள் இடைவெளி இருக்கும். ஆனால் விரைவு நீதிமன்றத்தில் வழக்கு விசாரணை தினந்தோறும்

நடக்கும். வழக்குக்கான தயாரிப்பு வேலைகளைச் செய்யக்கூட நேரம் இருக்காது.

ஒரு வழக்கு மாவட்ட தலைமை நீதிபதியிடம் வந்தபிறகு, அவர் அந்த வழக்கைத் தனக்குக் கீழ் உள்ள எந்த அமர்வு நீதிமன்றத்திடம் வேண்டுமானாலும் மாற்றமுடியும். ஆனால் இவ்வாறு ஒரு முறைதான் மாற்ற இயலும். இரண்டாவது முறை வேறு நீதிமன்றத்துக்கு அவராக மாற்ற இயலாது. அப்போது மாவட்ட தலைமை நீதிபதியாக இருந்தவர் பின்னாளில் சென்னை உயர் நீதிமன்ற நீதிபதியாக இருந்த தேவதாஸ். மிகவும் நல்ல நீதிபதி என்று அறியப்பட்டவர். வழக்கறிஞர் புகழேந்திக்கு நெருக்கமானவர். அவர் ஏன் என் வழக்கை விரைவு நீதிமன்றத்துக்கு மாற்றினார் என்பது புரியவில்லை.

அன்று மாலை புகழேந்தி அவரை சென்று அவர் அறையில் பார்த்து இது குறித்து விசாரித்தபோது, 'எனக்கு இது பத்தி எதுவுமே தெரியாது. மத்த கேஸ் மாதிரிதான் இதையும் மாத்துனேன்' என்று கூறியுள்ளார். ஆனால் அவர் அதை தெரியாமல் மாற்றவில்லை. அரசுத் தரப்பு அளித்த அழுத்தத்திலேயே மாற்றினார் என்பது எனக்குப் புரிந்தது. ஆனாலும் இதை எதிர்த்து உயர் நீதிமன்றம் செல்லும் நிலையில் அப்போது நான் இல்லை.

விரைவு நீதிமன்றத்தின் நீதிபதிகள் முழு நேர நீதிபதிகள் அல்ல. அவர்கள் வழக்கறிஞர்களாக இருப்பவர்கள். வழக்குகளை விரைவாக முடிப்பதற்காகத் தற்காலிகமாக, ஐந்து ஆண்டுகளுக்கு நீதிபதிகளாக நியமிக்கப்பட்டவர்கள். அவர்களின் பதவிக்காலம் முடிந்ததும் அவர்கள் மீண்டும் வழக்கறிஞர்களாகப் பணிக்குத் திரும்பவேண்டும். இதன் காரணமாக இவர்களில் பெரும்பாலானோர் அரசுத் தரப்பை ஆதரிப்பவர்களாகவே இருப்பார்கள். என் வழக்கு விரைவு நீதிமன்றத்துக்கு மாற்றப்பட்டதற்கு இது ஒரு முக்கியமான காரணம். வழக்கை விரைவாக நடத்தி ஒரே மாதத்தில் தண்டனை பெற்றுத் தர வேண்டும் என்பதுதான் அவர்களது திட்டம்.

நீதிமன்றங்களைப் பொருத்தவரை வெளிப்படையாகப் பார்ப்பதற்கு, வழக்கு விசாரணை சாட்சிகள் மற்றும் ஆவணங்களின் அடிப்படையில் நடைபெற்று தீர்ப்பு வழங்கப்படுவதாகத் தோன்றும். ஆனால் உண்மையில் நடப்பது என்னவென்றால், பெரும்பாலான நீதிபதிகள் குற்றவாளிகள் யார், என்ன குற்றம், அவரது வழக்கறிஞர் யார் என்பதையெல்லாம் வைத்து ஒரு முன்சார்பு நிலைக்குப் போய் விடுவார்கள். அவர்களின் முன்சார்பு நிலையை வைத்தே வழக்கை நடத்துவார்கள். 5வது விரைவு நீதிமன்றத்தின் நீதிபதியாக சாவித்திரி என்பவர் இருந்தார். அவர் முன்பு என் வழக்கு விசாரணைக்கு வந்தது.

|191|

அரசுத் தரப்புக்கு ஏற்றவர் என்பதை மனதில் வைத்தே சாவித்திரியின் முன்பு அந்த வழக்கை விசாரணைக்கு எடுத்து வந்தார்கள்.

சாவித்திரி எப்படிப்பட்ட நீதிபதி, என்ன மனநிலையில் இருக்கிறார் என்பது முதல் இரண்டு வாய்தாக்களிலேயே தெரிந்தது. முதல் நாள் அவர் முன்பு ஆஜரானதும், 'நான் வழக்கை வெகு விரைவாக நடத்த இருக்கிறேன். அனைவரும் ஒத்துழைத்து வழக்கை விரைவாக முடிக்க உதவுங்கள்' என்று கூறினார். ஒரு குற்றவியல் வழக்கில் முதல் படி, குற்றவாளி மீது குற்றச்சாட்டுகளைப் புனைவது. காவல்துறை தாக்கல் செய்துள்ள குற்றப் பத்திரிக்கைகளில் உள்ளவற்றை குற்றச்சாட்டுகளாக உருவாக்கி, அவற்றைப் படித்துக்காட்டி இந்தக் குற்றச்சாட்டுக்கு என்ன கூறுகிறீர்கள் என்று கேட்பார்கள். நான் மறுக்கிறேன் என்று குற்றவாளி கூறினால் வழக்கு விசாரணை நடக்கும். ஏற்றுக்கொள்கிறேன் என்றால் விசாரணையே தேவையில்லை. நேரடியாக தண்டனைதான்.

குற்றச்சாட்டுகளை உருவாக்குவதற்கு முன்பாக அரசுத் தரப்பில் இந்த வழக்கை நடத்த சிறப்பு அரசு வழக்கறிஞர் நியமிக்கப்பட உள்ளதாகவும் அதற்காக அவகாசம் வேண்டுமென்றும் கேட்டனர். இதனால் ஒவ்வொரு வாரமும் வழக்கு தள்ளி வைக்கப்பட்டது. வழக்கில் முன்னேற்றம் இருந்தாலும் இல்லையென்றாலும் குற்றம் சாட்டப்பட்டவர் தவறாமல் நீதிமன்றத்தின் முன்பு ஆஜராக வேண்டும். அவர் ஆஜராகவில்லையென்றால் அவர் சார்பில் வழக்கறிஞர் ஆஜராகி மனு தாக்கல் செய்யவேண்டும்.

இரண்டு வாரங்களுக்கு பிறகு ஒரு நாள் என்னால் நீதிமன்றத்தில் ஆஜராக முடியவில்லை. வழக்கறிஞரும் உயர்நீதிமன்றத்தில் மாட்டிக் கொண்டார். உடனடியாக ஜாமீனில் வெளிவர முடியாத பிடி வாரண்ட் பிறப்பித்தார் நீதிபதி சாவித்ரி. சாதாரணமாக இரண்டு மூன்று வாய்தாக்களுக்கு தொடர்ந்து வராவிட்டால்தான் வாரண்ட் பிறப்பிக்கப் படும். ஆனால் முதல் முறையே வாரண்ட் பிறப்பிக்க நீதிபதிக்கு உரிமை உண்டு. அப்படி எனக்கு பிடி வாரண்ட் பிறப்பிக்கப்பட்டது. இந்த வாரண்டை நீதிமன்றத்தில் இருந்து காவல்துறையினர் பெற்று, என்னைக் கைது செய்யவேண்டும். இதற்கு மற்றொரு வழி, நீதிமன்றத்தின் முன் சரணடைந்து, வாரண்டை திரும்பப் பெற வேண்டி மனு தாக்கல் செய்ய வேண்டும்.

மறுநாளே வழக்கறிஞர் புகழேந்தியோடு சென்று நீதிமன்றத்தில் சரணடைந்தேன். வாரண்டை திரும்பப் பெற மனு தாக்கல் செய்யப் பட்டது. நீதிமன்றத்தில் உள்ள நடைமுறை என்னவென்றால், காலை 10.30 மணிக்கு வாரண்டைத் திரும்பப் பெறும் மனு தாக்கல் செய்யப்பட வேண்டும் 10.40க்கு குற்றவாளிகள் அழைக்கப்படுவார்கள். அவர்கள்

நீதிமன்றத்திற்குள்ளாகவே காத்திருக்க வேண்டும். மதியம் 1.30 மணிக்கோ அல்லது பிற்பகலோ குற்றவாளிகளை அழைப்பார்கள். அழைத்து வாரண்ட் திரும்பப் பெறப்பட்டதாக அறிவிப்பார்கள்.

அது போல நானும் வழக்கறிஞர் உதவியோடு சரணடைந்தேன். வழக்கறிஞர் வாரண்டை திரும்பப் பெற மனுவை தாக்கல் செய்தார். என் பெயர் அழைக்கப்பட்டது. உள்ளே சென்றேன். சென்று நீதிமன்றத்தின் இடது ஓரத்தில் நின்றேன். சிறிது நேரத்தில் அந்த நீதிமன்றத்தின் உதவியாளர் வந்தார். என்னைத் தரையில் அமருமாறு கூறினார். அந்த இடத்தில் வழக்கு சம்பந்தப்பட்ட பொருள்கள் பல மாதங்களாக வைக்கப்பட்டு தூசு படிந்து மண்ணாக இருந்தது. 'நான் அமர மாட்டேன், நிற்கிறேன்' என்றேன். எனது இந்த பதிலை நீதிபதி சாவித்திரி பார்த்துவிட்டார். 'என்னப்பா உக்கார சொன்னா உக்கார மாட்டியா. ஒழுங்கா தரையில உக்காரு' என்றார். 'நான் நிற்கிறேன். உட்கார முடியாது' என்றேன்.

நீதிபதி கடும் கோபம் அடைந்தார். என் வழக்கறிஞரைப் பார்த்து 'பாத்தீங்களா சார் அக்யூஸ்ட் பிஹேவியரை. என்ன திமிரா பேசறார் பாருங்க' என்றார். உடனே வழக்கறிஞர் புகழேந்தி, 'மேடம் அவர் ஒரு கவர்மென்ட் சொர்வன்ட். அவரை தரையில உட்கார சொல்லாதீங்க. அவர்தான் நிற்கிறேன் என்று சொல்றாரே' என்றார். அந்த நீதிபதிக்கு அதற்குப் பிறகு என்ன செய்வது என்று புரியவில்லை.

வாரண்டைத் திரும்பப் பெற உத்தரவு பிறப்பித்தார். இது நடந்தது ஒரு சனிக்கிழமை. அவ்வப்போது நீதிமன்றங்கள் சனிக்கிழமை பணியாற்றுவது வழக்கம். அன்று நீதிமன்றம் பணியாற்றுகிறது எனது சிபி.சிஐடி போலீசாருக்கு தெரியாது.

வீட்டுக்குத் திரும்பி வந்தேன். வீட்டில் சிபி.சிஐடி உதவி ஆய்வாளர் காத்துக் கொண்டிருந்தார். அந்த உதவி ஆய்வாளர்தான் என்னைக் கைது செய்தபோது சைதாப்பேட்டை மருத்துவமனைக்கு அழைத்துச் சென்றவர். என்னை கைவிலங்கு போட்டு சாலையில் அழைத்து சென்றதால் அந்த நபர் மீது கோபமாக இருந்தேன். அவர் பெயர் பரணி. 'உடனே வா. மதுரவாயல் ஸ்டேஷன் போயிட்டு புழலுக்கு போகணும்' என்றார். 'சார் வாரண்ட் ரீகால் ஆயிடுச்சு. என்னை அரெஸ்ட் பண்ண முடியாது' என்றேன்.

அவருக்குத் தயக்கம். என்ன செய்வது என்று தெரியவில்லை. டிஎஸ்பி பாலுவிடம் போன் செய்து பேசினார். பாலு, 'அவன் பொய் சொல்லுவான். நீ அரெஸ்ட் பண்ணி கூட்டிட்டுப் போ' என்று கூறியிருக்கிறார். பரணி, 'அதெல்லாம் எனக்குத் தெரியாது, மரியாதையா என்னோடு வந்துடு' என்றதும் எனக்கு கோபம் வந்து

விட்டது. பரணி தனியாக வேறு வந்திருந்தார். அதனால் மேலே கை வைத்தால் திருப்பி அடிக்கலாம் என்ற முடிவுக்கு வந்தேன். நீதிமன்றத்தில் வாரண்ட் ரத்து செய்யப்பட்டு விட்டதால் அவர்களால் என்னை கைது செய்யவே முடியாது.

கடும் கோபத்தோடு, 'யோவ், மரியாதையா சொல்றேன். பேசாம போயிடு. வாரண்ட் ரீகால் ஆயிடுச்சு. மீறி என்னை அரெஸ்ட் பண்ண... நீ வேலையில இருக்க மாட்ட... உன்னை சஸ்பெண்ட் பண்ணாம விட மாட்டேன்...' என்றேன். பரணியின் கண்களில் பயம் தெரிந்தது. அரசு ஊழியர்களுக்கு வேலைதான் உயிர். வேலைக்கு ஆபத்து என்றால் உயிரே போனதுபோல பதறுவார்கள். அவர் சற்றுப் பின்வாங்கி, என்ன செய்வது என்று தெரியாமல் தயங்கினார். அவர் பின்வாங்கியதும் நானும் சமாதானமாகி, என் வழக்கறிஞர் புகழேந்திக்கு போன் செய்து, என்ன நடக்கிறது என்பதை விளக்கினேன். அவர் போனை அவரிடம் கொடு என்று கூறினார்.

போனை கொடுத்ததும், பொறுமையாக வாரண்ட் ரத்து செய்யப்பட்டு விட்டது என்றும், சந்தேகம் இருந்தால் அரசு வழக்கறிஞரிடம் கேட்டுத் தெரிந்து கொள்ளுமாறும் கூறினார். பரணிக்கு இன்று நீதிமன்றம் விடுமுறையாயிற்றே எப்படி இது நடந்திருக்கும் என்ற சந்தேகத்தோடு அரசு வழக்கறிஞருக்கு போன் செய்தார். அரசு வழக்கறிஞர் வாரண்ட் ரத்து செய்ததை விளக்கியதும் பரணி புரிந்துகொண்டார். 'சாரி சார்' என்றார். அவர்சாரி என்றதும் எனக்கு அவரை கோபமாகப் பேசிவிட்டோமே என்று அவமானமாக இருந்தது. 'பரவாயில்ல விடுங்க சார். கம்யூனிகேஷன் கேப்' என்று கூறினேன். இருந்தாலும் அவரைத் தேவையில்லாமல் மரியாதை குறைவாகப் பேசிவிட்டோம் என்று தோன்றியது. அவர் மறுக்க மறுக்க, டீக்கடைக்குச் சென்று டீ வாங்கி இருவரும் குடித்த பிறகு அவரை வழியனுப்பினேன்.

நீதிபதி சாவித்திரியிடம் இனி தொடர்ந்து சிக்கல்தான் என்பது எனக்குப் புரிந்தது. வரப்போகும் சிக்கலை உணர்த்தும் விதமாக அதற்கு அடுத்த வாரம் நடந்த சம்பவம் இருந்தது.

23

சிபி.சிஐடி தரப்பில் இந்த வழக்கை நடத்துவதற்காக ஒரு சிறந்த வழக்கறிஞரை நியமிக்கவேண்டும் என்று தேடிக்கொண்டிருந்தனர். உளவுத்துறையின் தலைவராக இருந்த ஜாபர் சேட், இந்த வழக்கை மிக விரைவாக நடத்தி தண்டனை பெற்றுத் தரவேண்டும் என்பதில் தீர்மானமாக இருந்தார். சட்டவிரோத ஒட்டுக்கேட்பு நடவடிக்கைகள் குறித்த விவரங்கள் ஊடகங்களில் வெளியானதற்கு நான்தான் முக்கிய காரணம் என்று அவர் உறுதியாக நம்பினார். இதனால் சிறந்த வழக்கறிஞரை நியமித்து எனக்கு எப்படியும் தண்டனை பெற்றுத் தர வேண்டும் என்று உத்தரவு பிறப்பித்தார். திமுக அரசு இதற்கென தேர்ந்தெடுத்த வழக்கறிஞர் மூத்த வழக்கறிஞர் என்.ஆர்.இளங்கோ.

அவர் நியமிக்கப்பட ஒரு வாரம் இருந்த நிலையில், நான் மீண்டும் ஒரு நாள் நீதிமன்றத்தில் ஆஜரானேன். அரசு வழக்கறிஞர் நியமிக்கப்படாத காரணத்தால், அன்று என்னுடைய வழக்கறிஞரும் நீதிமன்றம் வரவில்லை. அடுத்த தேதி என்ன என்று தெரிவிப்பது மட்டுமே நடக்கும் என்பதால் அவர் வரவில்லை. நான் மட்டும் சென்றிருந்தேன். நீதிபதி என்னிடம் 'உங்கள் வழக்கறிஞர் எங்கே, நான் இன்று குற்றச்சாட்டுகளைப் பதிவு செய்யவேண்டும்' என்றார். 'என்னுடைய வழக்கறிஞருக்கு சென்னை உயர்நீதிமன்றத்தில் பணி இருப்பதால் வர இயலவில்லை' என்றேன்.

'உங்கள் வழக்கறிஞர் உடனடியாக வர வேண்டும். அவர் வரவில்லை யென்றால் நீங்கள் நீதிமன்றத்தை விட்டுச் செல்ல முடியாது' என்றார். அவர் வேண்டுமென்றே செய்கிறார் என்பது புரிந்தது. இது போலவெல்லாம் உத்தரவு போட நீதிமன்றத்துக்கு அதிகாரம் இல்லை. இருப்பினும் நான் அதை மீறி வெளியேறினால், நான் நீதிமன்றத்துக்கே

வரவில்லை என்று மீண்டும் வாரண்ட் பிறப்பிக்க இயலும். வழக்கறிஞர் புகழேந்தியிடம் பேசி தகவலைச் சொன்னேன். அவர் உயர்நீதிமன்றத்தில் வேலை இருப்பதால் அதை முடித்துவிட்டுத்தான் வர முடியும் என்று கூறினார்.

நீதிமன்றத்துக்குள்ளே அமர்ந்திருந்தேன். அன்று நீதிமன்றத்தில் அனைத்து வழக்குகளும் முடிந்துவிட்டன. எந்தப் பணியும் இல்லாமல் நீதிபதி சாவித்திரி, என்னைத் துன்புறுத்த வேண்டும் என்பதற்காகவே வெட்டியாக அமர்ந்திருந்தார். மிக எளிதாக அவர் வழக்கை மறுநாளைக்கு ஒத்தி வைத்திருக்க முடியும். ஆனால் வேண்டுமென்றே என் வழக்கறிஞர் வரும்வரை அமர்ந்திருப்பேன் என்று கங்கணம் கட்டிக்கொண்டு இருந்தார். நீதிமன்றத்தின் மூலையில் இருந்த ஒரு பெஞ்சில் அமர்ந்து ஒரு புத்தகத்தை எடுத்து படிக்கத் தொடங்கினேன். அரை மணி நேரம் போனது. கால் வலிக்கத் தொடங்கியதால் கால் மேல் கால் போட்டுக்கொண்டு படிக்கத்தொடங்கினேன். இதைப் பார்த்ததும் நீதிபதி சாவித்திரி, ‘ஏன் சார். கோர்ட்டுன்னு ஒரு மரியாதை இல்லாம இப்படி கால் மேல கால் போட்டு உட்கார்றீங்களே’ என்று கோபமாகச் சொன்னார்.

நான் எதுவும் பதில் சொல்லாமல், கால்களைச் சாதாரணமாக மாற்றிக் கொண்டு புத்தகத்தை படிக்கத் தொடங்கினேன். சில நிமிடங்கள் சென்றது. மீண்டும் நீதிபதி என்னைப் பார்த்து ‘சார். நீங்க வெளியில போயி நில்லுங்க. உங்க வக்கீல் வந்ததும் உள்ள வாங்க’ என்றார். எனக்கு கோபம் வந்தது. ‘இது பொது நீதிமன்றம். மக்கள் வரிப்பணத்தில் நடக்கும் நீதிமன்றம். என்னை வெளியே போகச் சொல்ல உங்களுக்கு அதிகாரம் இல்லை’ என்றேன். நீதிபதிக்குக் கடுமையான கோபம். கடும் எரிச்சலடைந்தார். ‘என்ன சார்? இப்படி எதுத்து பேசறீங்க?’ என்றார். ‘மேடம் நான் எதிர்த்து பேசலை. என்னை எப்படி நீங்க வெளியில போகச் சொல்லலாம்?’ என்றேன்.

சட்டென்று டைப்பிஸ்டை அழைத்தார் சாவித்திரி. நீதிமன்றத்தில் கால் மேல் கால் போட்டுக்கொண்டு அமர்ந்து நீதிமன்றத்தை அவமரியாதை செய்துவிட்டதாகவும், இதனால் நீதிமன்ற அவமதிப்புச் சட்டத்தின் கீழ் 200 ரூபாய் அபராதம் என்றும் கட்டத் தவறினால் 10 நாட்கள் சிறைத் தண்டனை என்றும் ஒரு உத்தரவைப் பிறப்பித்து என்னைக் கையெழுத்திடச் சொன்னார். சிபி.சிஐடி போலீசாரை அழைத்து அபராதத்தைக் கட்டவில்லை என்றால், உடனடியாக என்னை கைது செய்து புழல் சிறையில் அடைக்க வேண்டும் என்று என் முன்பாகவே கூறினார். உத்தரவைப் பெற்றுக்கொண்டு நான் வழக்கறிஞர் புகழேந்தியிடம் தகவலைக் கூறினேன். அவர் அபராதம் கட்டலாமா அல்லது சிறை செல்கிறாயா என்று கேட்டார்.

அப்போது தேர்தல் நெருங்கி வரும் காலகட்டம். எனக்கு அதையொட்டி எழுத்துப் பணிகள் நிறைய இருந்தன. அதனால் சிறை வேண்டாம் என்றேன். சரி அபராதத்தைச் செலுத்தலாம் என்று நீதிமன்றப் பணியாளரிடம் சென்று அபராதம் செலுத்துவது குறித்து விசாரித்தார். நீதிமன்றப் பணியாளர், 'சார் உங்ககிட்ட ஃபைன் வாங்கக் கூடாதுன்னு ஜட்ஜ் சொல்லியிருக்காங்க' என்றார். நீதிபதி சாவித்திரியின் நோக்கம் என்னை சிறைக்கு அனுப்புவதே என்பது புரிந்தது. புகழேந்தி மூத்த வழக்கறிஞர் ராதாகிருஷ்ணனிடம் சென்று விபரத்தைக் கூறினார்.

ராதாகிருஷ்ணன் 'என்னோடு வாருங்கள்' என்று இருவரையும் அழைத்துச் கொண்டு விரைவு நீதிமன்றம் வந்தார். நீதிபதி அவரது அறையில் இருந்தார். நீதிமன்றப் பணியாளர் மட்டும் இருந்தார். 'ஃபைன் கட்டறதுக்கு ரசீது போடுங்க' என்று நீதிமன்றப் பணியாளரிடம் கூறினார். அவர் திரு திருவென்று விழித்தார். சட்டென்று உரத்த குரலில் ராதாகிருஷ்ணன் 'என்ன நினைச்சிக்கிட்டு இருக்கீங்க. கால் மேல கால் போட்டு உக்காந்தா கன்டெம்ப்டா? கன்டெம்ப்ட் எடுத்தா சம்பந்தப்பட்ட ஆளு அவர் தரப்பு பதிலை சொல்றதுக்கு டைம் குடுக்க வேணாமா? இது என்ன கோர்ட்டா, கட்டப் பஞ்சாயத்து பண்ற இடமா?' என்று உரத்த குரலில் கத்தினார்.

நீதிபதியின் அறை திறந்தே இருந்தது. ஒரே ஒரு ஸ்கிரீன் மட்டும் தொங்கிக்கொண்டிருந்தது. நீதிபதியின் காதில் நன்றாக விழும். 'இப்போ உடனடியாக ஃபைனை வாங்கிட்டு ரெசிப்ட் குடுக்கலன்னா நேரா சீஃப் ஜஸ்டிஸை பாத்து கம்ப்ளைன்ட் பண்ணுவேன். வெளையாட்றீங்களா? கன்டெம்ப்ட் பவர் இருக்குன்னா இஷ்டத்துக்கு விளையாடுவீங்களா?' என்றார். நீதிமன்றப் பணியாளர் உடனடியாக நீதிபதி அறைக்குள் சென்றார்.

ஐந்து நிமிடத்தில் வெளியே வந்தவர், கட கடவென்று ரசீதை தயாரித்துக் கொடுத்தார். ராதாகிருஷ்ணன் 200 ரூபாய் பணத்தை எடுத்துக் கொடுத்தார். அன்று பணத்தைக் கட்டாமல் இருந்திருந்தால் அன்று இரவே கைது செய்யப்பட்டிருப்பேன். பின்னர் இந்த உத்தரவை எதிர்த்து சென்னை உயர்நீதிமன்றத்தில் ராதாகிருஷ்ணனே வழக்குத் தொடுத்தார். நீதிபதி பால் வசந்தகுமார் முன்பு விசாரணைக்கு வந்தது. அவர் அந்த வழக்கைப் பார்த்ததும், நீதிமன்றத்தில் கால் மேல் கால் போட்டு அமர்வது தவறுதான் என்று தீர்ப்பளித்தார்.

நீதிமன்ற அவமதிப்பு என்பதன் பொருள், நீதி பரிபாலனத்துக்கு இடையூறு செய்வது மட்டுமே. உதாரணத்துக்கு வழக்கு நடந்து கொண்டிருக்கையில் நீங்கள் செல்போனில் நீதிமன்றத்துக்குள் உரத்த குரலில் பேசினீர்கள் என்றால் அதை நீதி பரிபாலனத்துக்கு இடையூறு

எனலாம். ஒரு மனிதன் ஓர் ஓரமாக உட்கார்ந்து கால் மேல் கால் போட்டுக்கொண்டு அமர்வது எப்படி நீதிமன்ற அவமதிப்பாக இருக்கும்? ஆனால் பெரும்பாலான நீதிபதிகள் தங்களை மன்னர்கள் என்றும், இதர அனைவரையும் அடிமைகள் என்றுமே நினைக்கிறார்கள். இந்த நிலை இன்றும் தொடர்கிறது.

அதற்கு ஒரு வாரம் கழித்து நான் நீதிமன்றம் சென்றபோது என்மீது குற்றச்சாட்டுகள் பதிவு செய்யப்பட்டன. காவல்துறை என்னதான் குற்றப்பத்திரிக்கை தாக்கல் செய்திருந்தாலும், ஒரு நீதிமன்றம் ஒரு குற்றவாளியிடம் குற்றச்சாட்டுகளை படித்துக் கூறி, குற்றச்சாட்டு களுக்கு என்ன பதில் கூறுகிறீர்கள் என்று கேட்பார்கள். நான் புகாரை மறுக்கிறேன் என்று கூறிய பிறகுதான், நீதிமன்றத்தில் வழக்கு விசாரணை தொடங்கும். குற்றச்சாட்டுகள் பதிவுதான் இதன் முதல் படி.

குற்றச்சாட்டுகள் பதிவு செய்வதற்கு முன்பாக, ஒவ்வொரு குற்றவாளியும் தன் மீதான வழக்கில் போதுமான முகாந்திரம் இல்லை என்று கூறி, தன்னை வழக்கிலிருந்து விடுவிக்கவேண்டும் என்று ஒரு மனு தாக்கல் செய்யலாம். அந்த மனு விசாரணை நீதிமன்றத்தில் தள்ளுபடி செய்யப்பட்டால், அதை எதிர்த்து உயர்நீதிமன்றமோ, உச்சநீதிமன்றமோ செல்ல முடியும். நானும் அது போன்ற விடுவிப்பு மனுவைத் தாக்கல் செய்யலாம் என்றே உத்தேசித்திருந்தேன்.

ஆனால் அடுத்த வாரமே நீதிபதி சாவித்திரி என் மீது குற்றச்சாட்டுகளை பதிவு செய்தார். எனது வழக்கறிஞர் வரவில்லை, நான் டிஸ்சார்ஜ் பெட்டிஷன் தாக்கல் செய்யவேண்டும் என்று கூறியதை அவர் காதிலேயே வாங்கவில்லை. குற்றச்சாட்டுகள் பதிவு செய்யப்பட்டன. அதற்கு என்ன பதில் கூறுகிறீர்கள் என்று கேட்டபோது, நான் பதில் கூற முடியாது என்று கூறினேன். அதை அப்படியே பதிவு செய்து குற்றச்சாட்டுகள் பதிவு செய்து முடிந்துவிட்டது, விசாரணை அடுத்த வாரம் முதல் தொடங்கும் என்று உத்தரவிட்டார். இதனால் என்னால் என்னை வழக்கிலிருந்து விடுவிக்க வேண்டும் என்ற மனுவைத் தாக்கல் செய்ய முடியாமலேயே போனது. அப்படியே தாக்கல் செய்திருந்தாலும் அப்போது இருந்த திமுக அரசு அதில் எனக்கு நிவாரணம் கிடைக்க அனுமதித்திருக்காது என்பதில் சந்தேகம் இல்லை.

அந்தச் சமயத்தில் சென்னை பத்திரிக்கையாளர் மன்றத்தில் ஒரு நிகழ்ச்சி நடைபெற்றது. அந்த நிகழ்ச்சியில் வழக்கறிஞர் ராஜா செந்தூர்பாண்டியன் கலந்துகொண்டார். அவர் சண்முகம் விசாரணை ஆணையத்தில் ஜூனியர் விகடன் சார்பாக ஆஜரான வழக்கறிஞர். அவருக்கு என்னை நன்கு தெரியும். வழக்கு என்ன கட்டத்தில்

இருக்கிறது என்று கேட்டார். குற்றச்சாட்டுகள் பதிவு செய்யப்பட்டு சாட்சிகள் விசாரணை தொடங்க இருக்கிறது என்று கூறினேன். ‘ஏன் சார்? எங்களையெல்லாம் பாத்தா உங்களுக்கு வக்கீலா தெரியலையா? எங்ககிட்டயெல்லாம் உங்க கேஸை குடுக்க மாட்டீங்களா?’ என்றார்.

நான் இதை சற்றும் எதிர்பார்க்கவில்லை. அவர் ஒரு பெரிய, பிரபலமான குற்றவியல் வழக்கறிஞர். கொலை வழக்கு உள்ளிட்ட முக்கிய வழக்குகளை நடத்துபவர். அவர் கேட்கும் ஃபீஸை என்னால் நிச்சயம் கொடுக்க முடியாது. இதனால் தயங்கினேன். நான் தயங்கியதைப் பார்த்ததும் அவராகவே ‘உங்க கிட்ட நான் ஃபீஸா சார் கேட்டேன். ஏன் இப்படி யோசிக்கிறீங்க?’ என்றார். எனக்கும் என் வழக்கில் முழுமையாக கவனம் செலுத்தி வழக்கை நடத்த ஒரு வழக்கறிஞர் தேவையாக இருந்தது. வழக்கறிஞர் புகழேந்திக்கு ஏகப்பட்ட வழக்குகள். அது மட்டுமல்லாமல் அவர் அடிப்படையில் ஒரு மனித உரிமை செயற்பாட்டாளர்.

விசாரணை தொடங்கியது. மொத்தம் 35 சாட்சிகள். ஒரு நாளைக்கு மூன்று அல்லது நான்கு சாட்சிகள் என்று விசாரிக்கத் திட்டமிடப்பட்டது. முதல் சாட்சி முன்னாள் உள்துறை செயலாளர் மாலதி. அவர் அப்போது தலைமைச் செயலாளர் ஆகியிருந்தார். ஆனால் மாலதி எக்காரணம் கொண்டும் தன்னை சாட்சியாக விசாரிக்கக்கூடாது என்று கூறிவிட்டார். மாலதிதான் உள்துறை செயலாளர் என்ற முறையில், சிபி.சிஐடி போலீசாருக்கு என் மீது வழக்கு பதிவு செய்ய வேண்டும் என்று கடிதம் எழுதியது. அவரது கடிதத்தின் அடிப்படையில்தான் இந்த வழக்கே பதிவு செய்யப்பட்டது. அவரது கடிதத்தில் கடைசி பத்தியில், இந்தக் கடிதத்தை அரசுத் தரப்பு ஆவணமாக எந்த இடத்திலும் சேர்க்கக்கூடாது என்று குறிப்பிடப்பட்டிருந்தது.

ஒரு வழக்கில் புகாரின் அடிப்படையில்தான் முதல் தகவல் அறிக்கை பதிவு செய்யப்படும். முதல் தகவல் அறிக்கையில் இடம் பெற்றுள்ள புகார் கடிதத்தில் இதை அரசு ஆவணமாக சேர்க்கக்கூடாது என்றால் அந்த வழக்கே ரத்து செய்யப்பட நேரும். இதை மாலதியிடம் குறுக்கு விசாரணை செய்தால்தான் வெளிப்படுத்த முடியும். வழக்கையே முழுமையாக ரத்து செய்ய இது உதவும். வழக்கின் ஆவணங்களை வழக்கறிஞர் ராஜா செந்தூர் பாண்டியன் அலுவலகத்தில் அளித்தேன்.

வழக்கு குறித்து விவாதிப்பதற்காக என்னை அழைத்தார். விவாதங்கள் பல நாட்கள் இரவு முழுக்க நடந்தது. என்னுடைய வழக்கைத் தன்னுடைய வழக்காக நினைத்து தன் ஜூனியர்களுடன் சேர்ந்து இரவு பகலாக ஆவணங்களைப் படித்தார். முதல் சாட்சியாக மாலதி சாட்சியம் அளிக்கும்வரை, இதர சாட்சிகள் யாரையும் குறுக்கு

விசாரணை செய்வதில்லை என்று முடிவெடுக்கப்பட்டது. இது நீதிமன்றத்திலும் தெரிவிக்கப்பட்டது.

ஆனால் மாலதி இறுதிவரை விசாரணைக்கு வரவேயில்லை. சில மாதங்களில் அவர் புற்றுநோயால் இறந்துபோனார். இதனால் என் வழக்கில் என்னை விடுதலை செய்வதற்கான ஒரு முக்கியமான சாட்சியைக் கடைசிவரை விசாரணை செய்ய முடியாமலேயே போனது.

ஜனவரி 2011ல் சாட்சிகள் வரிசையாக விசாரிக்கப்படத் தொடங்கினர். முதலில் பத்திரிக்கையாளர்கள் விசாரிக்கப்பட்டனர். அவர்கள் அனைவரும் சங்கரை நாங்கள் இந்த வழக்குக்கு முன்னர் பார்த்தது கிடையாது. அவரிடம் பேசியது கிடையாது. இந்த வழக்கில் சம்பந்தப் பட்ட உரையாடல் தொடர்பாக அவரிடம் பேசியது கிடையாது என்று தெளிவாகக் கூறினர். லஞ்ச ஒழிப்புத் துறையின் இயக்குநர் உபாத்யாய், முன்னாள் தலைமைச் செயலாளர் திரிபாதி மற்றும் பெரும்பாலான சாட்சிகள், சண்முகம் ஆணையம் முன்பாக என்ன கூறினார்களோ, அதையே மீண்டும் கூறினர்.

அடுத்து அரசுத் தரப்பு முக்கியமாக நம்பியிருந்த சாட்சி, எனது நண்பர் ஆய்வாளர் சரவணனின் தம்பியான பூபதி. இந்த பூபதியிடம்தான் நான் அவர் வீட்டுக்குச் சென்று பல முறை சிடிக்களை ரைட் செய்ததைப் பார்த்தார் என்று வாக்குமூலம் எழுதிக்கொண்டிருந்தனர். இவரின் சாட்சியத்தை சிபி.சிஐடி போலீசார் பெரிதும் நம்பியிருந்தனர். சாட்சியம் அளிக்கும் தினத்தன்று நீதிமன்றம் வந்த பூபதி என் முகத்தைக் கூடப் பார்க்கவில்லை. இவனிடம் பொய்யாக வாக்குமூலம் பெற்றிருக்கிறார்களே, என்ன சொல்லப் போகிறானோ என்று பயந்து போய்தான் இருந்தேன்.

சாட்சிக் கூண்டில் ஏறிய பூபதி, தான் சொல்லாததையெல்லாம் போலீசார் வாக்குமூலமாக எழுதிக்கொண்டுள்ளனர். நான் அதுபோல எதையுமே சொல்லவில்லை. சங்கர் எங்கள் வீட்டுக்கு வந்துள்ளார். ஆனால் கம்ப்யூட்டரை பயன்படுத்தியதே இல்லை என்று கூறிவிட்டார் சிபி.சிஐடி போலீசார் மிகவும் அதிர்ச்சி அடைந்தனர். இதை அவர்கள் எதிர்பார்க்கவேயில்லை.

டிஎஸ்பி பாலு பணியிலிருந்து ஓய்வு பெற்றிருந்தார். அவருக்கு அடுத்து க்ரூப் 1 மூலம் நேரடியாக டிஎஸ்பி பதவிக்கு வந்த அரவிந்த் என்பவர் அந்தப் பொறுப்பிலிருந்தார். உளவுத்துறையின் தலைவராக இருந்த ஜாபர் சேட், அவரோடு தொடர்புகொண்டு வழக்கின் முன்னேற்றத்தைக் கேட்டறிவார். முக்கிய சாட்சி பிறழ் சாட்சியாக மாறிவிட்டதால், அடுத்து வரும் சாட்சியாவது ஒழுங்காகச் சொல்லவேண்டும் என்ற நெருக்கடி உருவானது.

அடுத்த சாட்சி பூபதியின் அண்ணன் சரவணன். சரவணனிடம் நான் தினமும் மக்கள் தொலைக்காட்சி பார்க்கும்படிச் சொன்னதாகவும், லஞ்ச ஒழிப்புத் துறை குறித்து முக்கிய செய்திகள் வரும் என்றும், மீன் பிடிக்க வலை வீசினால் திமிங்கலம் சிக்கியதாகக் கூறியதாகவும் வாக்குமூலம் பெற்றிருந்தார்கள்.

டிஎஸ்பி அரவிந்த் சரவணனை அழைத்தார். வாக்குமூலத்தில் என்ன உள்ளதோ அதை அப்படியே சொல்லாவிட்டால், துறை ரீதியான நடவடிக்கை எடுக்கப்படும் என்று கூறினார். சரவணனுக்கு விரைவில் டிஎஸ்பி பதவி உயர்வு வர இருந்தது. அவர் பயந்துபோனார். அவர் அப்போது சிபிஐயில் வேலை பார்த்துக்கொண்டிருந்தார். சிபிஐயில் இணை இயக்குநராக அப்போது இருந்தவர், நான் 1996ல் பணியாற்றிய போது எனக்கு உயர் அதிகாரியாக இருந்த அருண். அவரிடம் சென்று சரவணன் விபரத்தைக் கூறினார். அருண் அவரிடம், 'சங்கருக்கு ஆதரவாகவோ எதிராகவோ வாக்குமூலம் அளியுங்கள் என்று நான் கூற மாட்டேன். உண்மை என்னவோ அதை மட்டும் கூறுங்கள். இதனால் உங்கள்மீது துறை நடவடிக்கை எடுக்கப்பட்டால் நான் பார்த்துக் கொள்கிறேன்' என்று கூறினார்.

மறு நாள் சரவணனின் வாக்குமூலம். மீண்டும் அவரிடம் காவல்துறையிடம் அளித்த வாக்குமூலத்தில் உள்ளதை அப்படியே கூற வேண்டும் என்ற கூறப்பட்டது. அவர் 'நான் இப்படியெல்லாம் வாக்குமூலம் அளிக்கவில்லை. இல்லாததையெல்லாம் கூற முடியாது' என்று மறுத்துவிட்டார். இந்த விபரத்தை டிஎஸ்பி அரவிந்த், மூத்த வழக்கறிஞர் என்.ஆர் இளங்கோவிடம் கூறினார். மிகவும் எரிச்சலடைந்தார் அவர். 'கண்டபடி ஸ்டேட்மென்ட் போட்டுட்டு, நீங்க நினைச்சதையெல்லாம் எழுதிக்கிட்டு, இப்போ வந்து சொல்லுங்கன்னா எப்படி சார் விட்னெஸ் சொல்லுவாங்க?' என்று தன் கோபத்தை வெளிப்படுத்தினார். பிறகு அவர் ஆய்வாளர் சரவணனை விசாரிக்கையில் சரவணன் சொல்லாத விஷயங்களைக் கேள்வி கேட்பதைத் தவிர்த்தார்.

அடுத்த சாட்சி எனது தங்கையின் கணவர். அவரும் என் தங்கையும் ஒன்றாக கல்லூரியில் படித்தவர்கள். காதலித்துத் திருமணம் செய்து கொண்டார்கள். சாட்சிக்காக விசாரிக்க அழைக்கையில் அவர் ஐஏஎஸ் அதிகாரியாக கர்நாடக மாநிலம் மாண்டியாவில் பணியாற்றிக் கொண்டிருந்தார். அவரிடம் விசாரிக்காமலேயே அவர்தான் எனக்கு கம்ப்யூட்டர் வாங்கிக் கொடுத்ததாகவும், எனக்கு அவர் பென் ட்ரைவுகளை வழங்கியுள்ளதாகவும் வாக்குமூலம் எழுதிக்கொண்டனர்.

சாட்சியமளிக்கும் தினத்தன்று அவர் நீதிமன்றத்துக்கு வந்திருந்தார். அவரிடம் டிஎஸ்பி அரவிந்த், 'சார், நாம எல்லாம் சர்வீஸ்ல இருக்கோம். ஏற்கெனவே குடுத்த ஸ்டேட்மென்ட்படி கோர்ட்டுல சொல்லிடுங்க. இல்லன்னா, கர்நாடகா கவர்மென்ட் சீஃப் செக்ரட்டரிக்கு லெட்டர் எழுத வேண்டியிருக்கும்' என்று நாசூக்காக மிரட்டியிருக்கிறார். இந்த விபரத்தை வழக்கறிஞர் என்.ஆர். இளங்கோவிடமும் அரவிந்த் சொல்லியிருக்கிறார்.

ஆனால் என்ஆர். இளங்கோ இந்தத் தந்திரத்துக்கு உடன்பட மறுத்தார். 'நீங்கள் வாக்குமூலம் பதிவு செய்கையில் இவர் ஐஏஎஸ் அதிகாரியா?' என்று கேட்டார். 'இல்லை' என்றதும் 'அப்படி இருக்கையில் இப்போது எப்படி அவர்மீது நடவடிக்கை எடுக்க கடிதம் எழுதமுடியும்? அது தவறு' என்று கூறிவிட்டார். அப்போது நடந்து கொண்டிருந்தது திமுக அரசு. என்.ஆர். இளங்கோ திமுகவில் ஓர் அங்கம். ஆனால் மனசாட்சிக்கு விரோதமாக நடந்துகொள்ள மறுத்தார்.

எனது தங்கையின் கணவரும் பிறழ் சாட்சியாகக் கருதப்பட்டு அரசுத் தரப்பால் குறுக்கு விசாரணை செய்யப்பட்டார். அதன் பிறகு இதர சாட்சிகள் வேக வேகமாக விசாரிக்கப்பட்டனர். பிப்ரவரி நடந்து கொண்டிருந்தபோது தேர்தல் அறிவிக்கப்பட்டது. தேர்தல் அறிவிக்கப் பட்டதும் வழக்கு அப்படியே நிறுத்தப்பட்டது. வழக்கு தேர்தலுக்குப் பிறகு ஒத்தி வைக்கப்பட்டது. அதன் பிறகு நீண்ட இடைவெளி.

தேர்தல் முடிந்ததும் அதிமுக அரசு பொறுப்பேற்றது. உளவுத்துறை தலைவராக இருந்த ஜாபர் சேட் மண்டபம் அகதிகள் முகாமின் அதிகாரியாக மாற்றப்பட்டார். அதிமுக அரசு பொறுப்பேற்றதும் இந்த வழக்கு வாபஸ் பெறப்படும் என்று நம்பினேன். ஆனால் அதிமுக அரசு பொறுப்பேற்றதும் இந்த வழக்கை நடத்த புதிதாக ஒரு சிறப்பு வழக்கறிஞரை நியமித்தார்கள். தம்பிதுரை என்ற வழக்கறிஞர் பொறுப்பேற்றார். எனது வழக்கறிஞர் ராஜாசெந்தூர் பாண்டியனுக்கு பெரும் அதிர்ச்சி. ஏனென்றால் ஒரு வழக்குக்காகச் சிறப்பு வழக்கறிஞரை நியமித்தார்கள் என்றாலே வழக்கை முக்கிய வழக்காகக் கருதி நடத்தப்போகிறார்கள் என்பதே.

ஜெயலலிதா கொடநாடு எஸ்டேட் வாங்கியது தொடர்பாக தமிழக லஞ்ச ஒழிப்புத் துறை வழக்கு பதிவு செய்ய முயற்சி செய்து கொண்டிருக்கிறது என்ற தகவலே ஜெயலலிதாவுக்கு அந்த உரையாடல் வெளியானதால்தான் தெரியும். அதனால் அதிக பலனடைந்தவர் ஜெயலலிதாதான். ஆனால் இந்த வழக்கை நடத்த சிறப்பு அரசு வழக்கறிஞரை நியமித்தது அதிமுக அரசு.

சிறப்பு அரசு வழக்கறிஞர் நியமிக்கப்பட்டாலும் வழக்கு நடைபெற வில்லை. ஏறக்குறைய இரண்டு ஆண்டுகளுக்கு எந்த முன்னேற்றமும் இல்லாமல் வழக்கு தேக்கத்தில் இருந்தது. இதற்கிடையே 'வழக்கை வாபஸ் பெறலாம். இதைத் தொடர்ந்து நடத்துவதால் எந்தப் பயனும் இல்லை' என்று அரசுக்கு ஒரு கருத்துரு அனுப்பப்பட்டது.

இதற்கிடையே நான் சவுக்கு என்று ஓர் இணையதளத்தைத் தொடங்கி அதில் அரசியல் கட்டுரைகளை எழுதி வந்தேன். அந்த இணையதளத்தில் அதிமுக அரசின் சமச்சீர் கல்வியை நீக்கியது உள்ளிட்ட பல்வேறு முடிவுகளை விமரிசனம் செய்து வந்தேன். இதன் காரணமாக, அதிமுக அரசை விமரிசிக்கிறேன் என்பதைக் காரணம் காட்டி, வழக்கை வாபஸ் பெறும் திட்டம் கைவிடப்பட்டது. இதில் என் வழக்கறிஞர் ராஜாசெந்தூர் பாண்டியனுக்கு மிகவும் வருத்தம். 'நீங்கள் அதிமுக அரசை விமரிசிக்காமல் இருந்திருந்தால் இந்தச் சிக்கல் ஏற்பட்டிருக்காது' என்று பலமுறை என்னிடம் வருத்தப்பட்டார்.

ஒரு வழியாக இரண்டு ஆண்டுகள் கழித்து வழக்கின் விசாரணை மீண்டும் தொடங்கியது. அரசுத் தரப்பில் மீதமுள்ள சாட்சிகள் விசாரித்து முடிக்கப்பட்டனர். எங்கள் தரப்பில் குறுக்கு விசாரணையைத் தொடங்க வேண்டிய நேரம் வந்தது. என் வழக்கறிஞர் ராஜாசெந்தூர் பாண்டியன், நெருக்கடி அதிகமாகிவிட்டது என்றும், என்னை எப்படியாவது தண்டித்து சிறைக்கு அனுப்பத் திட்டமிட்டுள்ளனர் என்பதையும் அறிந்தார். விவரங்களை என்னிடம் கூறினார். வழக்கைத் தாமதப்படுத்தவேண்டிய அவசியத்தையும் கூறினார்.

ஒவ்வொரு வழக்கிலும் அதில் சம்பந்தப்பட்ட ஆவணங்கள் அனைத்தையும் குற்றவாளிக்கு நகலாக வழங்கவேண்டும். ஒரு வழக்கில் ஹார்ட் டிஸ்க், பென் ட்ரைவ் போன்ற எலெக்ட்ரானிக் பொருட்கள் போன்றவை ஆவணங்களாக தாக்கல் செய்யப் பட்டிருந்தால் அவற்றின் நகலையும் குற்றவாளிக்கு வழங்க வேண்டும். இந்தியச் சாட்சியச் சட்டம் 1872ம் ஆண்டு உருவாக்கப்பட்டது. இதுதான் இன்றுவரை குற்றவியல் வழக்குகள் மற்றும் சிவில் வழக்குகளில் அடிப்படையான ஒரு சட்டமாக இருந்து வருகிறது. கணினி தொடர்பான குற்றங்கள் மிகவும் பிற்காலத்தில் வந்தவை என்பதால் இது போன்ற வழக்குகளில் எலெக்ட்ரானிக் சாட்சியங்களின் நகலை குற்றவாளிக்குத் தருவதா வேண்டாமா என்பது குறித்து தெளிவில்லாமல் இருந்தது.

2008ம் ஆண்டு சிபிஐ தொடர்ந்த ஒரு வழக்கில் சம்பந்தப்பட்ட குற்றவாளி டெல்லி உயர் நீதிமன்றத்தில் அந்த வழக்கில் சம்பந்தப் பட்ட ஹார்டு டிஸ்குகளின் மிர்ரர் இமேஜ்களை வழங்க வேண்டும்

என்ற வழக்குத் தொடர்ந்தார். அந்த வழக்கை டெல்லி உயர்நீதிமன்ற நீதிபதி டாக்டர் முரளீதர் என்பவர் விசாரித்துத் தீர்ப்பு வழங்கினார். அந்தத் தீர்ப்பில், எலெக்ட்ரானிக் எவிடென்ஸ் என்றால் என்ன? அதன் நகல்களை குற்றவாளிக்கு வழங்க இந்திய சாட்சிய சட்டத்தில் இடமுள்ளதா? இந்த நகல்களைப் பெற குற்றவாளிக்கு உரிமை உள்ளதா என்பன போன்ற பல்வேறு கேள்விகளுக்கு விளக்கமாக விடையளித்திருந்தார். குற்றவாளிக்கு அரசுத் தரப்பு தாக்கல் செய்துள்ள எலெக்ட்ரானிக் எவிடென்ஸ் அனைத்தின் நகல்களையும் தர வேண்டும் என்று தீர்ப்பளித்தார்.

இந்தத் தீர்ப்பின் அடிப்படையில் எனக்கு இந்த வழக்கில் அரசுத் தரப்பு நீதிமன்றத்தில் தாக்கல் செய்துள்ள அனைத்து எலெக்ட்ரானிக் எவிடென்ஸ்களின் நகல்கள் அனைத்தையும் வழங்கவேண்டும் என்று சென்னை உயர்நீதிமன்றத்தில் வழக்குத் தொடுக்கலாம் என்று ராஜாசெந்தூர் பாண்டியன் ஆலோசனை கூறினார். அவருக்கு விசாரணை நீதிமன்றங்களில் ஏராளமான பணிகள் இருந்ததால் அவரால் உயர் நீதிமன்றம் வர முடியாது. இதற்கென ஒரு வழக்கறிஞரைப் பிடிக்கவேண்டும்.

மூத்த வழக்கறிஞர் ராதாகிருஷ்ணனை அணுகியபோது, இதை நீதிமன்றம் ஏற்றுக்கொள்ளாது. அதனால் இந்த வழக்கை தாக்கல் செய்ய இயலாது என்று தெரிவித்துவிட்டார். ஒரு மோசமான நெருக்கடியில் சிக்கிக்கொண்டதாக உணர்ந்தேன். பெரும் தொகை கொடுத்து ஒரு நல்ல வழக்கறிஞரை அமர்த்தமுடியாத நிலையில் இருந்தேன்.

அந்த நேரத்தில்தான் நண்பர் விஜேந்திரன் என்ற வழக்கறிஞர், 'நான் இந்த வழக்கை தாக்கல் செய்கிறேன்' என்றார். எவ்விதக் கட்டணத்தையும் என்னிடம் பெறாமல் மின்னணு ஆவணங்களின் நகல்களை வழங்க வேண்டும் என்று மூன்று மனுக்களை சென்னை உயர்நீதிமன்றத்தில் தாக்கல் செய்தார். சென்னை உயர்நீதிமன்ற நீதிபதி பி.ராஜேந்திரன் என்பவர் முன் அந்த வழக்கு விசாரணைக்கு வந்தது.

தனக்குத் தெரியாத விஷயங்களே கிடையாது என்று நினைக்கும் ஒரு நீதிபதி அவர். வழக்கறிஞர் வாதாட எழுந்து வாதத்தைத் தொடங்கினால், இது எனக்கு நன்றாகத் தெரியும் என்று அவர் வாயை அடைப்பார். வேறு தீர்ப்புகள் குறித்து உதாரணத்தை எடுத்துக் கூறினால், அந்தத் தீர்ப்பு எனக்கு நன்றாகத் தெரியும் என்பார்.

டெல்லி உயர் நீதிமன்ற நீதிபதி டாக்டர் முரளிதர் அவர்களின் தீர்ப்பை வழக்கறிஞர் விஜேந்திரன் சுட்டிக்காட்டியதும் அதன் நகலை வாங்கி வைத்துக் கொண்டு, 'இது எனக்கு நன்றாகத் தெரியும்' என்றார். அந்தத்

தீர்ப்பின் நகலைப் பிரித்துக்கூடப் பார்க்கவில்லை. ஒரு வழக்கில் சம்பந்தப்பட்ட மின்னணு ஆவணங்களின் நகலை குற்றவாளிக்கு வழங்க வேண்டும் என்று விஜேந்திரன் வாதாடியதும், 'அது எப்படி வழங்கமுடியும்?' என்று எதிர் கேள்வி கேட்டார். 'ஒரு ஹார்ட் டிஸ்கை அப்படியே மிர்ரர் இமேஜிங் செய்து வழங்க முடியும்' என்று விஜேந்திரன் விளக்கியது அவருக்கு சுத்தமாகப் புரியவில்லை.

அவர் விஜேந்திரனிடம் எதிர் கேள்வி கேட்டார். 'இங்கே பாருங்கள் விஜேந்திரன். ஒரு வழக்கில் ஒரு கோப்பு சம்பந்தப்பட்டிருந்தால் அதை ஜெராக்ஸ் எடுத்துக்கொடுக்க முடியும். ஒரு வழக்கில் லாரி சம்பந்தப் பட்டிருக்கிறது என்று வைத்துக்கொள்ளுங்கள். லாரியின் நகலை எப்படி வழங்க முடியும்?' என்று அவர் கேட்டதும், வழக்கறிஞர் விஜேந்திரன் அதிர்ந்து போனார்.

இந்த நபரிடம் எப்படி வாதாடுவது என்பதே அவருக்குப் புரியவில்லை. இப்படி இந்த நீதிபதி ஏடாகூடமாகப் பேசுவார் என்பதை விஜேந்திரன் நன்றாக அறிந்திருந்து வழக்கின் முக்கியக் கூறுகளையும், முக்கியத் தீர்ப்புகளையும் உள்ளடக்கி ஓர் எழுத்துபூர்வ மான வாதத்தைத் தயார் செய்திருந்தார். இப்படி எழுத்துபூர்வமான வாதங்களை நீதிமன்றத்தில் வழங்குவதற்கான காரணம், தீர்ப்பு எழுதுகையில் நீதிபதிகளுக்கு இந்த வாதங்கள் உதவியாக இருக்கும். வழக்கின் முக்கிய கூறுகளை படித்தறிந்து தீர்ப்பு எழுதலாம்.

அந்த மனுவை நீதிபதியிடம் கொடுத்ததும் நீதிபதி ராஜேந்திரன், 'என்னுடைய நீதிமன்றத்தில் எழுத்துபூர்வமான வாதங்கள் என்பதே கிடையாது. என்னிடம் நேரில் செய்யப்படும் வாதங்கள் அனைத்தையும் உள்வாங்கி நான் தீர்ப்பெழுதுவேன். எழுத்துபூர்வமான வாதங்களை நான் அனுமதிப்பதே இல்லை' என்றார். இப்படிப்பட்ட நீதிபதிகளிடம் எப்படி வாதாடுவீர்கள்?

அரசு வழக்கறிஞர் தம்பிதுரைக்கு நிலைமை புரிந்தது. வழக்கு முடியும் வரை இவர்கள் விடமாட்டார்கள் என்பதும் புரிந்தது. உடனே அவர், 'ஹார்ட் டிஸ்கின் முழுமையான நகலைத் தரமுடியாது. அதில் இது வரை வெளிவந்துள்ள உரையாடல்கள் இல்லாமல் வேறு சில உரையாடல்களும் அடங்கியுள்ளன. அவற்றை அளித்தால், நிச்சயம் குற்றவாளி அவற்றைப் பொது வெளியில் வெளியிடுவார். அதனால் இந்த வழக்கில் சம்பந்தப்பட்ட உரையாடல்களை மட்டும் சிடி வடிவில் தருகிறோம்' என்று ஒப்புக்கொண்டார்.

இதையடுத்து வழக்கில் சம்பந்தப்பட்ட உரையாடலின் நகல் கிடைத்தது. அந்த உரையாடலை வைத்து அந்த உரையாடல்களில் பேசியவர் களிடம் குறுக்கு விசாரணை செய்யும் சமயத்தில் பல கேள்விகளைக்

கேட்க அது உதவியாக இருக்கும் என்று நம்பினோம். ஆனால் உரையாடலின் நகல் கிடைத்த சில நாட்களுக்குள், இந்த உரையாடலில் பேசிய நபர்களில் ஒருவரான முன்னாள் தலைமைச் செயலாளர் திரிபாதி இறந்துவிட்டார்.

அவரிடம்தான் பல கேள்விகள் கேட்க திட்டமிடப்பட்டிருந்தது. அது ஒரு பின்னடைவுதான். வழக்கின் புகார்தாரர் மாலதி ஐஏஎஸ் இறந்து விட்டார். வழக்கில் சம்பந்தப்பட்ட உரையாடலில் பேசியவர்களில் ஒருவரான திரிபாதி இறந்துவிட்டார். ஆனால் இவையெல்லாம் வழக்கில் எழும் எதிர்பாராத சிக்கல்கள். சந்தித்துதான் ஆகவேண்டும்.

அப்போது அந்த நீதிமன்றத்தின் நீதிபதியாக இருந்தவர் நீதிபதி செங்கோட்டையன். ஏற்கெனவே கூறியதுபோல ஒரு வழக்கை விசாரிக்கும் நீதிபதி எப்படிப்பட்டவர் என்பதைத் தெரிந்துகொள்ள வேண்டியது மிகவும் அவசியம். அவரைப் பற்றி அவர் ஏற்கெனவே பணியாற்றிய இடத்தில் விசாரித்தால் தெரிந்து விடும். செங்கோட்டையன் மிகவும் நல்ல நீதிபதி என்பது தெரிந்தது. இவரிடமே வழக்கை நடத்தி முடித்து விடலாம் என்று வழக்கறிஞர் தெரிவித்தார்.

அதன்படி, உரையாடல்களின் நகல்கள் கிடைத்ததும் சாட்சிகளின் குறுக்கு விசாரணையைத் தொடங்கத் தயாரானோம். அந்த நேரத்தில் நீதிபதி செங்கோட்டையன் மாற்றப்பட்டு புதிதாக ரவீந்திர போஸ் என்ற நீதிபதி நியமிக்கப்பட்டார். அவரைப் பற்றி விசாரித்தபோது, அவர் ஒரு பெரும் ஊழல் நீதிபதி என்பது தெரிய வந்தது. இருப்பினும் வேறு வழியில்லை. வழக்கை நடத்துவது என்று முடிவடுத்தோம்.

அந்த நேரத்தில் எனது சவுக்கு இணையதளத்தில் நீதித்துறைகளில் நடக்கும் ஊழல்கள் குறித்தெல்லாம் விரிவாக எழுதத் தொடங்கி யிருந்தேன். இதில் சென்னை உயர் நீதிமன்ற நீதிபதிகளும் அடக்கம். தற்போது கைது செய்யப்பட்டு சிறையில் இருக்கும் நீதிபதி கர்ணனின் ஊழல் நடவடிக்கைகள் குறித்து முதன் முதலில் நான்தான் சவுக்கு தளத்தில் அம்பலப்படுத்தியிருந்தேன்.

எனது விசாரணை நீதிபதி ரவீந்திரபோஸுக்கு நீதிபதி கர்ணன் மிகவும் நெருக்கம். நான் எழுதியது அனைத்தையும் ரவீந்திரபோஸ் படித்திருந் திருக்கிறார். ரவீந்திரபோஸ் ஒரு முறை ஒரு கிளப்புக்கு சென்றபோது, ஒரு காவல்துறை அதிகாரியோடு உரையாடியிருக்கிறார். 'நல்ல வக்கீலைத்தான் வச்சிருக்கான். ஆனா பெரிய இவன் மாதிரி கர்ணன் அய்யா பத்தியெல்லாம் எழுதறான். இவனை எப்படி நான் விடறது. அவங்க வக்கீல், வழக்குல சேத்துருக்கிற மூணு செக்ஷன்ல ரெண்டை ரத்து பண்ணணும்னு ஒரு பெட்டிஷன் போட்டிருக்கார். நல்ல பாயின்ட்

அது. ஆனா நான் அதை டிஸ்மிஸ் பண்ணப் போறேன். பத்து நாள்ல கன்விக்ட் பண்ணி இவனை ஜெயிலுக்கு அனுப்பப்போறேன். அப்புறம் எப்படி எழுதறான்னு பாப்போம்?' என்று கூறியிருக்கிறார்.

இந்த விபரங்கள் சில காவல்துறை அதிகாரிகள் மூலமாக எனக்குத் தெரிய வந்தது. இரண்டு காவல்துறை அதிகாரிகள் தனித்தனியாக இந்த விஷயத்தை உறுதிப்படுத்தினர். வழக்கறிஞர் ராஜா செந்தூர் பாண்டியனிடம் சொன்னேன். பதறிப் போனார். 'சார். பத்து நாள்ல உங்களை ஜெயிலுக்கு அனுப்பிடுவாரு சார். ஏதாவது பண்ணணும் சார்' என்றார். ஆனால் என்ன செய்வது என்பதே புரியவில்லை.

இரண்டு நாட்கள் கழித்து வழக்கு விசாரணை நடைபெற்றது. வழக்கு தொடங்குவதற்கு முன்பாக நான் நீதிமன்றத்தில் காத்திருந்தேன். எனது வழக்கறிஞர் ராஜா செந்தூர் பாண்டியன் அன்று தாமதமாக வர இருந்தார். அரசு வழக்கறிஞர் தம்பிதுரை வந்திருந்தார். வழக்கு தொடங்கு வதற்கு முன்பு தம்பிதுரை நீதிபதி ரவீந்திரபோஸை அவரது அறையில் சென்று பார்த்தார். நான் இதைக் கவனித்துக் கொண்டிருந்தேன். வழக்கு தொடங்குவதற்கு முன்பாக அவசர அவசரமாக பக்கத்து நீதிமன்றம் சென்று ஒரு வெள்ளைத் தாளை வாங்கினேன்.

உடனடியாக, 'நீதிபதியை அரசு வழக்கறிஞர் என்னுடைய வழக்கறிஞர் இல்லாத நேரத்தில் தனியாகச் சந்தித்துப் பார்த்தார். இதனால் எனக்கு அந்த நீதிபதியின் மீது நம்பிக்கை போய்விட்டது. எனக்கு நியாயமாக தீர்ப்பு வழங்கப்படும் என்ற நம்பிக்கை இல்லை' என்று அந்த மனுவில் எழுதி, வழக்கு தொடங்கியதும் நீதிபதியிடம் அதை அளித்தேன்.

நீதிபதியிடம் மனுவை அளித்ததும் 'என்ன?' என்றார். 'அரசு வழக்கறிஞர் உங்களைத் தனியாக அறையில் சந்தித்துப் பேசியுள்ளார். இதனால் இந்த நீதிமன்றத்தின் மீது எனக்கு நம்பிக்கை இல்லை' என்றேன். 'ஓஹோ... அதெல்லாம் அப்புறம் பாத்துக்கலாம். இப்போ கேஸ் நடக்கட்டும்' என்றார். 'நான் ஒரு மனுவை உங்களிடம் அளித்துள்ளேன். அதன்மீது ஏதாவது ஓர் உத்தரவைப் பிறப்பிப்பது உங்கள் கடமை' என்றேன். 'சரி' என்று அதை வாங்கி வைத்துக் கொண்டவர், இந்த மனுவின் மீது முடிவெடுக்க இந்த நீதிமன்றத்துக்கு அதிகாரம் இல்லை. உரிய நீதிமன்றத்தில் இந்த மனுவை தாக்கல் செய்யவும் என்று உத்தரவிட்டார்.

அந்த மனு மற்றும் அந்த உத்தரவின் நகலைப் பெற்று, வழக்கறிஞர் விஜேந்திரனிடம் அளித்தேன். அவர் உடனடியாக வழக்கை வேறு ஏதாவதொரு நீதிமன்றத்துக்கு மாற்றவேண்டும் என்றும் இந்த நீதிமன்றத்தின் மீது நம்பிக்கை இல்லையென்றும் ஒரு மனுவைத்

தாக்கல் செய்தார். சென்னை உயர் நீதிமன்ற நீதிபதி ஆறுமுகசாமி முன்பு மனு விசாரணைக்கு வந்தது. மனுவை விசாரித்த நீதிபதி, 'இதுக்குதான் நான் என் ரூம்ல யாரையுமே பாக்கறதில்லை. சில நேரத்துல வக்கீலுங்க பாக்க மாட்டேன்னு சொன்னா கோவிச்சிக்கிறாங்க. நாம ரூமுக்குள்ள ஒன்னுமே பேசியிருக்க மாட்டோம். ஆனா பாக்கறவங்களுக்கு என்ன தெரியும்?' என்று கூறினார். வழக்கை உடனடியாக அருகாமையில் இருந்த ஒரு நீதிமன்றத்துக்கு மாற்றி உத்தரவிட்டார்.

ஆனால் மற்றொரு காரணத்தினால் என்னால் அடுத்த ஒன்றரை ஆண்டுகளுக்கு இந்த வழக்கில் ஆஜராக முடியாமல் போனது.

24

ஒரு சில நாட்களில் நான் நடத்தி வந்த சவுக்கு இணையதளத்தில் எழுதியிருந்த ஒரு கட்டுரை தொடர்பாக சென்னை உயர் நீதிமன்றத்தில் வழக்கறிஞர் ஒருவரால் வழக்கு ஒன்று தொடரப்பட்டது. அந்த வழக்கில் சென்னை உயர் நீதிமன்றம் உடனடியாக என் மீது வழக்கு பதிவு செய்து, என்னை உடனடியாகக் கைது செய்யவேண்டும் என்று உத்தரவிட்டது. அடுத்து என்ன செய்வது என்று புரியவில்லை.

சென்னை உயர் நீதிமன்றத்தில் பணியாற்றிக் கொண்டிருந்த மணிகண்டன் என்ற வழக்கறிஞர் எனக்காக முன்ஜாமீன் தாக்கல் செய்ய முன்வந்தார். கைதாக வேண்டாம் என்றும், முன்ஜாமீன் கிடைக்கும்வரை தலைமறைவாக இருக்குமாறும் கூறினார். உடனடியாக வீட்டை விட்டு தலைமறைவானேன். தொலைபேசி ஒட்டுக்கேட்பு வழக்கு விசாரணையில் இதனால் ஆஜராக முடியவில்லை. வழக்கறிஞர் ராஜாசெந்தூர் பாண்டியன் புதிய வழக்கு குறித்தும், முன்ஜாமீன் தாக்கல் செய்யப்பட்டுள்ளது குறித்தும் நீதிபதியிடம் எடுத்துக் கூறினார்.

நீதிபதி, 'நான் பிணையில் வெளி வரக்கூடிய வாரண்ட் பிறப்பிக்கிறேன். அந்த வழக்கில் முன்ஜாமீன் கிடைத்ததும் சரணடைந்து வழக்கை நடத்தச் சொல்லுங்கள்' என்று கூறினார். அந்த வழக்கில் எனக்கு முன்ஜாமீன் கிடைக்கவில்லை. இதனால் ஒன்றரை ஆண்டுகளுக்கு மேலாக தலைமறைவாக இருந்தேன். இறுதியாக சென்னை காவல்துறை பதிவு செய்திருந்த வழக்கை சென்னை உயர்நீதிமன்றம் சிபிஐ விசாரணைக்கு மாற்றியது. சிபிஐ விசாரணைக்கு மாற்றிய பிறகே வீடு திரும்பினேன். சிபிஐ தேவையில்லாமல் கைது செய்ய மாட்டார்கள் என்பது தெரியும். அது போலவே சிபிஐ என்னை விசாரணைக்கு அழைத்தார்கள், ஆனால் கைது செய்யவில்லை.

2016 தேர்தல் முடிந்து மீண்டும் அதிமுக ஆட்சியைப் பிடித்திருந்தது. தேர்தலில் அதிமுக தோற்றிருந்தால் ஏற்கெனவே நியமிக்கப்பட்ட அரசு சிறப்பு வழக்கறிஞர் பணியை ராஜினாமா செய்திருப்பார். புதிய வழக்கறிஞர் நியமிக்க தாமதம் ஆகும் என்று நினைத்திருந்தேன். மீண்டும் அதிமுகவே பதவியேற்றதால் ஏற்கெனவே நியமிக்கப்பட்ட சிறப்பு வழக்கறிஞர் தம்பிதுரை பணியில் தொடர்ந்தார்.

எனது வழக்கை விசாரிக்கும் நீதிமன்றத்தில் கோமதிநாயகம் என்ற ஒரு நீதிபதி பொறுப்பேற்றிருந்தார். உச்ச நீதிமன்றம் ஐந்தாண்டுகளுக்கு மேலாக நிலுவையில் இருக்கும் வழக்குகளைத் தினந்தோறும் நடத்தி முடிக்க வேண்டும் என்று சுற்றறிக்கை அனுப்பியிருந்தது. எனது வழக்கு 2009ம் ஆண்டு நீதிமன்றத்தில் தாக்கல் செய்யப்பட்ட வழக்கு. ஐந்தாண்டுகளை கடந்திருந்ததால் உடனடியாக வழக்கை முடிக்க முடிவு செய்தார் நீதிபதி. நீண்ட நாட்களாக நீதிமன்றத்தில் ஆஜராகாததால், எனது ஜாமீனை ரத்து செய்வதற்காக, எனக்கு ஷ்யூரிட்டி அளித்திருந்த தாய் மற்றும் தங்கையை நீதிமன்றத்துக்கு வரவழைக்க சம்மன் அனுப்பப்பட்டது. அவர்கள் இருவரும் ஆஜராகி நான் அடுத்த இரு நாட்களில் நீதிமன்றத்தில் ஆஜராவேன் என்று வாக்குறுதி அளித்தனர்.

என் வழக்கறிஞர் ராஜா செந்தூர் பாண்டியனைச் சந்திக்கச் சென்றேன். அவர் உடல்நிலை சரியில்லாமல் மருத்துவமனையில் அனுமதிக்கப் பட்டிருந்தார். வழக்கை உடனடியாக நடத்த வேண்டிய நிலை. மீண்டும் ஒரு நெருக்கடியில் சிக்கிக்கொண்டேன். அந்தச் சமயத்தில் எனக்கு நண்பராக இருந்த ரமேஷ் என்ற வழக்கறிஞரிடம் விஷயத்தைச் சொன்னேன். அவர் எட்டு ஆண்டுகள் மேஜிஸ்திரேட்டாக பணியாற்றி பணியை ராஜினாமா செய்துவிட்டு வழக்கறிஞராக பணியாற்றுபவர். 'அனைத்து ஆவணங்களையும் எடுத்துக்கொண்டு வாருங்கள். வழக்கை நடத்துவோம்' என்றார்.

வழக்கு அப்போதுதான் முக்கியமான கட்டத்தை எட்டியிருந்தது. ஏனெனில் நாங்கள் இதுவரை எந்த சாட்சியையும் குறுக்கு விசாரணை செய்யவில்லை. இனிதான் செய்யவேண்டும். இதனால் வழக்கை ஏறக்குறைய தொடக்கத்திலிருந்து நடத்துவது போன்ற ஒரு சூழல். ராஜாசெந்தூர் பாண்டியன் அலுவலகத்திலிருந்து அனைத்து வழக்கு ஆவணங்களையும் ரமேஷ் அலுவலகத்துக்கு எடுத்துச் சென்றேன். அவர் வழக்கை முதலில் இருந்து படிக்க வேண்டிய நிலை.

நீதிமன்றத்தில் ஆஜராகி வாரண்டை ரத்து செய்தேன். நீதிபதி, சாட்சிகளைக் குறுக்கு விசாரணை செய்ய அனுமதியளிக்க முடியாது என்றும், வழக்கில் குற்றவாளியிடம் இறுதியாகக் கேட்கும் கேள்விகளை கேட்கப் போவதாகவும் உத்தரவு பிறப்பித்தார். வழக்கில் எந்தச்

சாட்சிகளையும் இதுவரை குறுக்கு விசாரணை செய்யவில்லை, சாட்சிகளை குறுக்கு விசாரணை செய்யாமல் இறுதிக் கேள்விகளைக் கேட்கக் கூடாது என்று ரமேஷ் வாதாடினார். ஆனால் நீதிபதி காதிலேயே வாங்கிக் கொள்ளவில்லை.

இறுதிக் கேள்வி கேட்பதற்கான நாள் குறித்தார். ரமேஷ் வழக்கின் ஆவணங்களைக்கூட முழுமையாகப் படித்து முடிக்கவில்லை. இருவருக்கும் என்ன செய்வதென்றே தெரியவில்லை. நீதிபதி கோமதிநாயகத்துக்கு முன்சார்பு உருவாகிவிட்டது என்பதையும், இவரிடம் வழக்கு நியாயமாக நடைபெறுமா என்ற சந்தேகமும் எங்களுக்கு எழுந்தது.

சாட்சிகளை விசாரணை செய்ய அனுமதிக்கவேண்டும் என்று நீதிமன்றத்துக்கு உத்தரவிடக் கோரி சென்னை உயர் நீதிமன்றத்தில் ரமேஷ் என் சார்பில் மனு தாக்கல் செய்தார். நீதிபதி பிஎன்.பிரகாஷ் முன்னிலையில் விசாரணைக்கு வந்தது. நீதிபதி, வழக்கை விசாரணை செய்கையில், வழக்கு நீண்ட நாட்களில் நிலுவையில் இருப்பதாகவும் அதனால் அனைத்து சாட்சிகளையும் குறுக்கு விசாரணை செய்ய அனுமதிக்க முடியாது எனவும், முக்கியமான சாட்சிகள் என்று கருதுபவர்களை மட்டும் ஒரு பட்டியலாகத் தந்தால் அதன் பிறகு உத்தரவிடுவதாகவும் குறிப்பிட்டார்.

ஒரு வழக்கில் எந்தச் சாட்சி குறுக்கு விசாரணை செய்யும்போது எதை சொல்வார், எது நமக்கு சாதகமாக இருக்கும் என்பதை முடிவு செய்யவே முடியாது. ஒவ்வொரு சாட்சியிடமிருந்தும் ஒவ்வொரு தரவுகளை வரவழைக்க முடியும். குறுக்கு விசாரணை என்பது வழக்கில் முக்கியமானது. ஆனால் மிகவும் நெருக்கடியான சூழலில் மாட்டிக் கொண்டோம் என்பது மட்டும் தெரிந்தது. மொத்தம் உள்ள 35 சாட்சிகளில் 22 சாட்சிகளைத் தேர்ந்தெடுத்து சென்னை உயர்நீதிமன்றத்தில் வழங்கினோம்.

இதற்குள் விசாரணை நீதிமன்றத்தில் வழக்கு விசாரணைக்கு வந்தது. நீதிபதி கோமதி நாயகத்திடம், சாட்சிகள் குறுக்கு விசாரணை தொடர்பாக சென்னை உயர்நீதிமன்றத்தில் வழக்கு தாக்கல் செய்யப்பட்டுள்ளதையும் விரைவில் உத்தரவு பிறப்பிக்கப்பட உள்ள விபரமும் தெரிவிக்கப்பட்டது. அரசு வழக்கறிஞரும் இந்த விபரத்தை உறுதிப்படுத்தினார். மேலும் அரசு வழக்கறிஞர் தம்பிதுரை, மிகவும் நியாயமாக, சாட்சிகளை குறுக்கு விசாரணை செய்யவேண்டும் என்ற குற்றவாளி தரப்பின் கோரிக்கைக்கு அரசுத் தரப்பில் ஆட்சேபம் இல்லை என்பதையும் எழுத்துபூர்வமாக எழுதித் தந்தார்.

ஆனால் நீதிபதி அதை காதில் வாங்குவதாக இல்லை. நான் கேள்வி கேட்கப் போகிறேன் என்று கேள்விகளைக் கேட்கத் தொடங்கினார். நாற்பதுக்கும் மேற்பட்ட கேள்விகள். முதல் கேள்வி கேட்டதும் நான் 'இது குறித்த வழக்கு சென்னை உயர்நீதிமன்றத்தில் விசாரணையில் இருப்பதால் என்னால் பதில் சொல்ல முடியாது' என்று கூறினேன். நீதிபதி 'என்னய்யா விளையாடறியா. கோர்ட்டுன்னா உனக்கு விளையாட்டா போச்சா. பதில் சொல்லுய்யான்னா உன் இஷ்டத்துக்கு சொல்ற' என்றார். ' சென்னை உயர்நீதிமன்றம் சாட்சிகள் விசாரணை தொடர்பாக ஒரு சில நாட்களில் உத்தரவு பிறப்பிக்க உள்ளது. அதனால் இரண்டு நாட்களுக்கு வழக்கை தள்ளி வைக்க வேண்டும்' என்று கூறினேன். 'தள்ளி வைக்க முடியாது. உங்கள் பதிலை எழுதித் தாருங்கள்' என்று கூறினார். பதிலை எழுதித் தராமல் நீதிமன்றத்தை விட்டுச் செல்லமுடியாது.

அனைத்துக் கேள்விகளுக்கும் பதிலை எழுதித் தந்தேன். அனைத்துக் கேள்விகளுக்கும், 'சென்னை உயர்நீதிமன்றத்தில் சாட்சிகள் குறுக்கு விசாரணை தொடர்பாக மனு தாக்கல் செய்யப்பட்டுள்ளது. அதன் தீர்ப்பு வந்த பிறகே பதில் அளிக்க முடியும்' என்பதை மனுவாக தாக்கல் செய்தேன். நீதிபதி அதைப் பெற்றுக்கொண்டு என்னைக் கிளம்ப அனுமதித்தார்.

வழக்கறிஞர் ரமேஷிடம் நடந்த விபரங்களைச் சொன்னதும், சென்னை உயர்நீதிமன்றத்தில் வழக்கு நிலுவையில் இருக்கும் விபரங்களைத் தெரிவித்த பின்னரும், இறுதிக் கேள்விகளை நீதிபதி கேட்டுள்ளார். குற்றவாளிக்கு உரிய உரிமைகளை அளிக்காமல் வழக்கை அவசர கதியில் நடத்துகிறார். இதனால் வழக்கை வேறு நீதிமன்றத்துக்கு மாற்றவேண்டும் என்று சென்னை உயர்நீதிமன்றத்தில் ஒரு மனு தாக்கல் செய்தார். அந்த மனுவும் நீதிபதி பிஎன்.பிரகாஷ் முன்பு விசாரணைக்கு வந்தது. ஆனால் அந்த மனுவை நீதிபதி ஏற்க மறுத்தார். வழக்கு மிகவும் தாமதமானதால் அதை விரைவாக நடத்துவதற்காக நீதிபதி இறுதிக் கேள்விகளைக் கேட்டுள்ளார். இதைத் தவறு என்று கூற முடியாது. வழக்கை வேறு நீதிபதிக்கு மாற்றமுடியாது. வழக்கு விசாரணை தொடர்ந்து நடைபெறும் என்றும், தேர்ந்தெடுத்த சாட்சிகளைக் குறுக்கு விசாரணை செய்யலாம் என்றும் உத்தரவு பிறப்பித்தார்.

சாட்சிகள் குறுக்கு விசாரணை தொடங்கியது. பத்திரிக்கையாளர்கள் உள்ளிட்டோர் ஏற்கெனவே எனக்கு எதிராக சாட்சியம் ஏதும் அளிக்காத காரணத்தால் அவர்களிடம் குறுக்கு விசாரணை செய்ய பெரிதாக எதுவும் இல்லை. அடுத்த முக்கிய சாட்சியாக என்னை கைது செய்யப்பட்டபோது தயாரிக்கப்பட்ட மகஜர் சாட்சி ஒருவர் விசாரணை செய்யப்பட வேண்டும். ஒவ்வொரு நபரைக் கைது

செய்கையிலும், அவர் கைது செய்தபோது உடன் இருந்த ஒருவரை சாட்சியாக சேர்த்து அதற்கென ஒரு மகஜர் தயாரித்து அவரிடம் கையொப்பம் பெறுவார்கள். அதேபோல வீட்டில் சோதனை நடத்தி கையொப்பம் பெறப்பட்ட பொருள்களை ஒரு பட்டியல் தயாரித்து அந்தப் பட்டியலிலும் கையொப்பம் பெறுவார்கள்.

சி.பி.சிஐடி போலீசார் தயாரித்திருந்த அறிக்கையின்படி, நான் 17 ஜூலை 2008 அன்று அலுவலகத்தில் இருந்தபோது இன்று ஏதோ அசம்பாவிதம் நடக்கப்போகிறது என்று சந்தேகப்பட்டேன். அதனால் அலுவலகத் திலிருந்து சீக்கிரமாக கிளம்பி வீட்டுக்கு வந்தேன். எனது பைக்கை அலுவலகத்திலேயே விட்டுவிட்டு வந்தேன். மதுரவாயல் எம்ஜிஆர் பொறியியல் கல்லூரி எதிரே நின்றுகொண்டிருந்தேன். அப்போது சி.பி.சிஐடி காவல்துறையினர் என்னைக் கண்டுபிடித்தனர். உடனடியாகக் கைது செய்தனர். நான் உடனடியாக வாக்குமூலம் கொடுத்தேன். இந்தக் குற்றத்தை நான்தான் செய்தேன் என்று ஒப்புக் கொண்டேன். அதன் பின் என் வீட்டுக்கு அவர்களை அழைத்துச் சென்று அவர்களிடம் தேவையான பொருள்களை எடுத்துக் கொடுத்தேன். இதுதான் அவர்கள் தயாரித்த ஆவணங்களின் சாரம்.

என்னைக் கைது செய்தது லஞ்ச ஒழிப்புத் துறை அலுவலகத்தில். மாலை 3.45 மணிக்கு கைது செய்தார்கள். அதை அப்படியே பதிவு செய்திருக்கலாம். அதை யாரும் மறுத்திருக்கப் போவதில்லை. ஆனால் ஓர் அரசு ஊழியரை கைது செய்கையில் அவர் துறைத் தலைவருக்குத் தகவல் தெரிவிக்கவேண்டும். அதையெல்லாம் அவர்கள் செய்யவில்லை. இதற்காகத்தான் இந்தப் போலி ஆவணங்கள். இதுதான் போலீஸ் புத்தி. நடந்த உண்மையை அப்படியே ஆவணமாகத் தயாரிக்க அவர்களுக்குத் தெரியவே தெரியாது. தங்கள் வசதிக்கு ஏற்ப எழுதிக்கொள்வதே அவர்களுக்கு வழக்கம்.

மகஜரில் கையெழுத்திட்ட சாட்சியாக ஏழுமலை என்பவரை விசாரணை செய்ய அழைத்திருந்தனர். அந்த ஏழுமலையின் வீடு, இதற்கு முன் சி.பி.சிஐடி அலுவலகம் அமைந்திருந்த கிண்டி மடுவங்கரை பகுதியில் அமைந்திருந்தது. சாட்சியம் அளிப்பதற்கு முதல் நாள் அவரை வீட்டிலிருந்து அழைத்துச் சென்று, அரசு வழக்கறிஞரிடம் நிறுத்தி, இரண்டு மணி நேரம் எப்படி சாட்சியமளிக்கவேண்டும் என்பதைச் சொல்லிக் கொடுத்திருந்தனர்.

குறுக்கு விசாரணையை ரமேஷ் தொடங்கினார். 'எங்கே வேலை செய்கிறீர்கள்?' என்று கேட்டார். ஏழுமலை, தான் ஒரு எலெக்ட்ரீஷியன் என்றும் ஒவ்வொரு முறையும் ஓர் இடத்தில் வேலை செய்வதாகவும் கூறினார். 'கைது நடந்த அன்று எங்கே பணியாற்றினீர்கள்?'

என்று கேட்டார். அவர் 'முகப்பேரில் ஒரு வீட்டில் பணியாற்றி வந்தேன்' என்று சொன்னார். 'முகப்பேரில் எந்த இடத்தில் எந்த வீட்டில் பணியாற்றினீர்கள்?' என்று கேட்டார். 'சார் நான் எம்ஜிஆர் எஞ்சினியரிங் காலேஜ் முன்னாடி நின்னுக்கிட்டு இருந்தேன். அங்க ஒரே கூட்டமா இருந்துச்சு. என்னன்னு போயி பாத்தேன்' என்றார். ரமேஷ், 'நான் அதை கேட்கவில்லை. முகப்பேரில் எந்த வீட்டில் பணியாற்றினீர்கள்?' என்றார். 'நினைவில்லை' என்றார்.

'விசாரணையை நாளை தள்ளி வைத்துக்கொள்ளலாம். இன்று முகப்பேர் சென்று எந்த வீட்டில் பணியாற்றினீர்கள் என்பதைக் கண்டுபிடித்து வாருங்கள். நாளை எந்த வீடு என்று சொல்ல முடியுமா?'

'சொல்ல முடியாது. என்னால் வீட்டைக் கண்டுபிடிக்க முடியாது சார்.'

'சரி. வேலைக்கு வீட்டிலிருந்து எப்படி செல்வீர்கள்?'

'சைக்கிளில் செல்வேன்.'

'முகப்பேரிலிருந்து உங்கள் வீட்டுக்குச் செல்ல, நேராக 100 அடி சாலை வழியாக நேராகச் சென்றால் கிண்டி அடையலாம். மதுரவாயலுக்கு எதற்காகச் சென்றீர்கள்?'

'நான் என் வீட்டுக்குப் பூந்தமல்லி வழியாகச் செல்வேன்.'

'100 அடி சாலை வழியாக வடபழனி வழியாக கிண்டி எளிதாகச் செல்லலாம். மதுரவாயல் பூந்தமல்லி வழியாக சைக்கிளை மிதித்துக் கொண்டு சென்றால் கிட்டத்தட்ட 9 கிலோ மீட்டர் சுற்ற வேண்டியிருக்கும். எதற்காக அப்படிச் சென்றீர்கள்?'

'நான் தினமும் பூந்தமல்லி வழியாகத்தான் செல்வேன்.'

'சுற்றுவழி என்றாலும், தினமும் 9 கிலோமீட்டர் சைக்கிளில் சுற்றித்தான் வீட்டுக்குச் செல்வீர்களா?'

'ஆமாம் சார்.'

'எங்கே வேலைக்குப் போனாலும் இப்படிச் சுற்றித்தான் செல்வீர்களா?'

'ஆமாம் சார்.'

'சம்பவம் நடந்த தினத்தன்று நீங்கள் எங்கே நின்று கொண்டிருந்தீர்கள்?'

'சார், நான் எம்ஜிஆர் எஞ்சினியரிங் காலேஜ் முன்னாடி நின்னுக்கிட்டு இருந்தேன். அங்க ஒரே கூட்டமா இருந்துச்சு. என்னன்னு போயி பாத்தேன்.'

'நான் கேட்பதை நன்றாகப் புரிந்துகொண்டு பதில் சொல்லுங்கள். சம்பவம் நடந்த தினத்தன்று எங்கே நின்று கொண்டிருந்தீர்கள்?'

'எம்ஜிஆர் எஞ்சினியரிங் காலேஜ் எதிரே.'

'எதற்காக அங்கே நின்றீர்கள்?'

'என் ஃப்ரெண்டுக்காக வெயிட் பண்ணிக்கிட்டு இருந்தேன் சார்.'

'ஃப்ரெண்டு பேர் என்ன?'

'ஞாபகம் இல்ல சார்.'

'எம்ஜிஆர் எஞ்சினியரிங் காலேஜ் எங்க இருக்கு?'

'பைபாஸ் பக்கத்துல இருக்கு சார்.'

'பைபாஸ் பக்கத்துல இருக்கறது எம்ஜிஆர் மெடிக்கல் காலேஜ். எஞ்சினியரிங் காலேஜ் எங்க இருக்கு?'

'பைபாஸ் பக்கத்துலதான் சார் இருக்கு.'

கோர்ட்டில் அனைவரும் சிரித்தனர். அவர் பொய் சாட்சி சொல்கிறார் என்பது நீதிமன்றத்தில் இருந்த அனைவருக்கும் தெரிந்தது. அனைவரும் சிரித்தனர். நீதிபதி கோமதிநாயகத்துக்கும் சிரிப்பு.

இப்படி கேட்டுக்கொண்டே இருந்து ரமேஷ் சட்டென்று கேள்விகளை மாற்றினார்.

'உங்களை கிண்டி போலீசார் அழைத்து அலுவலகத்தில் வைத்து கையெழுத்து போடச் சொன்னார்களா?'

'ஆமாம் சார்' என்றார். அத்தோடு குறுக்கு விசாரணை முடிந்தது. அன்று நீதிமன்றம் முடிந்ததும் ரமேஷிடம் 'எப்படி சார் இந்த சாட்சியை மடக்கினீர்கள்?' என்று கேட்டேன். 'சிபி.சிஐடி போலீசார் இந்தச் சாட்சி என்னவெல்லாம் சொல்லவேண்டும் என்று தயார் செய்திருப்பார்கள். அவர்கள் எதிர்பார்க்காத முறையில் கேள்விகளைக் கேட்கவேண்டும். அதுதான் குறுக்கு விசாரணையின் ரகசியம்' என்றார்.

அடுத்த சாட்சி சட்ட ஆலோசகர் விஜயராகவன். அவரது பங்கு என்னவென்றால், 1 ஏப்ரல் 2008 அன்று அவர் அலுவலகத்தில் இல்லை. அவர் இல்லாத நேரத்தில் நான் அவரது அறைக்குள் நுழைந்து உரையாடலை காப்பி செய்துவிட்டேன் என்பதே. அவர் தனது குறுக்கு விசாரணையில் 1 ஏப்ரல் 2008 அன்று தான் அறையில் இருந்தாரா இல்லையா என்பது சரியாக நினைவில்லை என்று கூறிவிட்டார். அவர் அன்றாடம் செய்யும் பணிகளைப் பதிவு செய்யும் டைரியில் 1 ஏப்ரல்

2008 அன்று அவர் எந்த அதிகாரியையும் சந்தித்ததாகக் குறிப்பு இல்லை என்றும், இதர நாட்களில் அதிகாரிகளைச் சந்தித்ததை பதிவு செய்துள்ளார் என்பதையும் சுட்டிக் காட்டியதும் ஒப்புக்கொண்டார். அவருடைய அனுமதி இல்லாமல் நான் அவரது அறைக்குள் ஒரு போதும் நுழைந்ததில்லை என்றும், அவர் அழைத்ததன் பேரிலேயே சிலமுறை வந்துள்ளதாகவும் தெரிவித்தார். மேலும் அவரது கம்ப்யூட்டருக்கு பாஸ்வேர்ட் உள்ளது என்றும் அவரது செயலருக்கு மட்டுமே அந்த பாஸ்வேர்ட் தெரியும் என்றும் கூறினார்.

சட்ட ஆலோசகரின் செயலர் மற்றும் அவரது அலுவலக உதவியாளர்கள் இருவரும் அடுத்த சாட்சிகள். அவர்கள் இருவருக்கும் சிபி.சிஐடி பதிவு செய்திருந்த வாக்குமூலத்தின்படி 1 ஏப்ரல் 2008 அன்று அவர்கள் இருவருமே அலுவலகத்தில் இல்லை. அவர்கள் இல்லாத நேரம் பார்த்து நான் சட்ட ஆலோசகர் அறைக்குள் நுழைந்தேன் என்பதுதான் சிபி.சிஐடி வழக்கு. குறுக்கு விசாரணையில் அவர்கள் இருவருமே 1 ஏப்ரல் 2008 அன்று முழுவதும் அலுவலகத்தில் இருந்ததாகவும், சட்ட ஆலோசகரின் அறைக்குச் செல்ல வேண்டு மென்றால் தங்களைத் தாண்டித்தான் செல்ல வேண்டும் என்றும், அவர்களுக்குத் தெரியாமல் அந்த அறைக்குச் செல்லமுடியாது என்றும் கூறினார்கள்.

தடய அறிவியல் துறையின் நிபுணர் மணிவண்ணன் என்பவர் அரசு அதிகாரி. அதனால் அவரையும் சிபி.சிஐடி போலீசார் நன்றாகத் தயார் செய்து அழைத்து வந்திருந்தனர். என்னதான் தயார் செய்திருந்தாலும் இல்லாத ஒன்றை அவர் சாட்சியம் அளிக்க முடியாது அல்லவா? வழக்கில் சம்பந்தப்பட்ட உரையாடல் கையாளப்பட்ட நேரத்துக்கும் பென் ட்ரைவ் பயன்படுத்திய நேரத்துக்கும் 12 நிமிடங்கள் இடைவெளி உள்ளது என்றும், அந்த பென் ட்ரைவை பயன்படுத்தி அந்த உரையாடலை காப்பி செய்திருந்தால் இரண்டு நேரமும் ஒன்றாக இருந்திருக்கும் என்றும் அவர் ஒப்புக் கொண்டார்.

மேலும் வழக்கில் சம்பந்தப்பட்டதாகச் சொல்லப்படும் பென் ட்ரைவ் ஆய்வு செய்யப்படவேயில்லை என்பதையும் கூறினார். 'அப்படி இருக்கையில் சுஜாதா என்று பெயரிடப்பட்ட பென் ட்ரைவ்தான் சம்பந்தப்பட்ட உரையாடலை காப்பி செய்தது என்று எப்படி கூறுகிறீர்கள்?' என்று கேட்டதற்கு, 'பல்வேறு சூழல்களை வைத்துக் கூறினேன்' என்றார். 'நீங்கள் ஓர் அறிவியல் ஆய்வாளர். அறிவியல் தரவுகளை வைத்துத்தான் சாட்சியம் அளிக்க முடியும். அப்படி இருக்கையில் சூழலை வைத்து எப்படி சாட்சியம் அளிக்கிறீர்கள்?' என்று கேட்டதற்கு மழுப்பினார், உளறினார்.

இப்படிச் சாட்சிகள் எல்லாம் உண்மையை பேசி நான் விடுதலை செய்யப்படுவதற்கு ஏதுவான சூழல் இருந்தாலும், நீதிபதி கோமதிநாயகத்தை நினைத்து எங்களுக்கு அச்சமாகவே இருந்தது. நியாயமான தீர்ப்பு கிடைக்கும் என்று துளிகூட நம்பிக்கை இல்லை. இருப்பினும் சாட்சிகளின் குறுக்கு விசாரணைக்கு நல்ல முறையில் தயாரிப்பு வேலைகளை செய்து வழக்கை நன்றாகவே நடத்திக் கொண்டிருந்தோம்.

இந்த நிலையில் திடீரென்று ஒரு நாள் ஓர் அற்புத செய்தி வந்தது. நீதிபதி கோமதிநாயகம் மாற்றப்பட்டார் என்பதுதான் அந்தச் செய்தி. எனக்கும் ரமேஷுக்கும் சந்தோஷம் என்றால் அப்படி ஒரு சந்தோஷம். அவர் இடத்துக்கு லீலாவதி என்ற நீதிபதி நியமிக்கப்பட்டார். அவர் நல்ல நீதிபதி என்று தெரியவந்தது. அவர் இருக்கையிலேயே விரைவாக வழக்கை முடித்துவிடலாம். வழக்கும் ஏறக்குறைய நிறையும் தருவாய்க்கு வந்திருந்தது என்று எனக்கும் வழக்கறிஞருக்கும் ஏக மகிழ்ச்சி.

லஞ்ச ஒழிப்புத் துறையின் முன்னாள் இயக்குநர் உபாத்யாய் குறுக்கு விசாரணை செய்யப்பட்டார். அவரிடம் கேள்வி கேட்கையில் 'கூண்டில் நிற்கும் குற்றவாளி உங்களை 1 ஏப்ரல் 2008 அன்று வந்து பார்த்தாரா?' என்று கேட்டபோது, 'அவரை நான் குற்றவாளி என்று சொல்ல மாட்டேன். அவர் எனது பணியாளர்' என்று கூறினார். அவர் அவ்வாறு கூறியது எனக்கு மிகவும் பெருமையாக இருந்தது.

இறுதியாக வழக்கின் புலனாய்வு அதிகாரி டிஎஸ்பி பாலு விசாரணைக்கு வந்தார். பாலுவின் விசாரணை முக்கியமானது என்பதால் அவரை விசாரிக்க பல்வேறு கேள்விகளைத் தயார் செய்தோம். மீண்டும் மீண்டும் அடித்துத் திருத்தி பல கேள்விகளைத் தயார் செய்து வைத்திருந்தோம். விசாரணை தினத்தன்று ரமேஷ் திடீரென்று 'இந்தக் கேள்விகளெல்லாம் வேண்டாம். நான் பார்த்துக் கொள்கிறேன்' என்று கூறி விட்டார். எனக்கு ஒன்றுமே புரியவில்லை. 'என்ன சார்?' என்று வினவியதற்கு, 'இந்த ஆள் இரவு முழுவதும் அனைத்து ஆவணங்களையும் படித்துவிட்டு வந்திருப்பார். நமது கேள்விகளுக்குத் தயாராக இருப்பார். எதிர்பாராத கோணத்தில் அந்த நபரைக் கேள்வி கேட்க வேண்டும்' என்று கூறினார்.

விசாரணை தொடங்கியது. 'நீங்கள் சைபர் க்ரைமில் நிபுணர். கம்ப்யூட்டர் குறித்து உங்களுக்குத் தெரியாத விஷயங்களே கிடையாது' என்றதும் சந்தோஷமாக ஆமோதித்தார் பாலு. இதே போல பல கேள்விகளைக் கேட்டதும் முழுமையாகச் சரி என்றார். கம்ப்யூட்டரில் அவரை மிகச் சிறந்த நிபுணர் என்று நிரூபிக்கும்

வகையில் கேள்விகள் கேட்கப்பட்டன. 1 ஏப்ரல் 2008 அன்று 11.08 மணிக்கு வழக்கில் சம்பந்தப்பட்ட உரையாடல் கையாளப்பட்டுள்ளது என்றதற்கும் சரி என்றார். அப்போது அந்தக் கணினியில் இன்டர்நெட் பயன்பாட்டில் இருந்தது என்பதற்குச் சரி என்றார். இப்போதுபோல அப்போது ப்ராட்பேண்ட் இணைப்பு கிடையாது. டயல் அப் கனெக்ஷன்தான் என்றதை ஆமோதித்தார். டயல் அப் கனெக்ஷனுக்கு பாஸ்வேர்ட், யூசர் நேம் வேண்டும் என்றதற்கு சரி என்றார். யூசர்நேம் பாஸ்வேர்ட் குற்றவாளிக்குத் தெரியாமல் அந்த நேரத்தில் எப்படி அவர் கம்ப்யூட்டரை பயன்படுத்தியிருக்க முடியும் என்று கேட்டதும் தான் மாட்டிக்கொண்டோம் என்பதை உணர்ந்தார்.

அது அப்படியே சேவ் பண்ணி வைத்திருக்கும் என்றார். அதை சேவ் பண்ணி வைத்திருக்கிறேன் என்று எந்தச் சாட்சி சொன்னார் என்று கேட்டதற்கு யாரும் சொல்லவில்லை என்றார். சட்ட ஆலோசகரின் கணினியில் இருந்த அமைச்சர் பூங்கோதையின் உரையாடலை சுப்ரமணியன் சுவாமி வெளியிட்டார் என்பது தெரியுமா என்பதற்கு தெரியும் என்றார். அவருக்கு அந்த உரையாடல் எப்படி கிடைத்தது என்று ஏன் விசாரிக்கவில்லை என்று கேட்டதற்கு அது வழக்குக்கு சம்பந்தமில்லாதது என்றார். இதுபோல அவரது புலன் விசாரணையில் இருந்த பல்வேறு ஓட்டைகளைச் சுட்டிக்காட்டி கேட்ட கேள்விகளுக்கு அவை அனைத்தும் தேவையில்லாதவை என்று பதிலளித்தார். அவரது குறுக்கு விசாரணை முடிவுக்கு வந்தது.

அவரது இந்த பதில்கள் அரசுத் தரப்பு வழக்கை மிகவும் பலவீனமாக்கக் கூடியவை என்பதை அவர் உணரவில்லை. சாட்சிகள் விசாரணை தொடர்பாக சென்னை உயர் நீதிமன்றம் அளித்திருந்த தீர்ப்பில், இதற்கு முன்பாக உள்ள நீதிபதி கோமதிநாயகம் உயர் நீதிமன்ற உத்தரவு குறித்து கவலைப்படாமல் இறுதிக் கேள்விகள் கேட்கப்பட்டது குறித்து தீர்ப்பு வழங்கிய சென்னை உயர் நீதிமன்றம், அது தொடர்பாகவும் ஓர் அறிவுரையை வழங்கியிருந்தது.

குற்றவியல் நடைமுறைச் சட்டம் பிரிவு 313ன் படி கேட்கப்படும் கேள்விகள் எதற்காகவென்றால், ஒரு வழக்கில் விசாரணை நடந்து முடிந்ததும், அந்தக் குற்றவாளிக்கு எதிராக சாட்சிகள் என்னவெல்லாம் சொல்லியிருக்கிறார்களோ அவற்றையெல்லாம் தொகுத்து கேட்கப் படுவதுதான் இறுதிக் கேள்வி. இது குறித்து என் வழக்கில் அறிவுரை வழங்கியிருந்த சென்னை உயர் நீதிமன்றம், இந்த வழக்கில் ஏற்கெனவே இறுதிக் கேள்வி கேட்கப்பட்டுள்ளதாகத் தெரிகிறது. சாட்சிகளைக் குறுக்கு விசாரணை செய்தபின், குற்றவாளிக்கு எதிராக ஆதாரங்கள் இருப்பின், நீதிமன்றம் அவரிடம் மீண்டும் இறுதிக் கேள்வியைக் கேட்கலாம் என்று அறிவுரை வழங்கியிருந்தது.

குற்றவாளியிடம் இறுதிக் கேள்விகள் கேட்கவேண்டும் என்பதை வழக்கறிஞர் ரமேஷ் நீதிபதி லீலாவதியிடம் நினைவுபடுத்தினார். நீதிபதி 'உங்களுக்கு எதிரா ஏதாவது இருந்தாத்தானே கேள்வி கேட்கச் சொல்லியிருக்கு? உங்களுக்கு எதிராத்தான் எந்த எவிடென்ஸூம் இல்லையே?' என்று வெளிப்படையாகவே கூறினார். 'அடுத்த வாரம் வழக்கைத் தள்ளி வைக்கிறேன். அதற்கு அடுத்த வாரம் தீர்ப்பு வழங்குகிறேன்' என்று கூறினார். எனக்கு மகிழ்ச்சியென்றால் மகிழ்ச்சி. நல்ல தீர்ப்பு வரப்போகிறது என்று நம்பினேன். நானும் ரமேஷூம் சேர்ந்து எழுத்துபூர்வமான இறுதி வாதங்களைத் தயார் செய்து நீதிமன்றத்தில் சமர்ப்பித்தோம். அரசுத் தரப்பும் சமர்ப்பித்தது. தீர்ப்புக்காகக் காத்திருந்தோம்.

நீதிபதி லீலாவதி மாற்றப்பட்டு மகளிர் நீதிமன்ற நீதிபதியாக நியமிக்கப் பட்டார் என்ற செய்தி வந்தது. ஒரே ஒரு வாரம் அவர் இருந்திருந்தால் தீர்ப்பு வெளியாகி இருக்கும். இடிந்தே போனேன்.

ரமேஷ்தான் என்னைத் தேற்றினார். 'வழக்கில் அனைத்து சாட்சிகளும் நமக்கு ஆதரவாக சாட்சியமளித்துள்ளார்கள். இந்நிலையில் எந்த நீதிபதியாக இருந்தாலும் உங்களைத் தண்டிப்பது அவ்வளவு எளிதல்ல. தண்டனை வழங்குவது எந்தச் சாட்சியத்தின் அடிப்படையில் என்பதை நீதிபதி குறிப்பிடவேண்டும். அவ்வளவு எளிதாக உங்களைத்தண்டித்து விட முடியாது' என்று அவர் கூறினாலும் எனக்கு நம்பிக்கை சுத்தமாகப் போய்விட்டது. பத்தாண்டு சிறை என்றே தோன்றியது.

பக்கத்தில் இருந்த ஒரு நீதிபதி கூடுதல் நீதிபதியாக நியமிக்கப்பட்டார். வழக்கமாக கூடுதல் பொறுப்பு வகிக்கும் நீதிபதிகள் தீர்ப்புகளை வழங்க மாட்டார்கள். காலியாக உள்ள நீதிபதியின் பதவி நிரப்பப்பட்டு புதிய நீதிபதி தீர்ப்பு வழங்கட்டும் என்று வழக்கைத் தள்ளி வைப்பார்கள். பொறுப்பு நீதிபதியாக புருஷோத்தமன் என்பவர் இருந்தார். அவர் முன்பு ஆஜரானேன். தீர்ப்பு தள்ளித்தான் போகும் என்று வழக்கறிஞரும் வரவில்லை. நீதிபதி உங்கள் வழக்கறிஞர் எங்கே, அவரை வந்து இறுதி வாதத்தை நடத்தச் சொல்லுங்கள் என்று சொன்னார்.

ரமேஷிடம் விஷயத்தை விளக்கியதும், இறுதி வாதத்துக்குத் தயாரானார். அரசுத் தரப்பு, எனது தரப்பு ஆகிய இரு தரப்பின் இறுதி வாதங்களும் முடிவுக்கு வந்தன. அடுத்த வாரம் தீர்ப்பு என்று நாள் குறிக்கப்பட்டது. அந்த ஒரு வாரம் எனக்கிருந்த பதற்றத்தை வார்த்தை களால் வர்ணிக்கமுடியாது. எப்படியாவது மனதை அமைதிப்படுத்த வேண்டும் என்று முயற்சிப்பேன். ஆனால் என்ன செய்தாலும் மீண்டும் மீண்டும் மனது இதைச் சுற்றியே வரும். இப்படி ஆகுமா? அப்படி ஆகுமா என்ற எண்ணங்களே மனதில் ஓடிக் கொண்டிருந்தன.

அடிக்கடி வழக்கறிஞரைத் தொடர்புகொண்டு பேசுவேன். தினமும் அவர் அலுவலகத்துக்குச் செல்வேன். அவர், 'கவலைப்படாதீர்கள், ஒன்றும் நடக்காது. என்ன நடந்தாலும் பார்த்துக் கொள்ளலாம்' என்று சலிக்காமல் ஆறுதல் கூறுவார். மீண்டும் மீண்டும் நான் இது குறித்தே விவாதிப்பது குறித்து எரிச்சலடையவில்லை. மேல் முறையீடு செய்ய எத்தனை நாட்கள் ஆகும். எப்போது ஜாமீன் கிடைக்கும் என்பதெல்லாம் குறித்து சந்தேகங்களைக் கேட்டுக்கொண்டே இருந்தேன்.

நெருங்கிய நண்பர்களிடம், தண்டனை விதிக்கப்பட்டால், அடிக்கடி அம்மாவை மட்டும் வந்து பார்த்துக்கொள்ளவும் என்று கூறினேன். பத்து ஆண்டுகள் தண்டனை விதிக்கப்பட்டால் மேல் முறையீடு செய்து வெளிவர மூன்று மாதங்களாவது ஆகும்.

தீர்ப்பு வழங்கப்படுவதற்கு முதல் நாள் டெக்கான் க்ரானிக்கிள் நாளிதழில் 2008ம் ஆண்டு தொலைபேசி உரையாடலை வெளியிட்ட செய்தியாளர் ரகுவை அழைத்து நாளை தீர்ப்பு என்றும் ஒரு செய்தியாளரை அனுப்புமாறும் கேட்டுக்கொண்டேன். அவர் இதர பத்திரிக்கையாளர்களுக்கும் தகவல் சொல்லி வரவழைத்திருந்தார். பிற்பகல் 3 மணிக்கு தீர்ப்பு. நிறைய பத்திரிக்கையாளர்கள் வந்திருந்தனர். தீர்ப்பு தாமதமானது. 4 மணிக்கு தீர்ப்பு என்று தெரிவிக்கப்பட்டது. எனது நண்பர்களும் வந்திருந்தனர். எனக்கு இருந்த பதற்றம் வெளிப்படையாக என் முகத்தில் தெரிந்தது. வியர்த்து வழிந்தது. 4 மணிக்கு என் பெயரை அழைத்தார்கள். சென்று நின்றேன்.

நீதிபதி என்னைப் பார்த்து 'தீர்ப்பு குறித்து ஏதாவது சொல்ல விரும்புகிறீர்களா?' என்று கேட்டார். தண்டனை விதிக்கப்பட இருக்கும் குற்றவாளியிடம் கேட்கப்படும் கேள்வி இது. எனக்குத் தொண்டையை அடைத்தது. இப்படிக் கேட்கையில் குற்றவாளிகள் குறைந்த தண்டனை வழங்குமாறு கூறுவார்கள். 'சொல்ல ஒன்றும் இல்லை' என்றேன். நீதிபதி சிரித்துக்கொண்டே, 'இந்த வழக்கிலிருந்து உங்களை விடுதலை செய்கிறேன்' என்றார்.

வழக்கறிஞர் ரமேஷ் முகத்தில் மட்டற்ற மகிழ்ச்சி. பத்திரிகை யாளர்களும் நண்பர்களும் வாழ்த்துக்களைத் தெரிவித்தனர். ஐபிஎஸ் அதிகாரி அருணுக்குத் தொலைபேசியில் அழைத்து தகவலைத் தெரிவித்தேன். இதற்குள் வாட்ஸ்அப் மூலமாக விடுதலை செய்தி பரவிவிட்டது. தொலைக்காட்சிகளில் ஃப்ளாஷ் செய்தி போடப்பட்டது. தொடர்ந்து தொலைபேசி அழைப்புகள் வந்த வண்ணம் இருந்தன. வீட்டில் உள்ளவர்களுக்குத் தகவல் கூறினேன். பத்திரிகைகளில் பேட்டி எடுத்தார்கள்.

அனைவருக்கும் நன்றி கூறினேன். அன்று இரவு வீட்டுக்கு வந்து படுத்ததும் கடந்த ஏழு ஆண்டுகள் கண் முன்னால் வந்து போயின. இந்தச் சம்பவம் நடைபெறாமல் இருந்திருந்தால் லஞ்ச ஒழிப்புத் துறையில் உதவி மேலாளராக பணியில் இருந்திருப்பேன். மேலாளராகப் பதவி உயர்வு விரைவில் வந்திருக்கும். ஒரு கௌரவமான வாழ்க்கை இருந்திருக்கும். சமூகத்தில் மரியாதை இருந்திருக்கும்.

ஆனால் நான் அதையா விரும்பினேன்? நிச்சயமாக இல்லை. அந்த வாழ்க்கையை நான் விரும்பியிருந்தால் லஞ்ச ஒழிப்புத் துறையிலும் அதிகார வர்க்கத்திலும் நடக்கும் எத்தகைய ஊழல்களும் அதிகார துஷ்பிரயோகங்களும் என்னைப் பாதித்திருக்காது. எதையும் கண்டுகொள்ளாமல் என் வாழ்க்கை மட்டுமே எனக்கு முக்கியம் என்று இருந்திருப்பேன். என்னால் அப்படி இருக்க முடியவில்லை. அப்படிப் பட்ட நபராக நான் இல்லை. ஒருவேளை இப்படிப்பட்ட சம்பவங்கள் என்னைச் சுற்றி நடந்தும் நான் அவற்றைக் கண்டு கொள்ளாமல் இருந்திருந்தால் பெரும் மனக் குமைச்சலோடும், நிம்மதியின்மை யோடும்தான் வாழ்ந்திருப்பேன். அது நான் விரும்பிய வாழ்க்கையாக அமைந்திருக்காது.

14 ஏப்ரல் 2008 முதல் எனக்கு நேர்ந்த அனுபவங்கள் பிரத்தியேக மானவை. வேறு யாரும் அனுபவித்திருக்க முடியாதவை. இந்த அனுபவங்கள் என்னைப் பக்குவப்படுத்தியிருக்கின்றன. என் அறிவை விசாலமாக்கியிருக்கின்றன. ஏதோ ஒரு உருப்படியான காரியத்தைச் செய்திருக்கிறோம் என்ற உணர்வை ஏற்படுத்தியிருக்கின்றன. பின்னோக்கித் திரும்பிப் பார்த்தால், ஒரு தனி மனிதனாக அரசு இயந்திரத்தை அசைத்துப் பார்த்திருக்கிறேன் என்று தெரிகிறது.

ஓர் அரசு அலுவலகத்தில் சாதாரண குமாஸ்தாவாக இருந்த என்னைப் பற்றி தமிழகத்தின் முதலமைச்சர் உள்ளிட்ட உயர் பதவியில் இருப்பவர்கள் விவாதித்துள்ளார்கள். சர்வ அதிகாரமும் பொருந்திய ஒரு கூடுதல் டிஜிபி என்னை எதிரியாகக் கருதி என்னை ஒழித்துக்கட்ட எல்லா முயற்சிகளையும் எடுத்தார். சிபி.சிஐடியின் சைபர் கிரைம் பிரிவு முழுக்கவே என்னை ஒழித்துக்கட்ட அனைத்து முயற்சிகளையும் எடுத்தது. பொய் சாட்சிகளை அறிமுகப்படுத்தி வழக்கில் எப்படியாவது தண்டனை பெற்றுத் தரவேண்டும் என்பதற்கு அனைத்து முயற்சிகளை யும் அதிகாரிகளும் அரசு வழக்கறிஞர்களும் எடுத்தனர். என்னைப் போன்ற ஒரு சாதாரண தனி நபருக்கு எதிராக ஓர் அரசு இயந்திரமே செயல்பட்டதே ஒரு சாதனைதானே?

ஊழலை எதிர்ப்பதை அரசு இயந்திரம் என்றுமே விரும்பாது. அந்த எதிர்ப்புக் குரலை முடக்குவதற்குதான் எல்லா முயற்சிகளையும் அரசு

இயந்திரம் எடுக்கும். அதுதான் அதன் தன்மை. அரசு இயந்திரத்தோடு மோதுவது என்பது எளிதான காரியம் அல்ல. அரசு இயந்திரம் என்பதற்கு அதிமுக, திமுக என்ற வேறுபாடு கிடையாது. அது ஓர் இயந்திரம் மட்டுமே. இரண்டு கட்சியின் ஆட்சியிலும் அதன் தன்மை ஒரே மாதிரிதான் இருக்கும்.

ஆனால் இறுதியில் என்னால் வெற்றிபெற முடிந்துள்ளது. ஒட்டு மொத்தமான அரசு இயந்திரம் எனக்கு எதிராகச் செயல்பட்டும் என்னால் வெற்றிபெற முடிந்துள்ளது. எனது கதையை இப்போது உங்களிடம் கூறவும் முடிந்துள்ளது. இது எனது தனிப்பட்ட வெற்றி அல்ல. எனது இந்தப் பயணத்தில் எனக்கு உதவிய பத்திரிகையாளர்கள், நண்பர்கள் மற்றும் காவல்துறை அதிகாரிகளின் பங்கு மிகப் பெரியது.

குறிப்பாக வழக்கறிஞர்களின் பங்கை வார்த்தைகளால் அளவிடவே முடியாது. எனக்கு உதவிய வழக்கறிஞர்கள் அனைவருமே என்னிடம் கட்டணம் என்று ஒரு பைசாகூட வாங்கியது கிடையாது. வழக்கறிஞர்கள் என்று அவர்கள் கட்டணம் வாங்கியிருந்தால் அவற்றைக் கொடுக்கும் அளவுக்கு எனக்குப் பொருளாதார வசதி அன்றும் இல்லை, இன்றும் இல்லை. எனது இந்தப் பயணம் இத்தனை பேரின் உதவியால்தான் இது வரையில் நடந்து வருகிறது. எனக்கு இத்தனை உதவிகள் கிடைத்ததற்கான காரணம் என்ன? எனக்கு உதவி செய்வதால் இவர்களுக்கு ஏதும் பலன் கிடைத்ததா? நிச்சயமாக இல்லை.

பிறகு ஏன் உதவினார்கள்?

அராஜகங்களை எதிர்க்க வேண்டும் என்ற விருப்பம் நம்மில் பெரும்பாலானோருக்கு இருக்கிறது. ஆனால் அவர்களால் அப்படிச் செய்ய முடிவதில்லை. அவர்களுடைய சூழல், குடும்பம், பணி போன்ற பல்வேறு காரணங்களால் தங்கள் கண் முன்னால் நடக்கும் அநியாயங்களைக் கண்டும் காணாமலும் போக வேண்டியிருக்கிறது. சில நேரங்களில் துணை போகவும் வேண்டியிருக்கிறது. அப்படிப் பட்ட நேரத்தில் இந்தத் தளைகளை உடைத்து, அநியாயத்தை எதிர்ப்பவனை அரசு இயந்திரம் பழி வாங்குகையில் அவனுக்கு உதவுவது நமது கடமை என்று அவர்கள் கருதுகிறார்கள். அவன் அழிந்து விடக்கூடாது என்று விரும்புகிறார்கள். அவனை எப்படியாவது காப்பாற்ற வேண்டும் என்று துடிக்கிறார்கள். இப்படி ஒவ்வொருவரும் ஒரு துரும்பை எடுத்துப் போட்டதால்தான் என்னால் முதலைகள் நிறைந்த ஒரு குளத்தில் நீந்திக் கரையேற முடிந்திருக்கிறது.

எனக்கு உதவி செய்தவர்கள் அமைதியாக இருந்திருக்கலாம். அல்லது எனக்கு எதிராகச் செயல்பட்டவர்களுடன் துணை போயிருக்கலாம்.

எனக்கு உதவி செய்ததால் அவர்களுக்கு எந்தப் பயனும் ஏற்பட்டது கிடையாது. ஆனாலும் உதவினார்கள். அவர்கள் உதவியால் மட்டுமே நான் என் கதையை உங்களோடு பகிர்ந்துகொள்ள முடிகிறது. அவர்கள் உதவாவிட்டால், என் குரல் நசுக்கப்பட்டிருக்கும்.

என் கதையைப் படித்திருப்பீர்கள். எனது அனுபவங்களை அறிந்திருப்பீர்கள். காலச் சக்கரத்தைப் பின்னோக்கிச் சுழற்றினால் நான் இதை மீண்டும் செய்வேனா என்றால் நிச்சயம் செய்வேன். இதுதான் எனக்கு மகிழ்ச்சியையும் நிறைவையும் தருகிறது. நடந்த எதற்காகவும் நான் வருத்தப்படவில்லை. உண்மையில், பெருமைப் படுகிறேன்.

சவுக்கு சங்கரின் அடுத்த சூப்பர் ஹிட் புத்தகம்.
விறுவிறுப்பான மொழியில் பரபரப்பான ஒரு பதிவு.

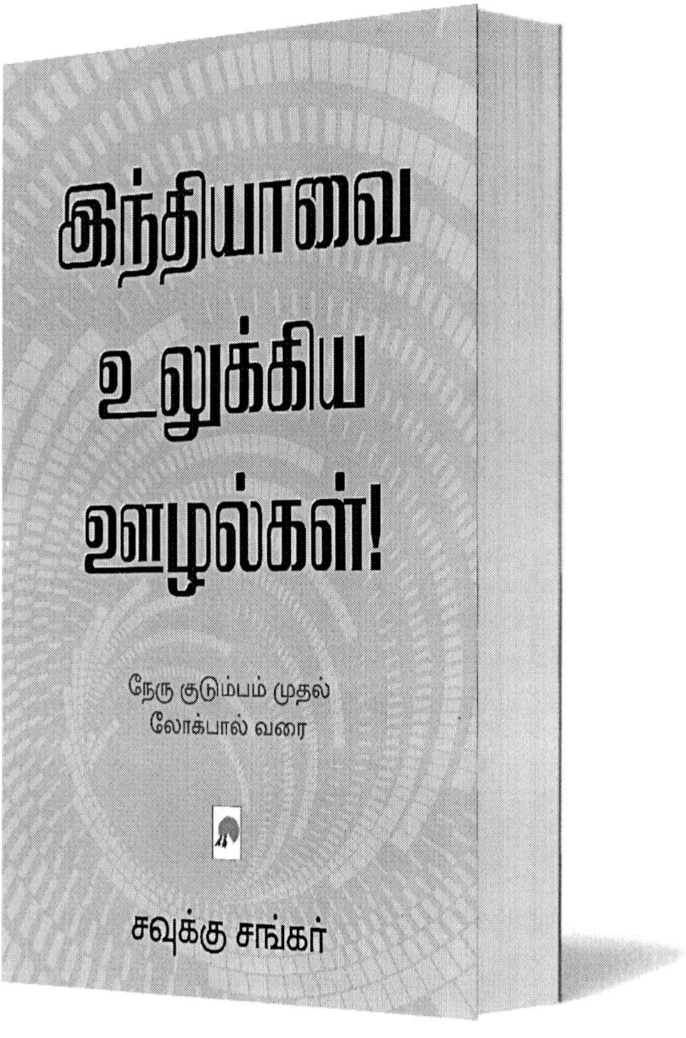

இந்தியாவை உலுக்கிய ஊழல்கள்!

நேரு குடும்பம் முதல்
லோக்பால் வரை

சவுக்கு சங்கர்